போண்டு

பெருமாள்முருகனின் பிற நூல்கள்
(காலச்சுவடு வெளியீடு)

நாவல்
- நிழல்முற்றம் (தமிழ் கிளாசிக்)
- கூளமாதாரி (தமிழ் கிளாசிக்)
- ஏறுவெயில்
- கங்கணம்
- மாதொருபாகன்
- ஆளண்டாப் பட்சி
- பூக்குழி
- ஆலவாயன்
- அர்த்தநாரி
- பூனாச்சி அல்லது ஒரு வெள்ளாட்டின் கதை
- கழிமுகம்
- நெடுநேரம்

சிறுகதை
- பெருமாள்முருகன் சிறுகதைகள் (1988 – 2015)
- சேத்துமான் கதைகள்
- மாயம்
- வேல்!

கவிதைகள்
- மயானத்தில் நிற்கும் மரம்
- கோழையின் பாடல்கள்

கட்டுரைகள்
- துயரமும் துயர நிமித்தமும்
- கரித்தாள் தெரியவில்லையா தம்பீ...
- பதிப்புகள் மறுபதிப்புகள்
- வான்குருவியின் கூடு (தனிப்பாடல் அனுபவங்கள்)
- கெட்ட வார்த்தை பேசுவோம்
- ஆர். ஷண்முகசுந்தரத்தின் படைப்பாளுமை
- நிழல்முற்றத்து நினைவுகள்
- நிலமும் நிழலும்
- தோன்றாத் துணை
- மனதில் நிற்கும் மாணவர்கள்
- மயிர்தான் பிரச்சினையா?
- அப்படியெல்லாம் மனசு புண்படக்கூடாது
- பாதி மலையேறுன பாதகரு
- காதல் சரி என்றால் சாதி தப்பு

பதிப்புகள்
- சாதியும் நானும் (அனுபவக் கட்டுரைகள்)
- கு.ப.ரா. சிறுகதைகள் (முழுத் தொகுப்பு)
- கருவளையும் கையும்

தொகுத்தவை
- உடைந்த மனோரதங்கள்
- பிரம்மாண்டமும் ஒச்சமும்
- பறவைகளும் வேடந்தாங்கலும் – மா. கிருஷ்ணன்
- உ.வே.சா. பன்முக ஆளுமையின் பேருருவம் (கட்டுரைகள்)
- தீட்டுத்துணி – சி.என். அண்ணாத்துரை (தேர்ந்தெடுத்த சிறுகதைகள்)
- கூடுசாலை – சி.சு. செல்லப்பா (கிளாசிக் சிறுகதைகள்)

போண்டு

பெருமாள்முருகன் (பி. 1966)

படைப்புத் துறைகளில் இயங்கிவருபவர். அகராதியியல், பதிப்பியல், மூலபாடவியல் ஆகிய கல்விப்புலத் துறைகளிலும் ஈடுபாடுள்ளவர்.

2023ஆம் ஆண்டுக்கான 'பன்னாட்டுப் புக்கர் விருது' நெடும் பட்டியலில் 'பூக்குழி' நாவலின் ஆங்கில மொழிபெயர்ப்பு 'Pyre' இடம்பெற்றது. இவரது 'ஆளண்டாப் பட்சி' நாவலின் ஆங்கில மொழிபெயர்ப்பான 'Fire Bird' நூலுக்கு 2023ஆம் ஆண்டு ஜேசிபி இலக்கியப் பரிசு வழங்கப்பட்டது.

அன்பார்ந்த வாசகருக்கு,

வணக்கம்.

காலச்சுவடு நூலை வாங்கியமைக்கு நன்றி.

நூலின் உள்ளடக்கம், உருவாக்கம், அட்டைப்படம் இன்ன பிற அம்சங்கள் பற்றிய உங்கள் கருத்துகளையும் ஆலோசனைகளையும் காலச்சுவடு வரவேற்கிறது. தகவல், எழுத்து, வாக்கியப் பிழைகள் தென்பட்டால் அவசியம் தெரிவித்து உதவுங்கள். நூல் தயாரிப்பில் கடும் குறைபாடு இருப்பின் மாற்றுப் பிரதி உங்களுக்குக் கிடைக்கக் காலச்சுவடு ஏற்பாடு செய்யும்.

மின்னஞ்சல்: **publisher@kalachuvadu.com**

காலச்சுவடு நாகர்கோவில் அலுவலகத்திற்குக் கடிதம் அனுப்பலாம்.

தங்கள்
எஸ்.ஆர். சுந்தரம் (கண்ணன்)
பதிப்பாளர் — நிர்வாக இயக்குநர்

Unauthorised use of the contents of this published book, whether in e-book or hardcopy format, for any type of Artificial Intelligence (AI) training — including but not limited to Machine Learning, Deep Learning, Natural Language Processing, Computer Vision, Chatbot Training, Image Recognition Systems, Recommendation Engines, and Language Models — is strictly prohibited without prior licensing from the publisher. Any such unauthorised use may result in legal action.

பெருமாள்முருகன்

போண்டு

காலச்சுவடு பதிப்பகம்

போண்டு ✽ சிறுகதைகள் ✽ ஆசிரியர்: பெருமாள்முருகன் ✽ © பெருமாள் முருகன் ✽ முதல் பதிப்பு: டிசம்பர் 2024, இரண்டாம் பதிப்பு: ஜூலை 2025 ✽ வெளியீடு: காலச்சுவடு பப்ளிகேஷன்ஸ் (பி) லிட்., 669, கே.பி. சாலை, நாகர்கோவில் 629001

pooNTu ✽ Short Stories ✽ Author: PerumalMurugan ✽ © PerumalMurugan ✽ Language: Tamil ✽ First Edition: December 2024, Second Edition: July 2025 ✽ Size: Demy 1 x 8 ✽ Paper: 18.6 kg maplitho ✽ Pages: 176

Published by Kalachuvadu Publications Pvt. Ltd., 669 K.P. Road, Nagercoil 629001, India ✽ Phone: 91-4652-278525 ✽ e-mail: publications @kalachuvadu.com ✽ Printed at Mani Offset, Chennai 600077

ISBN: 978-93-6110-277-6

07/2025/S. No. 1326, kcp 5872, 18.6 (2) 9ss

நெருக்கடியில் இருந்து மீள - எம்
தெருவில் இருந்து கைகொடுத்த
பெருந்தோழமை பொ. இளங்கோவுக்கும்
அவர் குடும்பத்தார் அனைவருக்கும்.

பொருளடக்கம்

	முன்னுரை: பாதாளக் குகை	11
1.	கரும்புலி	15
2.	போண்டு	30
3.	மதி	46
4.	பீம் + சுட்கி	58
5.	செம்மி	75
6.	குர்குர்	87
7.	இளன்	102
8.	பொங்கி	119
9.	முனி	134
10.	புடுக்காட்டி	149
11.	சுடா	163

முன்னுரை

பாதாளக் குகை

கடந்த ஆண்டு (2023) 'வேல்!' சிறுகதைத் தொகுப்பு வெளியாயிற்று. அதில் மொத்தம் பதின்மூன்று கதைகள். வளர்ப்பு விலங்குகளை மையமிட்டு எழுதியவை மட்டும் ஒன்பது. அதற்குப் பின்னும் அவ்வகைக் கதைகளையே எழுதிக்கொண்டிருந்தேன். இவ்வாண்டில் எழுதிய பதினொரு கதைகளைக் கொண்ட தொகுப்பு 'போண்டு.' இவற்றை எழுதும்போது மனம் நல்ல உத்வேகத்தோடு இருந்தது. இளம்வயதிலிருந்து என்னோடு இருந்த நாய்களும் பூனைகளும் மீண்டெழுந்து வந்தன. அவற்றின் முகங்களும் நிறங்களும் பல சம்பவங்களை நினைவுக்குக் கொண்டுவந்தன. பின்னோக்கிப் போய் அவற்றோடு வாழ்கிற அனுபவத்தை உணர்ந்து லயித்தேன்.

ஒரு சம்பவத்தைக் கதையாக எழுதிவிட எண்ணி எவ்வளவோ முயன்றேன். முடியவேயில்லை. அதை நினைத்ததும் மனம் சோர்ந்துபோகிறேன். சிலசமயம் அந்த நாள் முழுவதும் வீணாகிப்போகிறது. பல்லாண்டுகள் கழிந்தும் கண்ணீர் வருகிறது. எதிர்காலத்திற்கு என்று அதைத் தள்ளிவைத்துக் கொண்டே வருகிறேன். இப்படி இவ்வழியில் இன்னும் கொஞ்சம் பயணப்பட முடியும். 'வேல்!' தொகுப்பில் ஒன்பது கதைகள்; இதில் பதினொன்று. இன்னும் பல கதைகள் தோன்றிக்கொண்டேயிருக்கின்றன. இப்போதைக்கு இருபது கதைகளோடு இடைவெளி கொடுத்துவிடலாம். வேறுவகைக் கதைகளில் கொஞ்சம் இளைப்பாறி மனநிலை கூடும்போது திரும்பவும் இதற்கு வரலாம் என்றிருக்கிறேன்.

மற்றபடி இந்தக் கதைகளைப் பற்றிச் சொல்வதற்கு எனக்கு நிறைய விஷயங்கள் இல்லை. ஏதேனும் சொன்னால் கதைகளின் நுட்பங்களைப் பரப்பி வைத்துவிடுவேனோ என்று பயமாக இருக்கிறது. வாசகச் சுதந்திரத்திற்குள் அனுமதியில்லாமல் நுழைந்துவிடும் செயல் சரியல்லவே. ஒன்றே ஒன்று மட்டும் சொல்லலாம். இவை வளர்ப்பு விலங்குகளைப் பற்றிய கதைகள் போலத் தோற்றம் தரும். ஒவ்வொரு கதையிலும் அவற்றின் சித்திரத்தை வேறுபடுத்திக் காட்ட முயன்றிருக்கிறேன். அவற்றின் குணாம்சங்களையும் வெளிப்படுத்தியிருக்கிறேன். அவற்றின் நடவடிக்கைகளை ஆழ்ந்து நோக்கியிருக்கிறேன். அவற்றோடு ஊடாடிச் சென்றிருக்கிறேன். எனினும் வியப்புத் தருபவை அவை அல்ல. மனிதர்கள்தான்.

இக்கதைகளுக்குள் வரும் மனிதர்களின் அசைவுகளை இனம் பிரித்துப் பார்த்தால் வியக்க எவ்வளவோ இருக்கின்றன. விலங்குகளுக்கு உணவும் இனப்பெருக்கமும்தான் ஆதாரத் தேவைகள். அன்றாடம் உணவு தேடுவதே வாழ்க்கை. ஆண்டில் சில மாதங்கள் அல்லது சில நாட்கள் இனப்பெருக்கக் காலம். இனப்பெருக்கத்தைத் தடைசெய்துவிட்டால் உணவு மட்டுமே. அதற்கு மேல் கொஞ்சம் அன்பும் அனுசரணையும் கிடைத்தால் போதும். அவற்றின் உலகம் நிரம்பித் ததும்பும். ஓரளவு மனித இயல்புகளைக் கற்றுக்கொள்வதால் சில விலகல்கள் ஏற்படு கின்றன. மற்றபடி அவற்றின் உலகில் போதாமை இல்லை.

மனிதரின் பெரிய பிரச்சினை போதாமைதான். எவ்வளவோ அள்ளி அள்ளிப் போட்டாலும் நிரம்பாத பாதாளக் குகை மனித மனம். இன்னும் இன்னும் என்று அவாவிக்கொண்டே இருக்கும் பேராசை பீடித்த பேய். அடிப்படைத் தேவைகள் நிறைவேறி விட்டாலும் நுகர்வை நோக்கிப் பாய்கிறோமே அது புறச்சான்று. அகச்சான்றுகளுக்கு அளவேயில்லை. எதையும் தன்னுடைமை யாக்கிக்கொள்ளத் துடிக்கும் இயல்பு எல்லோருக்கும் உண்டு. பொன் பொருள் சொத்து மட்டுமல்ல, அன்பும் தனக்கு மட்டுமே வேண்டும் என்று நினைக்கும் காலம் இது. முந்தைய காலத்தை விடவும் இந்த உடைமை உணர்வு இப்போது பரக்க வெளிப்படக் காண்கிறோம். எல்லாமே போதாமையிலிருந்து வருவதுதான்.

இலக்கியம் அகத்தில் பயணப்பட்டு மனித அசைவு ஒவ்வொன்றிலும் படிந்திருக்கும் போதாமையை வெளியே இழுத்துக்கொண்டுவந்து காட்டுகிறது. இந்தக் கதைகளின் பொதுத்தன்மை என்றால் இந்தப் போதாமைதான். சிலவற்றில் வெளிப்படையாகவும் சிலவற்றில் உள்ளார்ந்தும் போதாமை இருக்கும். சில கதைகள் வேறெதையோ பேசுவதுபோலவும்

தோன்றும். பாதாளக் குகைக்குள் சிறிது வெளிச்சத்தைப் பாய்ச்ச முயன்றிருக்கிறேன். இவையெல்லாம் வேண்டாம், எனக்கு வளர்ப்பு விலங்குகள் போதும் என்று நினைக்கும் மனதிற்கும் உவப்பளிக்கும் வகையில் இந்தக் கதைகளை எழுதியிருக்கிறேன் என்றே நினைக்கிறேன்.

இவற்றில் சில கதைகள் *காலச்சுவடு, உயிர்மை, மணல்வீடு* உள்ளிட்ட அச்சிதழ்களில் வெளியாயின. சில கதைகள் *கனலி, வல்லினம், அகழ், வாசகசாலை* ஆகிய இணைய இதழ்களில் வெளியாகின. அவ்விதழ்களுக்கும் வெளியிட்ட நண்பர்களுக்கும் நன்றி. நூலாக்கம் செய்திருக்கும் காலச்சுவடுக்கும் நன்றி.

நாமக்கல் **பெருமாள்முருகன்**
20-11-24

கரும்புலி

'ம்யாவ்...ம்யாவ்...' என்று அறைக் கதவுக்கு முன்னால் வந்து நின்றுகொண்டு ராகம் போல நீள இழுத்துக் கத்தும் கரும்புலியின் குரலில் தொனித்த ஏக்கத்தை உணர்ந்தும் ஒன்றும் செய்ய முடியாமல் இருந்தாள் திவ்யா. அவனைப் பக்கத்திலேயே அண்டவிடக் கூடாது என்று அம்மா கட்டளை போட்டிருந்தார். பக்கத்தில் அவன் வந்தால் உதிரும் மயிர் குழந்தைக்கு ஆகாதாம். அருகில் வர ஆசை யோடு அவன் நெருங்கும்போது 'போடா நாயே' என்று அம்மா விரட்டுவார். திவ்யாவுக்கு அடக்க முடியாமல் சிரிப்பு வரும்.

'அது நாயில்லம்மா, பூன' என்று சொல்வாள்.

'அது எனக்குத் தெரியாதா? உன்னய நாயின்னு திட்டுனா நீ நாயாயிருவியா?'

அம்மாவின் தர்க்கம் சரிதான். ஆனாலும் பூனையை நாய் என்று திட்டுவது என்னவோ மாதிரி இருக்கிறது. அதைப் பூனை என்றும் அம்மா நினைக்கவில்லை. வீட்டில் வளரும் பையன் என்றே எண்ணம். மகன் இல்லாத குறையை இந்தப் புலிக்குட்டி போக்குகிறானோ என்று தோன்றும். அவனை வாரியணைத்துக் கொஞ்சவும் செய்வார். கடுமையாக வசை பாடவும் செய்வார். திவ்யா வுக்குக் கொஞ்ச மட்டுமே தெரியும். 'செல்லங் குடுத்துக் கெடுத்து வெச்சிரு' என்று அம்மாவின் கோபம் பாயும். என்னவோ அவன் மீது அப்படி பிரியம்.

கொரானோ முடக்கக் காலத்தில் வீட்டுக்கு வந்து சேர்ந்தவன் அவன். சோறாக்குவதும் தொலைக்காட்சியோ செல்பேசியோ பார்ப்பதும் எனச் சுவருக்குள்ளேயே மூச்சுக் காற்று முட்டி முட்டித் தகித்த காலத்தில் ஜன்னலுக்கு வெளியே பூனைக்குட்டிகளின் கத்தல் மரமேஜையில் ஊசியை கீறியது போலக் கேட்டது. சிலசமயம் தாய்ப்பூனையும் வாஞ்சையுடன் கத்தும் குரலும் வந்தது. 'எதோ பூன குட்டி போட்டிருக்குது' என்று அம்மா சொன்னார்.

வீட்டைச் சுற்றி முப்பக்கமும் காலி மனைகள். பின்பக்கம் மூன்று மனைகள் தொடர்ந்து காலி. சுற்றிலும் கருங்கல்லால் இடுப்புயரச் சுவர் எழுப்பியிருப்பதால் மழைநீர் கிட்டத்தட்ட வருசம் முழுக்கவும் தேங்கி நிற்கும். அதை மூடிச் செடிகொடிகள் அடர்ந்து கிடக்கும். வனம் சூழ்ந்த வீட்டில் வசிப்பது போலத் தான். தெருவில் மற்ற வீடுகளுக்கு இந்த அளவு பிரச்சினை யில்லை. ஏதேனும் ஒருபுறமோ இருபுறமோ வீடுகள் வந்து விட்டன. தங்கள் வீடு மட்டும் தனித்தீவாக இருப்பதாக அம்மா அடிக்கடி சொல்வார்.

'நல்ல எடமாப் பாத்து மன வாங்கியிருந்தாத்தான ஆவும்' என்று அப்பாவைச் சாடையாகச் சுட்டுவதுண்டு.

'சுத்தி இருக்கறவன் எவன் ஊடு கட்டப் போறான், எவன் கட்ட மாட்டான்னு சிஐடி வெச்சு வெசாரிச்சு வாங்கி யிருக்கோணும்' என்று காட்டமாக அப்பா பதில் சொல்வார்.

எந்தப் பக்கமும் வீடு இல்லாததால் காற்று தாராளமாக வந்து போகும். எந்நேரமும் குளுமை கூடியிருக்கும். மழைக் காலத்தில் கூடற்ற ஒருவகை நத்தை ஊரும். ஈரத்தால் வனையப் பட்ட உடலை அது இழுத்துக்கொண்டு நகரும்போது அழிக்க இயலாத தடம் உருவாகும். வீட்டைச் சுற்றிலும் கோடுகோடாய் அதன் தடங்களைப் பார்க்கையில் கால் பதிக்கக் கூசும். பலவிதமான பூச்சி வகைகள் சுவர்களிலும் வாசல் தரையிலும் ஊர்வதும் பறப்பதுமாய் இருக்கும். இரவில் வெளிவிளக்கைப் போடவே முடியாது. போட்டால் உடனே எங்கிருந்தோ விளக்குப்பூச்சிகள் கொத்துக்கொத்தாக வந்து மொய்த்துக் கொள்ளும். அவற்றைப் பிடித்துத் தின்னப் பெரும்பல்லிகள் வந்து சேர்ந்துவிடும். இவற்றை எல்லாம் எத்தனை முறைதான் கூட்டி வாருவது?

விளக்கமாற்றைக்கூடச் சுற்றுச் சுவரோரம் சாத்தி வைக்க முடியாது. அதற்கடியில் நான்கைந்து தவளை வந்து புகுந்து கொள்ளும். ஒரு சின்னப் பொருள் இருந்தாலும் அதை யொட்டியோ அடியிலோ தவளை அண்டும். கைக்குள்

அடங்கும் குட்டியிலிருந்து இருகையை விரித்தாலும் அடங்காத பெருந்தவளைகள் வரைக்கும் அடைக்கலம் ஆகும். அவற்றைத் தேடி பாம்புகள் வரும். மழைக்கால இருட்டுக்குப் பலவகைச் சத்தம் உண்டு. எல்லாம் உயிரை ஊடுருவி அச்சுறுத்தும் சத்தம். பொழுது விழுந்த பிறகு வெளிக்கதவைத் திறப்பதே இல்லை. அவசியப்பட்டுத் திறக்கும்போதெல்லாம் ஏதேனும் பாம்பு கண்ணுக்குத் தட்டுப்படும்.

காலோசை கேட்டதும் சாரைகள் வேகமாக ஓடிவிடும். நாகமும் கட்டுவிரியனும் 'யார் என்ன செய்துவிட முடியும்' என்று கெத்துக் காட்டிப் பராக்குப் பார்க்கும். திவ்யா ஐந்து வயதுக் குழந்தையாக இருந்தபோது இந்த வீடு கட்டிக் குடி வந்தார்கள். அப்போதிருந்து பாம்புகளைப் பார்த்துப் பார்த்து வகைகள் பிடிபட்டுவிட்டன. வீட்டுக்குள் நுழையும்போதும் வெளியேறும்போதும் தன்னையறியாமலே நாலாப்புறமும் பார்வையோடித் தேடுவது பழகிவிட்டது.

இவையெல்லாம் போதாது என்று நாய்களும் பூனைகளும் வேறுவகைத் தொல்லைகள். முப்பக்கமும் சூழ்ந்திருக்கும் வனாந்திரப் புதருக்குள் அவை தாராளமாக உலவும். எலிகளைப் பிடித்துத் தின்னவும் பறவை முட்டைகளைத் தேடியும் செல்லும் வேட்டைக் காடுகள் அம்மனைகள். குட்டி போட்டால் பாதுகாத்து வைக்கும் மறைவிடங்களும் அங்கேதான். அவை போடும் குட்டிகளில் ஒன்றிரண்டு பிழைத்து அடுத்த வாரிசாகத் தெருவில் உலவும். பெரும்பாலான குட்டிகள் ஏதேதோ காரணங்களால் செத்துப் போகும்.

முடக்க காலச் சலித்த பார்வைக்குப் பூனைக்குட்டிகள் உற்சாகக் காட்சியாகின. மாடிக்குப் போய் நின்றால் தாய்ப்பூனை யின் நடமாட்டத்தைக் கவனிக்க முடிந்தது. காற்றிலும் விஷக் கிருமிகள் பரவிவிடும் பயம் இருந்ததால் சுற்றிலும் தென்பட்ட வீடுகளில் மனிதத் தலைகளையே பார்க்க முடியவில்லை. அம்மாவின் கட்டுப்பாட்டையும் மீறி அவ்வப்போது மொட்டை மாடிக்கு வந்து பார்ப்பது திவ்யாவின் வழக்கமானது. பல்லாண்டுகள் இங்கே வசித்தாலும் இதுவரைக்கும் கண்ணில் படாத, பட்டும் நெஞ்சில் பதியாத எத்தனையோ காட்சிகள் இப்போது பட்டன. பூனைக்காட்சியும் அப்படித்தான்.

சாம்பல் நிறத்தில் வெள்ளைக் கோடுகள் ஓடிய அந்தத் தாய்ப்பூனை சுற்றும் முற்றும் கவனித்து எச்சரிக்கையோடு தன் குட்டிகள் இருக்கும் இடத்தை அடைவதைப் பார்த்தாள். தாயின் வருகையில் குட்டிகள் ஆவலாகக் கத்துவதைக் கேட்டாள். புதருக்குள் மாணிக்கக் கல் ஒளிர்வது போல ஏதேனும் குட்டி

கண்ணுக்குப் பட்டால் துள்ளிக் குதித்தாள். அம்மாவிடம் ஓடிப்போய் அந்த அதிசயத்தைப் பகிர்ந்துகொண்டாள்.

'என்னடி, பூனயவே பாக்காத மாதிரி குதிக்கற?' என்று அம்மா செல்லமாகக் கோபித்தார்.

'ஆமாம்மா. இப்பத்தான் பூனயப் பாக்கறன்' என்று சொன்னாள்.

அம்மாவுக்குப் புரிந்ததோ இல்லையோ தெரியவில்லை.

'அதான் ஊட்டச் சுத்தி வருசத்திக்கி மூனு மொற குட்டி போட்டுப் பெரும்பண்ணயே திரியுதே, அப்பறம் என்ன பூனயப் புதுசாப் பாக்கற?' என்று திட்டினார்.

எல்லாப்புறமும் நோட்டமிட்டுவிட்டுத் தாய்ப்பூனை ஒவ்வொரு குட்டியாய்த் தூக்கிச் சென்று இன்னொரு புதருக்குள் வைக்கும் அற்புதக் காட்சியை ஒருமுறை கண்டாள். குட்டியின் கழுத்துப் பகுதியைக் கவ்வி ஒரு பந்தைக் கொண்டு செல்வது போல வேகத்துடன் அது ஓடியது. சில நிமிடங்களில் மூன்று குட்டிகளையும் இடம் மாற்றியது. தாயைப் போலவே இரண்டு குட்டிகள் சாம்பல் நிறம். மூன்றாம் குட்டியின் நிறத்தைத் தீர்மானிக்க முடியவில்லை. கறுப்பு நிறமென்று தெரிந்தது. ஆனால் முழுவதும் கறுப்பில்லை. நடுநடுவே இடைவெளி இருந்தது. தூரத்தில் இருந்து பார்க்கையில் ஏதோ சடைசடையாய்த் தெரிந்தது. புலிக்குட்டியின் குற்றுருவம் போல. அம்மாவிடம் ஓடி வந்து சொன்னாள். அம்மாவுக்கு அதில் வியக்க ஒன்றுமில்லை. எதையும் வியக்கும் மனம் கழன்று போவதுதான் வயதாவதன் அறிகுறி.

அந்த மூன்றாம் குட்டி தொடர்ந்து கனவில் வந்தது. நிறத்தைச் சரியாகத் தீர்மானிக்க முடியாத அதற்குக் 'கரும்புலி' என்று பெயரும் சூட்டிவிட்டாள். அள்ளிக் கொஞ்சுவது போலக் கற்பனை செய்வது பிடித்திருந்தது. அதை வீட்டுக்குள் வைத்து வளர்க்கும் ஆவல் துளிர்த்துப் பெருகியது. வீட்டில் ஒத்துக்கொள்ள வேண்டும். வீட்டில் சிறுமாற்றம் என்றாலும் அம்மாவின் ஒப்புதல் தேவை. அப்பாவை அவளுக்கு ஆதரவாக மாற்றிவிடலாம். இருவரும் சேர்ந்து பேசி அம்மாவைக் கரைக்க வேண்டும். மெல்ல அப்பாவிடம் பேச்செடுத்தாள்.

திவ்யா இளநிலைப் படிப்பை முடித்திருந்தாள். ஒரே பெண் என்பதால் வேலைக்குப் போக வேண்டாம் என்று அப்பா சொல்லிவிட்டார். மாப்பிள்ளை பார்க்கும் வேலை தொடங்கியிருந்தது. வீட்டிலேயே தேங்கிக் கிடந்தவளுக்கு முடக்கக் காலம் மேலும் எரிச்சல் ஊட்டியது. அம்மா அப்பா

முகத்தையே மீண்டும் மீண்டும் பார்க்கச் சலித்தது. வீட்டைப் புறநகரில் கட்டிவிட்டு ஐந்தாறு கிலோமீட்டர் தொலைவில் இருந்த சொந்தக் கிராமத்திற்குப் போய் நிலத்தில் விவசாயம் பார்க்கும் அப்பாவிடம் பேச விஷயங்கள் அற்றுப்போயிருந்தன. அவர் சிலநாள் வீட்டுக்கு வருவார். சிலநாள் காட்டிலேயே தங்கிக்கொள்வார்.

சுற்றுச்சுவருக்கு வெளியே தெருவோரம் வைத்திருந்த பூச்செடிகள், முருங்கை, கறிவேப்பிலை எல்லாவற்றையும் பராமரிக்கும் வேலையை அம்மா செய்வார். போசியில் சோற்றைப் போட்டுக் காலையில் எடுத்துப் போனால் இரவில்தான் திரும்புவார். முடக்க காலத்திலும் அவர் வேலை நிற்கவில்லை. அம்மாவுக்கு விவசாய வேலை பழக்கமில்லை என்பதால் நகரத்தை ஒட்டிய இந்தப் புறநகர்ப் பகுதி வீட்டில் வசிப்பு. திவ்யா மொட்டை மாடியில் நடப்பாள். அம்மாவுக்கு எப்போதேனும் சமையலில் உதவுவாள்.

இந்தச் சந்தர்ப்பத்தைப் பயன்படுத்தி அவளுக்குச் சமையல் வேலையைக் கற்பித்துவிட வேண்டும் என்று அம்மா முயன்றார். 'கல்யாணத்துக்கு அப்பறம் ஆயுசு முழுக்க இதத்தான் செய்யப் போறன். இங்க இருக்கறப்பவும் அது எதுக்கும்மா?' என்று சொல்லித் தப்பித்துக்கொண்டாள். தொலைக்காட்சி பார்க்கும் ஆர்வம் போயிருந்தது. சமூக ஊடகங்களில் புழங்க அப்பாவின் தடையிருந்தது. பூனை வளர்ப்பதுதான் தன் வாழ்நாள் வேலை என்பதாக மனதில் ஓடியது. அதைச் சாதித்துவிட முயன்றாள். ஓரிரு நாள் சரியாக உண்ணாமல் வெகுநேரம் தூங்குவது போலப் படுக்கையில் கிடந்தாள். முகத்தைச் சோர்வாகவே வைத்துக் கொண்டாள்.

வருத்தத்தோடு அப்பா கேட்டபோதும் சரியாகப் பதில் சொல்லவில்லை. உண்ண உட்கார்ந்த போது அம்மா ஏதோ கோபமாகச் சொல்ல வட்டிலைத் தூக்கி வீசிவிட்டு அறைக்கு ஓடிப் போய்க் கதவைச் சாத்திக்கொண்டாள். அப்பா பலமுறை கதவைத் தட்டியும் திறக்கவில்லை. ஏதாவது காரியம் சாதிக்க வேண்டும் என்றால் அவள் இப்படியெல்லாம் செய்வாள் என்று இருவருக்கும் தெரிந்திருந்தது.

'அதான் ஊட்டுக்குள்ளயே கெடக்கறமே. இப்ப என்ன வேணும்னு உம்பிள்ள இந்த மாய்மாலம் பண்றா?' என்று அம்மா சொன்னது அறைக்குள் இருந்தாலும் அவளுக்குக் கேட்டது.

மெதுவாகக் கதவைத் திறந்துவிட்டு அழுதுகொண்டே படுக்கையில் விழுந்தாள். வட்டலில் சோற்றைப் போட்டு எடுத்து வந்த அப்பா செல்லம் கொஞ்சி ஊட்டினார். அம்மா அந்தப்

பக்கமே வரவில்லை. அன்றைக்கு இரவுணவை மொட்டை மாடியில் உண்ணலாம் என்று சொன்னாள். பாத்திரங்களோடு மூவரும் மேலே போனார்கள். வளர்பிறை நிலாவின் பகுதி ஒளிர்ந்துகொண்டிருந்தது. உணவுக்கு இடையே சட்டென எழுந்து 'பூனக்குட்டி கத்துது' என்று ஓடிக் கவனிப்பது போலச் சுவரோரம் நின்றாள். அவர்களுக்கும் கேட்ட மாதிரி இருந்தது.

திரும்ப வந்து உட்கார்ந்தவள் 'நாம ஒருகுட்டிய எடுத்து வளக்கலாமா?' என்று பொதுவாகக் கேட்டாள்.

சில நாட்களாக அவள் போக்கு சரியாக இல்லாததால் ஏதாவது செய்து சரியாக்க வேண்டும் என்று நினைத்த அப்பா 'செரி, வளக்கலாம்' என்றார்.

'ஆமா, அதுக்கு வேளாவேளைக்குச் சோறு வெச்சு ஆரு பாத்துக்கறது? என்னால முடியாது' என்றார் அம்மா.

'நான் பாத்துக்கறம்மா' என்றாள் திவ்யா.

'ஆமா. நாளைக்குக் கலியாணம் ஆயிப் போயிட்டா என்ன செய்யறது?'

அம்மாவின் கேள்விக்கும் அவளிடம் பதில் இருந்தது.

'நானே கொண்டுக்கிட்டுப் போயர்றன்' என்று சொன்னாள்.

'பூனய எடம் மாத்திக் கொண்டோயி வளக்க முடியாதுடி' என்றாள் அம்மா.

'எல்லாம் வளத்துக்குவன்' என்று வீராப்பாகச் சொன்னாள்.

அப்படி ஒருநாடகம் நடத்தித்தான் அந்தக் கரும்புலியை வீட்டுக்குள் கொண்டு வந்தாள் திவ்யா. தாய்ப்பூனை தன் குட்டிகளை அவர்கள் வீட்டுக்குப் பின்னிருந்த புதருக்குள் ஒளித்து வைத்துவிட்டு உணவு தேட எங்கோ போயிருந்த நேரம் பார்த்துப் பெரிய தடியைத் தட்டிக்கொண்டே புதருக்குள் நுழைந்தார் அப்பா. காடுமேடெல்லாம் திரிபவர் அவர். அவளும் உடன் வருவதாகச் சொன்னபோது மறுத்துவிட்டார். மொட்டை மாடியில் நின்றுகொண்டு அப்பாவைக் கவனித்துக் கொண்டிருந்தாள். இன்னொரு பக்கம் தாய்ப்பூனை வந்து விடுமோ என்னும் பதற்றமும் இருந்தது.

அத்தனை கஷ்டம் இல்லாமல் வழியேற்படுத்தி உள்ளே புகுந்தவர் அவள் சொன்ன கரும்புலியைக் கையில் எடுத்துத் தூக்கிக் காட்டினார்.

'அதுதான் அதுதான்' என்று கத்தினாள்.

'இதென்னம்மா அசிங்கமா இருக்குதே. வேற எடுத்தாரன்' என்றார்.

'இல்ல இல்ல. அதுதான் வேணும்' என்று அழுத்தமாகச் சொன்னாள்.

அதைத் தூக்கிக்கொண்டு வேகமாக வெளியே வந்தார். அப்பாவின் கையிலிருந்து ஆசையாக இருகையையும் நீட்டி வாங்கி வைத்துக்கொண்டாள். கண் விழித்திருந்தது. அவள் முகம் பார்த்து ஏக்கமாகக் கத்தி அப்படியே சுருண்டு படுத்தது. வந்து பார்த்த அம்மாவுக்கும் அதைப் பிடிக்கவில்லை.

'இதென்ன பெருக்கான் புழுக்கையாட்டம் இருக்குது' என்றார்.

வீட்டுக்குள் கொண்டு போய்க் கால்மிதியின் மேல் விட்டாள். சமையலறைக்கு ஓடி ஒருதட்டில் பால் ஊற்றி வந்தாள். அது எழுந்து நின்றிருந்தது.

'இதென்ன கரியில கிறுக்குனாப்பல மெலெல்லாம் சடசடயா இருக்குது' என்று முகம் சுழித்தார் அம்மா.

'சும்மா எதாச்சும் சொல்லிக்கிட்டே இருக்காதம்மா' என்று பாலை அதன் முன் வைத்தாள்.

'தாய்கிட்ட மொல சப்பிக்கிட்டிருந்த குட்டி நீ வெச்சதும் வப்புவப்புன்னு குடிச்சிருமா?'

அம்மாவின் பேச்சைப் பொருட்படுத்தாமல் குட்டியின் வாயைப் பாலில் படுமாறு கழுத்தைப் பிடித்து அழுத்தினாள். அது வாயை மூடிக்கொண்டதால் பாலில் நனைந்ததே தவிரக் குடிக்கவில்லை.

'அழுத்தாதடி. மூக்குல ஏறிக்கப் போகுது' என்று அம்மா தடுத்தார்.

'இரு, வர்றன்' என்று சொல்லிவிட்டுச் சமையலறைக்குள் போன அம்மா சற்று நேரம் கழித்து வந்தார். ஊசி போடவென்று வாங்கி பிரிபடாமல் வைத்திருந்த மருந்து உறிஞ்சியைக் கொண்டு வந்தார். இது மாதிரி ஏதேதோ பொருள்கள் எல்லாம் அம்மாவின் சேகரத்தில் இருக்கும். அவற்றை நினைவிலும் வைத்திருப்பார். அதில் பால் உறிஞ்சிப் பூனைக்குட்டியின் வாயைப் பிடித்து அழுத்தித் திறந்து உள்ளே விட்டார். திவ்யா பிடித்துக்கொண்டதும் பாலை வாய்க்குள் ஏற்றுவது சுலபமாக இருந்தது.

'ஒவ்வொரு சொட்டாக் குடுக்கோணும். இல்லைனா பொர ஏறிக்கும் பாத்துக்க. முழுங்க முடியாத பாலெல்லாம் வெளிய வழியும்' என்று அம்மா விளக்கம் சொன்னார்.

லேசாகத் தலையை அசைத்தபோதும் பாலை விரும்பிக் குடிப்பதாகவே பட்டது. நான்கு குட்டிகளுக்குப் பகிர்ந்து கொடுக்க அந்தத் தாய்ப் பூனையிடம் எவ்வளவு பால் இருந்திருக்கும்? பசியால் ஒட்டியிருந்த வயிறு லேசாகப் புடைக்கும் வரை பால் கொடுத்ததும் 'போதும்' என்றார் அம்மா. வாயைத் துடைத்துவிட்டாள் திவ்யா. அந்தக் கால்மிதி மேலேயே சுருண்டு படுத்துக்கொண்டது. அதன்பின் அதற்குப் பால் கொடுப்பதும் படுக்கை விரிப்பதும் சிறுநீர் கழித்தால் துடைப்பதும் என எல்லா வேலைகளையும் அவளே செய்தாள். அதையெல்லாம் செய்ய உற்சாகமாக இருந்தது.

அம்மாவும் அப்பாவும் போகப்போக அதன் நிறத்தைப் பொருட்படுத்தவில்லை. வளர வளர கறுப்பும் இடையிடையே பழுப்பு வெள்ளையில் ஓடிய கோடுகளும் பொருள் புரியாத ஓவியம் போலத் தோன்றியது. 'இப்பிடி ஒரு நெறத்துல பூனய நான் பாத்ததில்ல' என்றார் அம்மா. 'ஆருகிட்டயும் இல்லாத நெறந்தாம்மா இவனோட ஸ்பெசல்' என்றாள் திவ்யா. வீடு முழுக்கவும் சுற்றத் தொடங்கிய கரும்புலியை எங்கே காலால் மிதித்துவிடுவோமோ என்று எச்சரிக்கையாக இருக்க வேண்டியானது.

அதற்கென எத்தனையோ இடங்களை ஏற்பாடு செய்தாள். அவளுடைய படுக்கையிலும் இடம் கொடுத்தாள். மண்ணள்ளி வந்து அட்டைப்பெட்டியில் வைத்துச் சிறுநீர் கழிக்கவும் ஆய் போகவும் ஏற்பாடு செய்தாள். கரும்புலி வளர வளர இருவரும் வீட்டுக்குள் ஓடி விளையாடினார்கள். அவன் சட்டெனத் தாவிப் பீரோவின் மேல் ஏறிக்கொண்டு 'இங்கே நீ வர முடியுமா?' என்பது போலக் கத்துவான். 'எறங்கி வந்துதான ஆவோணும்' என்று வந்துவிடுவாள். கொஞ்ச நேரம் பார்த்துவிட்டு அவனாகவே இறங்கி வருவான்.

கிட்டத்தட்ட இரண்டரை வருசம் கரும்புலியோடு அவள் நாட்கள் அத்தனை சந்தோசமாகக் கழிந்தன. முடக்கக் காலம் முடிந்தாலும் அவள் வீட்டுக்குள்தான் இருந்தாள். மாப்பிள்ளைகளின் படங்களைக் காட்டிக் கரும்புலியோடு விளையாடினாள். அவன் அவற்றை மோந்து மோந்து பார்த்தான். சிலவற்றை நாக்கால் தடவுவான். 'ஓ... இந்த மண்டையனயா உனக்குப் புடிச்சிருக்குது?' என்று சிரிப்பாள். 'இந்த கிளிமூக்கன் எப்படி இருக்கறான் பாரு' என்பாள்.

‘இப்படியெல்லாம் ஒருத்தனப் பழிக்காதடி. இந்தச் சடநாயிகூடச் சேந்துக்கிட்டு நீ பண்ற அழும்பு தாங்கலடி’ என்று அம்மா திட்டுவார்.

எப்படியோ இருவருக்கும் பிடித்த அருணுடன் திருமணம் நடந்தது. திருமணம் முடிவானதும் உடைத் தேர்வு, நகைத் தேர்வு என்றெல்லாம் முசுவாகிக் கரும்புலியைக் கொஞ்சம் மறந்துபோனாள். அவ்வப்போது நினைவு வந்து ‘பாருடா... உன்னயவே மறக்கற அளவுக்குப் போயிட்டன்’ என்று தன் மேலேயே குறைபட்டுக் கொண்டு அவனை மடியேற்றிக் கொஞ்சுவாள். கணவனோடு சென்னைக்குப் போகும்போது கரும்புலியைக் கட்டிக்கொண்டு அப்படி அழுதாள். வீடெல்லாம் பழகிய பிறகு ஒரு கூண்டில் வைத்து அவனையும் அங்கே கொண்டு போய்விடும் திட்டம் மனதில் இருந்தது.

‘தாய்தகப்பனப் பிரிஞ்சு போறதுக்கு அழுவற பிள்ளைவளப் பாத்திருக்கறம். ஒரு பூனைக்கு அழுவற கதய இங்கதான் பாக்கறம்’ என்று பேசிச் சிரித்தார்கள்.

‘அட அழுவறா அழுவறா... ஆறோட்டமாட்டம் அழுவறா. இந்தப் பீப்பூனைக்கா இத்தன அழுவாச்சு?’

என்று அருண் வீட்டுப் பக்கமிருந்து வந்த சில பெண்கள் ஊருக்குப் போன பிறகு எல்லோரிடமும் சொன்னார்கள்.

‘பெத்துப் பீ மல்லு அள்ளி இரவத்தி நாலு வருசம் படிக்க வெச்சு என்ன பிரயோசனம்? இந்தக் கரும்புலிக்கு அழுவறாளே’ என்று அம்மா மனதில் எண்ணினாலும் சொல்லவில்லை.

இரண்டு மாதம் போலத் திருமண விருந்து அதுஇது என்று சுற்றிய பிறகு கருவுற்றிருப்பது தெரிந்தது. பயணம் வேண்டாம் என்பது மருத்துவர் ஆலோசனை. கரும்புலியின் குரல் போல ஒலிக்கக் கேட்டு இரவுத் தூக்கத்தில் எழுந்துகொள்வாள். அம்மாவிடம் செல்பேசியில் விசாரிக்கும்போது கண்ணீர் வரும். நேரில் போய்ப் பார்க்க முடியவில்லை. காணொலி மூலம் கரும்புலியிடம் உரையாடினாள். அவள் குரல் கேட்டதும் எங்கிருந்து அது வருகிறதென்று தேடி அவன் ஓங்கிக் குரலெடுப்பதைப் பார்த்து அழுகை கூடியது.

‘புள்ளத்தாச்சி அழுவக் கூடாதுடி. இன்னம் நாலஞ்சு மாசந்தான? இங்க வந்துட்டா அப்பறம் அவனப் பாக்கலாம்’ என்று அம்மா ஆறுதல் சொன்னார்.

‘அவன நல்லாப் பாத்துக்கும்மா’ என்று மீண்டும் மீண்டும் அம்மாவுக்குச் சொன்னாள்.

அவள் போனபிறகு கரும்புலிக்கு அம்மாவுடன் ஒட்டுதல் கூடிவிட்டது. வேறு வழியில்லை. அவன் குரல்களை வித்தியாசப் படுத்தி அம்மாவால் புரிந்துகொள்ள முடியவில்லை என்றாலும் இடைவிடாமல் அவனிடம் பேசினார். ஆளற்ற வீட்டில் பேச்சுத் துணைக்கு ஒரு ஜீவன் இருப்பது அம்மாவுக்கும் நன்றாகத்தான் இருந்தது. அக்கறை காட்டித்தான் பார்த்துக்கொண்டார்.

ஏழாம் மாதத்தில் கட்டுச்சோற்று விருந்து போட்டு அவளைத் தாய்வீட்டுக்கு அழைத்துவர வேண்டும். சென்னை யில் பார்த்த மருத்துவரே பிடித்துப் போனதால் அங்கேயே பிரசவம் பார்த்துக்கொள்ள திவ்யா விரும்பினாள். அங்கேயே இருந்துகொண்டாள். குழந்தை பிறந்த பிறகே தாய்வீட்டுக்கு வந்தாள். ஏழெட்டு மாதம் ஆனால் என்ன? கரும்புலிக்கு அவளை நன்றாக நினைவிருந்தது. அவள் குரல் வெளியில் கேட்ட போதே உள்ளிருந்து ஆவேசமாகக் குரல் கொடுத்தான். கதவருகில் நின்றுகொண்டு இடைவிடாத கத்தல். 'என்னை விட்டு எங்கே போனாய்?' என்னும் குற்றச்சாட்டும் 'சீக்கிரம் வா வா' என்னும் ஆவலும் கலந்த அக்குரல் அவளைச் சிலிர்க்கச் செய்தது.

கதவைத் திறந்ததும் உடன் வந்தவர்களைப் பொருட் படுத்தாமல் அவள் மேல் தாவி ஏறினான். நெஞ்சைக் குறிவைப்பதுதான் வழக்கம். சேலையிலோ ரவிக்கையிலோ நகத்தால் பற்றிக் கொள்வான். சிலசமயம் நகம் பட்டுக் கீறலும் விழும். அந்த எரிச்சலைப் பொருட்படுத்துவதில்லை. தாவி ஏறியவனை மாரோடு சேர்த்துக் கட்டியணைத்துக்கொண்டாள். அவள் முகத்தை அருகில் நோக்கி 'எங்க போன?' என்று கேட்டுக் கத்தினான். 'அய்யோ, எஞ்செல்லமே' என்று முகத்தோடு முகம் வைத்துக் கொஞ்சினாள். அவள் கையில் இரண்டு மூன்று முறை கடித்தான். பொய்க்கடிதான். கூரிய பல் லேசாகக் கீறி எரிந்தது. அவளை அறியாமல் கண்ணீர் பெருகியது.

'ஏண்டா முத்து... செல்லக்குட்டி... உன்னய உட்டுட்டுப் போயிட்டன்னு கோபமாடா ராசு' என்று என்னென்னவோ பிதற்றினாள்.

'அடியாயா... கொழந்தயப் பாரு. பூன இங்கதான இருக்கப் போறான்' என்று யாரோ சொன்ன பிறகுதான் வெட்கத்தோடு அவனைக் கீழே விட்டுக் கண்ணீரைத் துடைத்துக்கொண்டாள்.

அவனை அருகில் சேர்க்கக் கூடாது, குழந்தையைப் பார்க்க விடவே கூடாது என்றெல்லாம் அம்மா கட்டளை போட்டிருந்தார். திவ்யாவும் குழந்தையும் இருந்த முதல்

படுக்கையறைக்குள் அவனுக்கு அனுமதியில்லை. வாசல் திரை எப்போதும் போட்டிருந்தது. சமயத்தில் கதவையும் சாத்தி வைத்தார்கள். வரவேற்பறை, சமையலறை, உணவறை, இன்னொரு படுக்கையறை எல்லாம் அவன் உலாவலாம். அம்மா ஏதாவது வேலையாக வீட்டுக்குப் பின்னாலோ மொட்டை மாடிக்கோ போயிருக்கும் சமயத்தில் திவ்யாவின் அறை முன் வந்து நின்று கூப்பிடுவான். குழந்தை தூங்கிக்கொண்டிருந்தால் மெல்ல எழுந்து வந்து 'கொழந்த தூங்கறான். சத்தம் போடாத' என்று சொல்வாள். அங்கேயே உட்கார்ந்து அவள் முகத்தை அண்ணாந்து பார்ப்பான்.

அவள் கீழே உட்கார்ந்து அவனை மடிக்கு அழைப்பாள். வந்து ஏறிச் சுருண்டு படுத்துக்கொள்வான். தலையை கை தடவத் தடவக் கண் செருகி லயித்திருப்பான். அம்மா வரும் அரவம் உணர்ந்து திடுக்கிட்டு எழுந்தோடிப் போவான். அவன் அழைக்கும்போது குழந்தைக்குப் பால் கொடுத்துக் கொண்டிருந்தால் 'பால் குடுக்கறண்டா. அப்பறம் வர்றன்' என்பாள். உடனே போய்விடுவானோ உட்கார்ந்திருந்து பிறகு போவானோ தெரியாது. பால் கொடுத்துக் குழந்தையைப் படுக்க வைத்துவிட்டு அவள் வந்து பார்க்கும்போது அங்கே இருக்க மாட்டான்.

இரவில் பிறந்ததால் குழந்தை பகலில் நன்றாகத் தூங்கும். இரவில் கொட்டக் கொட்ட விழித்திருக்கும். வயிறு முட்டப் பால் கொடுத்தாலும் தூங்காது. கைகால்களை அசைத்துக் கொண்டும் புன்னகைத்தபடியும் படுத்திருக்கும் நேரத்தில் பிரச்சினையில்லை. சிலசமயம் வீர்வீரென்று கத்தும். எதற்குக் கத்துகிறது என்றே தெரியாது. யாரோ அதைக் கிள்ளி வைத்த வலி தாங்க முடியாமல் கத்துவது போலிருக்கும். கையில் எடுத்து வைத்துக்கொண்டு அங்கும் இங்கும் நடந்தால் கொஞ்சம் அமைதியாகும். சில நிமிடம்தான். மீண்டும் அழத் தொடங்கும். அது அழும் போதெல்லாம் கரும்புலி கதவுக்கு வெளியே நின்றுகொண்டோ வரவேற்பறையில் இருந்தோ கத்துவான். எசப்பாட்டுப் போல இருவர் குரலும் வரும்.

'உனக்கென்னடா வந்துச்சு? கொழந்த அழுவறதப் பாக்கறதா? நீ கத்தறதப் பாக்கறதா?' என்று எரிச்சலோடு அம்மா திட்டுவார்.

அதையும் கேட்டுக்கொண்டு அவன் கத்தல் தொடரும். குழந்தையின் அழுகை அவனை அமைதியிழக்கச் செய்து விடுகிறது. அழுகை தொடரும் வரைக்கும் அவன் கத்தலும் வீட்டின் வெவ்வேறு இடங்களிலிருந்து வந்துகொண்டே

இருந்தது. அழுகை நின்றதும் கதவருகில் வந்து நின்று மெல்லிய குரலில் 'நல்லது' என்று சொல்வது போலக் கத்திவிட்டுப் போய் விடுவான்.

அம்மா இல்லாத ஒருபொழுதில் குழந்தையைத் தூக்கிக் கொண்டு வெளியே வந்தாள். வரவேற்பறைச் சோபாவில் படுத்திருந்த கரும்புலி சட்டென்று உடலை உதறி எழுந்து அவளருகில் வந்து அண்ணாந்து குழந்தையைப் பார்த்துக் கத்தினான். 'காட்டு காட்டு' என்று அவன் கேட்பதாகப் பட்டது. அம்மாவைத் தேடினாள். வீட்டுக்குள் இல்லை. வெளியிலோ மாடியிலிருந்தோ அரவம் ஏதுமில்லை. ஒருவேளை கடைக்குப் போயிருப்பாரோ? ரேசன் கடைக்குப் போகப் போவதாகக் காலையில் சொன்னது நினைவு வந்தது. அங்கே தான் போயிருக்க வேண்டும்.

சோபாவில் உட்கார்ந்து குழந்தையை மடியில் படுக்க வைத்துக்கொண்டாள். 'வா' என்று அவனை அழைத்தாள். ரீங்கரிப்பது போல ம்ம் என்று மெலிதாக முனகிக்கொண்டே அவளது வலப்பக்கம் ஏறி நின்றான். குழந்தையின் தலையைச் சற்றே உயர்த்தி அவனுக்குக் காட்டினாள். 'பாரு உந்தம்பிதான் பாரு' என்றாள். அவன் குழந்தையின் காலை மோந்து பார்த்தான். அப்படியே அவள் தொடை மீது முன்னங்கால்களை வைத்து ஏறி நின்று தயக்கத்தோடு குழந்தையின் மேலே மோந்து பார்த்தான். முகத்தை அவனுக்குக் காட்டினாள். உறக்கக் கிறக்கத்தில் கண்ணை விழித்தும் மூடியும் அசைந்து கொண்டிருந்த குழந்தையின் முகத்தோடு தன் வாயை உரசியவன் சட்டென அவளைப் பார்த்துக் கத்தினான். அதில் பெருமகிழ்ச்சி இருந்தது.

வெளியே நாயின் குரைப்பொலி கேட்டது. உடனே கீழே தாவிக் குதித்து உள்ளே ஓடிப் போனான். அதற்குப் பின் அம்மாவை ஏமாற்றிவிட்டு அவள் அறைக்குள் நுழைவது வழக்கமாயிற்று. படுக்கையில் கொசுவலைக்குள் தூங்கும் குழந்தையின் முகப் பக்கத்தைப் பார்த்து அவனும் படுத்துக் கொள்வான். குழந்தையையே பார்த்துக்கொண்டிருப்பான். சின்ன அசைவும் இன்றி அப்படியே இருப்பான். 'என்னடா பாத்துக்கிட்டே இருக்கற?' என்பாள். கழுத்தை உயர்த்தி முனகலாக 'ம்' என்பான்.

குழந்தையின் ஆயைத் துடைத்துச் சுத்தம் செய்து கோவணம் மாற்றும் போது அங்கேயே இருந்து பார்த்துக் கொண்டிருந்தான். 'உனக்கு ஆய் அள்ளிப் பிராக்டிஸ் எடுத்துக் கிட்டது நல்லதாப் போச்சு பாத்தியா' என்று சிரித்தாள்.

கால்களைத் தூக்கி அடியில் துடைக்கும்போது குழந்தை ஓங்கிக் கதறியது. என்னவோ செய்வதாகக் கருதிப் பதறி அவளைக் கோபத்தோடு பார்த்துக் கரும்புலி கத்தினான். 'ஆய் தாண்டா தொடைக்கறன். கொழந்த கம்முனு இருந்தாக்கூட நீ உடமாட்டியாட்டம் இருக்குது' என்று செல்லமாக அவன் முகத்தில் தட்டினாள். குழந்தை அமைதியான பிறகுதான் அவனும் அடங்கினான்.

அடிக்கடி குழந்தை இருக்கும் அறைக்குள் அவன் வருவதால் மயிர்ப் பிரச்சினை வந்துவிடக் கூடாது என்று இணையத்தில் தேடி ஒருசீப்பை வாங்கினாள். வட்ட வடிவில் சிறுபிரஷ் போல இருந்த அதை அவன் உடலில் வைத்துச் சீவினால் அத்தனை ஆனந்தமாக உடலைக் காட்டிக்கொண்டு படுத்திருந்தான். ஒருமுறை உடல் முழுவதையும் தடவிச் சீவியதும் ஒரு பொத்தானை அழுத்தினால் சேகரித்திருக்கும் மயிர் பாலாடை போலத் திரண்டு வந்து விழுந்தது. இத்தனை நாள் இந்தச் சீப்பை வாங்காமல் விட்டோமே என்று வருந்தினாள்.

குழந்தைக்கும் தலை நிறைய மயிர். குழந்தையைக் குளிக்க வைத்து மெலிதாகச் சீவிய பிறகு கரும்புலிக்கும் சீவ வேண்டும் என்று நினைவு வரும். அம்மாவை ஏமாற்றித்தான் சீவ வேண்டும். தினமும் சீவுவதால் அவ்வளவாக முடி உதிரவில்லை. குழந்தையைப் பார்க்கவும் அருகில் படுக்கவும் இப்போது பயமில்லாமல் விட முடிந்தது. அம்மா ஏதாவது வேலையாக இருக்கும்போதும் மெதுநடையில் அறைக்குள் நுழைந்து படுக்கையில் ஏறிக் குழந்தைக்கு எதிரில் படுத்துக்கொண்டான். அம்மா வருவது தெரிந்தால் சட்டென்று குதித்துப் படுக்கைக்கு அடியில் போய் ஒளிந்துகொண்டான்.

'நீ மனுசனாப் பொறக்கலியே தவிர எல்லாந் தெரீதுடா' என்று செல்லம் கொஞ்சினாள்.

வீட்டுக்குள் அவன் கத்தல் சத்தம் வெகுவாகக் குறைந்து விட்டதாகத் தோன்றியது. குழந்தை முகம் பார்த்துச் சிரிக்கத் தொடங்கியது. சிரிப்புக்குப் பதிலாக அவன் சீராகக் கத்தினான். தன் முகத்தை அடையாளம் தெரிவதை விடவும் கரும்புலியின் முகமே குழந்தைக்கு நன்றாக மனதில் பதிந்திருப்பதாகத் தோன்றியது. இரண்டு முறை காரணமே இல்லாமல் அவனை விரட்டிவிட்டாள். மனதுக்குள் பொறாமை உருவாகிவிட்டதோ என்று சந்தேகம் வந்ததும் 'வாடா புலியா' என்று அவனைக் கட்டிக்கொண்டாள்.

குழந்தை கைகால்களை நன்றாக அசைக்கத் தொடங்கியது. முகம் பார்த்து அடையாளம் கண்டுகொண்டது. உடலை லேசாகத் திருப்பிக் கவிழ முயன்றது. குழந்தையின் அசைவு களுக்கு ஏற்ப எழுந்து நின்றோ காதை விறைத்துக்கொண்டோ அவளைப் பார்த்தோ கரும்புலி கத்தினான். 'சும்மா இருடா. எதப் பண்ணுனாலும் கத்தறான்' என்று தலையில் தட்டினாள்.

மூன்றாம் மாதம் முடிய இன்னும் இரண்டு நாள்தான் இருந்தது. அம்மா சமையலில் இருந்தார். குழந்தை தூங்கிக் கொண்டிருந்தது. கொசுவலைக் கூண்டை வைத்து மூடிவிட்டு ஆய்த்துணிகளையும் மேலே அணியும் துணிகளையும் அலசலாம் என்று பின்பக்கம் இருந்த துவைகல்லுக்குப் போனாள். கரும்புலியைக் காணவில்லை. அவன் படுத்துக்கொள்வதற்கென ஒவ்வொரு அறையிலும் ஒவ்வொரு ஏற்பாடு இருந்தது. இரும்புப் பீரோவின் மேல் வைத்திருந்த அட்டைப்பெட்டி அவனுக்குப் பிடித்த இடம். சரி, அங்கேதான் தூங்குவான் என்று எண்ணிக்கொண்டு வேலையில் இருந்தாள்.

திடீரென்று கரும்புலி 'மியாஅவ்... மியாஅவ்...' என்று நீளக் குரலெடுத்துக் கத்தினான். தாளிப்புக்கு எண்ணெய் ஊற்றிக் கையில் கடுகை வைத்துக்கொண்டு நின்ற அம்மா 'என்னடீ... புலியான் இப்பிடிக் கத்தறான்' என்று சத்தம் போட்டார். கரும்புலி வெளியே ஓடிவிடுவான் என்று பின்கதவைச் சாத்திவிட்டுத்தான் துவைக்கும் வேலை செய்வது வழக்கம். கதவுக்கு அந்தப் பக்கம் அவளுக்குச் சரியாகக் கேட்க வில்லை. 'என்னம்மா' என்றாள்.

அப்போது கரும்புலி ஓடிவந்து பின்கதவுக்கு அருகில் நின்றுகொண்டு 'மியாஅவ்... மியாஅவ்' என்று அச்சத்தோடு ஓலமிட்டு அழைத்தான். கதவிடுக்கில் வந்த ஓலம் கேட்டு 'என்னடா' என்று திறந்தாள். உடனே ஓலத்தை நிறுத்தாமல் அறைக்கு ஓடினான். 'என்னமோ தெரீலியே' என்று அவன் பின்னாலேயே போனாள். திரைக்குள் புகுந்து படுக்கையின் மீதேறியும் அவன் ஓலம் தொடர்ந்தது. திரையை விலக்கிக் கொண்டு உள்ளே நுழைந்தவள் முதலில் குழந்தையைப் பார்த்தாள்.

'ஐயோ... கண்ணு' என்று கத்தியபடி ஓடினாள். உடலைத் திருப்பிக் கவிழ்ந்திருந்த குழந்தை தலையைத் தூக்கப் போராடிக்கொண்டிருந்தது. அதில் நகர்ந்து படுக்கையோரம் வந்துவிட்டது. இன்னும் இரண்டு மூன்று முறை தலையை அசைத்துத் தூக்க முயன்றால் உடல் புரண்டு கீழே விழுந்திருக்கும். வேகமாக ஓடிக் குழந்தையை வாரி எடுத்தாள்.

28 பெருமாள்முருகன்

உடல் சிலிர்த்து நடுங்கியது. குழந்தையை அவள் அள்ளி அணைத்துக்கொண்டதும் கரும்புலியின் ஓலம் நின்றுவிட்டது. படுக்கையில் உட்கார்ந்து 'வாடா என் ராசா' என்று அவனையும் உடலோடு சேர அணைத்தாள்.

'என்னடி ஆச்சு?' என்று கையில் கரண்டியோடு வந்த அம்மாவிடம் 'கொழந்த கவுந்துக்கிட்டாம்மா' என்றாள்.

'அப்படியா? சுத்திப் போடோணுமே? செரி, அதுக்கு ஏண்டி அழுவற?' என்று அம்மா கேட்டாள். அணைத்திருந்த கரும்புலியை விட்டுவிட்டுக் கண்ணீரைத் துடைத்துக் கொண்டே நடந்ததை அம்மாவிடம் சொல்லத் தொடங்கினாள் திவ்யா.

●

மணல் வீடு, ஜனவரி 2025

போண்டு

வெள்ளிக்கிழமை காலை இப்படிக் கலவரமாக விடியும் என்று செல்வி நினைத்திருக்க வில்லை. ஆறு மணிக்கெல்லாம் சுடரிடம் இருந்து அழைப்பு வந்தது. எட்டு மணிவாக்கில் ஒருவர் நாய்க்குட்டி கொண்டு வருவார் என்றும் 'வாங்கி வைத்துக்கொள்' என்றும் கட்டளையாகச் சொன்னாள். 'அதெல்லாம் என்னால முடியாது' என்று வேகமாகச் சொல்லியும் சுடர் கேட்க வில்லை.

'சொல்லி வெச்ச குட்டி இப்பத்தான் கெடச்சிருக்குதும்மா. வேண்டாம்னா அப்பறம் இதுமாதிரி எப்பக் கெடைக்குமோ தெரியாது. பெரிய கஷ்டமில்லம்மா. என்ன செய்யணும்னு நாஞ் சொல்றன்' என்றாள் சுடர்.

'உங்கொப்பனும் இல்லாத நேரத்துல இந்தக் கருமாந்தரத்த எதுக்குக் கொண்டாரச் சொன்ன?'

'கருமாந்தரம் அதுஇதுன்னு பேசாதம்மா. மொதல்லயே சொல்லி வெச்சிருந்ததுதான். குட்டி வந்திருக்குதுன்னு ராத்திரித்தான் சொன்னாங்க. நீ தூங்கியிருப்பன்னுதான் எழுப்பல. இது அடிக்கடி கெடைக்காது, ரேர் குட்டின்னு அப்பவே பணங்கூட அனுப்பீட்டம்மா. கெடைக்கறப்ப வாங்கிக்கோணும். நீ ஒன்னும் பண்ண வேண்டாம். வாங்கிக் கூண்டுக்குள்ள உட்டுட்டுப் பால் மட்டும் ஊத்தி ஊத்தி வெய்யி போதும்.'

'உங்கப்பனுக்குச் சொன்னயா?'

'சொல்லீட்டம்மா. அவரு உனக்குத்தான் பயப்படறாரு. நீயே உங்கம்மாகிட்டச் சொல்லுங்கறாரு. அவரு வர்ற வரைக்கும் பாத்துக்கிட்டாப் போதும்.'

'மகாராசா ஒருமாசம் வனவாசம் போயிருக்கறாரு. அப்பறமில்ல வருவாரு. ரண்டு பேரும் சேந்துக்கிட்டு என்னய ஏண்டி இமுசு பண்றீங்க. ஊட்டுக்குள்ளயெல்லாம் உட மாட்டம் பாத்துக்க.'

அம்மா இறங்கி வருவது தெரிந்ததும் சுடர் உற்சாகமாகி 'அதெல்லாம் வேண்டாம். வெளியிலயே இருக்கட்டும். செரி, எனக்குக் கௌம்போணும்' என்று சொல்லித் துண்டித்து விட்டாள்.

ஒருமாதப் பணியிடைப் பயிற்சிக்காக முருகேசு கிளம்பிப் போய் இரண்டு நாள்தான் ஆகிறது. தேர்வு முடிந்து சுடர் வீட்டுக்கு வரக் கிட்டத்தட்ட இரண்டு மாதம் ஆகும். ஒற்றை குழந்தை என்று சிறுவயது முதலே செல்லம் கொடுத்து வளர்த்ததன் விளைவு இது. அங்கிருந்து கொண்டு கட்டளை போடுகிறாள். கோபமும் குழப்பமும் சேரக் குமுறலுடன் எதுவும் செய்ய இயலாமல் அப்படியே உட்காந்தார். இதில் அப்பனும் பிள்ளையும் ஒன்று சேர்ந்துகொள்கிறார்கள். எப்போதும் அப்படித்தான். தனிமையில் நிற்பது தான்தான் என்று தோன்றவும் அவரை அறியாமல் அழுகை வந்தது. பிடிக்காதவற்றை எல்லாம் பிள்ளைக்காகப் பொறுக்கவும் சகிக்கவும் வேண்டியிருக்கிறது. காலையில் எழுந்ததும் அழ வேண்டியிருக்கிறதே என்று நினைக்க அழுகை கூடியது.

'நாய்ச் சகவாசம் சீலையைக் கிழிக்கும்' என்பது செல்வியின் ஆழ்ந்த நம்பிக்கை. சிறுவயதிலிருந்தே நாயைக் கண்டால் பிடிக்காது. குழந்தையாக இருந்தபோது பிரியத்தோடு தொத்துக்கால் போட்டு ஏறிய நாயைக் கண்டு ஏற்பட்ட பயம் போகவேயில்லை என்று அவர் அம்மா சொல்வதுண்டு. அதுதானோ என்னவோ நாயைப் பார்த்தால் தன்னை யறியாமல் உடல் சிலிர்த்துக்கொள்ளும். எந்த நேரமும் வாயைத் திறந்து நாக்கை நீட்டிக்கொண்டு திரியும் அருவருப்பான ஜீவன் இது என்று மனதில் தோன்றும்.

நாய்க்கு மூக்கு எதற்கு இருக்கிறது? பூப்போல மூச்சுவிட வேண்டாமா? ங்கெஸ் ங்கெஸ் என்று உடலே அசையும்படி வாயால் மூச்சு வாங்கிக்கொண்டு நிற்கிறது. இதைப் போய் எப்படித்தான் கட்டித் தழுவுகிறார்களோ என்றிருக்கும்.

முருகேசுவுக்கு அப்படியில்லை. மனைவி இல்லாமல் வாழ்ந்து விடலாம், நாய் இல்லாமல் வாழ முடியாது என்று நினைப்பவர். கிராமத்தில் ஆடுகளும் பட்டி நாய்களும் எனத் திரிந்தவர். அரசு வேலை கிடைத்து நகரத்துக்குக் குடிவந்த பிறகு எதுவும் செய்ய முடியவில்லை. சுடர் பிறந்து ஐந்து வயதான போது அவளைத் தூண்டிவிட்டு நாய் வளர்ப்புக்குச் செல்வியைச் சம்மதிக்கச் செய்துவிட்டார். அப்போதும் 'வீட்டுக்குள் விட மாட்டேன்' என்று நிபந்தனை போட்டுத்தான் செல்வி ஒத்துக் கொண்டார்.

மூவாயிரம் சதுர அடி மனையில் பாதிகூட வீடு இல்லை. சுற்றிலும் இடமிருந்தது. தோட்டம் போட்டிருந்தார்கள். முன்பகுதியில் நாய்க்கூண்டு ஒன்றைக் கட்டி அதிலேயே வைத்துப் பார்த்துக்கொண்டார்கள். அந்த நாய்க்குப் பீம் என்று சுடர் பெயரிட்டாள். பதின்மூன்று வருசம் உடனிருந்து ஆறுமாதத்திற்கு முன்தான் உயிர்விட்டது. அதன் இறப்புக்குச் சுடர் வர மறுத்துவிட்டாள். அது ஓடித் திரியும் காட்சியே மனதில் இருக்கட்டும், ஓய்ந்து கிடக்கும் உடலை என்னால் பார்க்க முடியாது என்று சொல்லிவிட்டாள். அதன் தாக்கத்திலிருந்து மகளைத் தேற்ற 'இன்னொரு நாய்க்குட்டி எடுத்துக்கலாம்மா' என்று முருகேசு உறுதி கொடுத்திருந்தார். இருவரும் இந்த இனம், அந்த இனம் என்று பேசி இப்போது புதிதாக ஒன்று வரப் போகிறது.

பதின்மூன்று வருசம் வீட்டில் வாழ்ந்தாலும் பீமோடு செல்விக்கு எந்த நெருக்கமும் இல்லை. உணவு கொடுப்பது, கூண்டைச் சுத்தம் செய்வது, மருத்துவமனைக்கு அழைத்துச் செல்வது, காலையில் நடைக்குக் கூட்டிப் போவது என எல்லா வேலையையும் முருகேசுவே செய்தார். சுடருக்கு அதுதான் விளையாட்டுத் தோழன். அதற்கான வேலைகளிலும் சிறுசிறு உதவி செய்வாள். பத்து வயதுக்குப் பிறகு அப்பா வெளியில் போயிருக்கும்போது அவளே முழுமையாகக் கவனித்துக் கொள்ளும் அளவுக்குப் பழகிவிட்டாள். குழந்தையிலிருந்து பழகியதால் சுடர் மேல் பீமுக்கு அப்படிப் பாசம். அவள் என்ன செய்தாலும் பீம் பொறுத்துக்கொள்வான். தூரத்திலிருந்து செல்வி திட்டுவதோடு சரி.

'ஏம்மா... அவனத் திட்டற? பிரியமாப் பேசும்மா' என்று சுடர் சொல்வாள்.

'நாய்கிட்டக் கொஞ்சறதெல்லாம் எனக்கு வராது' என்பது தான் செல்வியின் பதில்.

நாயைப் பற்றிப் புகார் சொல்லும்போதோ திட்டும் போதோ செல்வியின் வாயை அடைக்க ஒருமந்திரம் வைத்திருந்தார் முருகேசு.

‘சுடரோடு வெளையாட இன்னொரு கொழந்த பெத்துக்கலாம்னு சொன்னன். நீ எங்க கேட்ட? ஒன்னே போதும். அத ஒழுங்கா வளத்து ஆளாக்குவம்ன. இப்ப ஓரியா அவ எப்படி வெளையாடுவா? இப்பனாலும் இன்னொன்னுக்குச் செரின்னு சொல்லு. நாய ஆருக்காச்சும் குடுத்தர்றன்’ என்று சிரித்தபடி சொல்வார்.

அது விளையாட்டுக்கு இல்லை என்று செல்விக்குத் தெரியும். ஒருகுழந்தையோடு நிறுத்தியதில் இருவீட்டாருக்கும் வருத்தம்தான். முருகேசு தன் வருத்தத்தை வெளியே காட்டிக் கொள்ளாமல் ‘ஓரியாவா கொழந்தய வளப்பாங்கன்னு அம்மா கேக்குது செல்வி’, ‘என்னருந்தாலும் வாரிசுன்னு ஒருபையன் வேண்டாமான்னு ஊர்ல கேக்கறாங்க செல்வி’ என்று யார் மீதாவது போட்டுச் சொல்வார். யார் எப்படிச் சொன்னபோதும் ஒருகுழந்தை போதும் என்பதிலிருந்து செல்வி பின்வாங்க வில்லை. இரண்டு குழந்தைகள் இருந்திருந்தால் இப்படி ஒருமனை வாங்கி வீடு கட்டியிருக்க முடியாது. சுடரை நினைத்த பள்ளியில் படிக்க வைத்திருக்க முடியாது. முருகேசு அரசு ஊழியர் என்றாலும் ஒருகுழந்தையை வளர்க்கத்தான் ஊதியம் போதுமானது என்னும் தெளிவு திருமணமான புதிதிலேயே செல்விக்கு வந்துவிட்டது அவளுக்கே ஆச்சரியம்தான்.

பீம் இருந்த போதே படிப்புக்கெனச் சுடர் வெளியூர் போய்விட்டாள். பீம் இறந்ததும் இனி நாய்த்தொல்லை இல்லை என்று செல்வி நம்பியிருந்தாள். அப்பனும் மகளும் சேர்ந்து இப்படித் திட்டம் வைத்திருப்பார்கள் என்று தெரியவில்லை. இப்போது முருகேசு என்ன சமாதானம் சொல்வார்? மகளுடன் விளயாட இன்னொரு குழந்தை கேட்பாரா? இருவரும் இல்லாத சமயத்தில் வரப்போகும் நாய்க்குட்டியை நினைத்து வேலையே ஓடவில்லை. அதைக் கையில் எப்படி வாங்குவது, என்ன வைப்பது, கத்தினால் என்ன செய்வது என்பதை எல்லாம் நினைக்க நினைக்கப் பதற்றமாக இருந்தது.

கண்ணீரைத் துடைத்துக்கொண்டு வெளியே போய்ச் சுற்றுச்சுவர் கதவைத் திறந்தார். இடப்பக்க நாய்க்கூண்டுக்குப் பார்வை திரும்பியது. பீமை அருகில் விடவில்லை என்றாலும் வீட்டுக்கு வெளியே எப்போதும் ஓராள் நடமாடும் உணர்வு இருக்கும். அவன் போன பிறகு தான் மட்டும் தனியாக இருக்கையில் ஒரு வெறுமை சூழும். அது பீம் இல்லாததால்

தானோ என்று தோன்றியது. தனியாக இருக்கும்போது அந்தக் கதவைத் திறக்கவே தோன்றாது. திறக்க வேண்டிய தேவையும் இல்லை. கதவைத் திறக்காமலே சிலநாள் கழிந்துவிடும். ஓராளுக்கு என்ன பெரிதாகச் செய்ய?

கதவைத் திறந்து வாசலைப் பார்த்தார். இரண்டு நாட்களாகக் கூட்டாமல் இலைகளும் பூக்களுமாய் நிறைந்திருந்தது. தெருவோரக் கொன்றையில் இருந்து பூக்கள் பறந்து வந்து வாசலை நிறைத்திருந்தன. மஞ்சளைக் கரைத்துப் பூக்களின் வடிவில் தெளித்துவிட்டது போலிருந்தது. அப்படியே இருக்கட்டும் என்று தோன்றியது. நாய்க்குட்டி கொண்டு வருகிறவன் வாசலைப் பார்த்துவிட்டு ஆளில்லை என்று திரும்பிப் போய்விட்டால்? விளக்கமாற்றை எடுத்துக் கூட்ட ஆரம்பித்தார். லேசாக நீர் தெளித்துச் சிறுகோலமும் போட்ட பிறகு எதையோ சாதித்த மாதிரி இருந்தது.

இஞ்சி தட்டிப் போட்டு மணம் கமழத் தேநீர் போட்டுத் தனக்குப் பிடித்தமான கோப்பையில் எடுத்துக்கொண்டு வந்து முற்றத்து நாற்காலியில் உட்கார்ந்தார். அதில் எப்போதும் முருகேசுதான் உட்கார்வார். மிகச்சிறு முற்றம். ஒருநாற்காலிதான் போட முடியும். யாராவது வந்தால் அவர் எழுந்து உள்ளே வந்துவிடுவார். அந்த நாற்காலியில் அமர்ந்ததும் ஏதோ பலம் வந்த மாதிரி தோன்றியது. குட்டிநாய் தானே, என்ன செய்து விடும், பார்த்துக்கொள்ளலாம் என்று மனம் சொன்னது. ஒவ்வொரு மிடறு தேநீர் உறிஞ்சும் போதும் பார்வை வாசலுக்குப் போய் மீண்டது. பக்கத்து வீட்டுக் குழந்தைகள் பள்ளிக்குக் கிளம்பும் சத்தம் கேட்டது. முருங்கையில் வந்தமர்ந்த கிளிகள் வறண்ட காய்களைக் கொத்திக்கொண்டு கத்தின. குப்பை வண்டியின் மணியோசை தொலைவில் கேட்டது.

அப்படியே சற்று நேரம் இருந்தவர் ஆழ்ந்த பெருமூச்சோடு எழுந்து உள்ளே சென்றார். உணவுக்கு என்ன இருக்கிறதென்று கண்ணை மூடி யோசித்தார். கொஞ்சம் பழங்கள் இருந்தன. தோசை மாவு இருந்தது. பழைய குழம்புகளும் சட்னிகளும் இருப்பதும் நினைவு வந்தது. ரொம்பவும் பழையதாகிப் போனவற்றை வெளியே கொட்டிவிட வேண்டும். அடுத்து என்ன செய்வதென்று தெரியாமல் அப்படியே நின்றார். குட்டிநாய் வர போகிறது, நாய்க்கூண்டு எப்படி இருக்கிறதோ என்று நினைவோடியது. பீம் இறந்த பிறகு அதை முருகேசு கழுவி விட்டது ஞாபகம் வந்தது. அதற்கப்புறம் எப்போதாவது கூட்டியிருப்பாரா என்று தெரியவில்லை. காலை நடைக்குக் கிளம்பும்போது அப்படியே நின்று கூண்டை ஏக்கமாகப்

பார்ப்பார். தலையைக் குனிந்தபடி போய்விடுவார். மகளுக்குப் பிறகு அந்த நாயைத்தான் மகனாக நினைத்தாரோ என்னவோ.

விளக்கமாற்றை எடுத்துக்கொண்டு கூண்டுக்குப் போனார் செல்வி. சுற்றுச்சுவரின் இருபக்க மூலைகளையும் இணைத்து அட்டை வேய்ந்த கூரை. ஒருபுறம் அதே அட்டையால் அடைப்பு. அதில் ஒரு சதுரம் வெட்டி வெளிச்சத்திற்கு ஜன்னல். முன்பக்கம் முழுக்கத் திறப்புதான். உள்ளே வேறெதுவும் இல்லை. பீம் படுக்கவென்று கால்மிதி போன்ற எதையோ வாங்கி விரித்திருந்தார்கள். அதை வெளியே கொண்டு வந்து தட்டிப் போடும்போது பார்த்ததுதான். காரை போட்டிருந்த தரையில் சங்கிலி கட்டுவதற்காகப் பதித்திருந்த இருவளையங்கள் இருந்தன. சங்கிலியைக் காணோம். தோட்டத்தில் தான் பீமைப் புதைப்பதாக முருகேசு சொன்னார். செல்விக்கு அது பயமாக இருந்தது. அதைச் சொன்னதும் 'சரி' என்று சொல்லி ஒருஆளைக் கூட்டி வந்து வண்டி முன்பக்கத்தில் வைத்து எடுத்துச் சென்றார். புதைத்த இடத்தில் பீமுக்குரிய பொருள்களையும் போட்டுப் புதைத்திருப்பார்.

கூண்டுக்குள் தொங்கிய ஒட்டடைகளை அடித்துச் சுத்தமாக்கினார். தரையைக் கழுவிவிட்டார். முன்பக்கம் திறந்திருக்கிறதே நாய்க்குட்டி எப்படி உள்ளே நிற்கும் என்று சந்தேகம் வந்தது. இந்தப் பக்கத்திலும் பாதியளவு அடைத்திருக்கலாம். குட்டிநாயைக் கட்டிப் போட முடியாது. எவ்வளவு பெரிதாக இருக்குமோ தெரியவில்லை. பால்தான் கொடுக்கச் சொல்லியிருக்கிறாள். அப்படியானால் பூங்குட்டி தான். தோட்டத்தில் பழைய பலகைகள் கிடப்பது நினைவு வந்தது. வீடு கட்டும்போது சில இடங்களில் அட்டாலிக்குப் பலகைதான் வைத்திருந்தார்கள். பிறகு அதை மாற்றிவிட்டுத் தளம் அமைத்தபோது பலகைகளைச் சுவரோரம் சாத்தினார்கள். அவ்வப்போது கரையானைத் தட்டிப் பாதுகாத்திருந்த பலகைகள் இப்போது உதவுகின்றன. தூக்க முடியாமல் தடுமாறி ஒன்றைக் கொண்டு வந்து கூண்டின் முன்பக்கம் நீளவாக்கில் வைத்தார். ஓராள் உள்ளே புகும்படி சந்து இருந்தது. கூரியரில் ஏதோ வாங்கியபோது வந்து சேர்ந்த மரப்பெட்டி கிடந்தது. அதை அந்த இடத்தில் வைத்ததும் சரியாகப் பொருந்தியது.

எல்லாம் போதுமா என்று ஒருமுறை பார்த்தார். அது படுத்துக்கொள்ள ஏதாவது போட வேண்டும். வீட்டுக்குள் போய் எதற்காவது ஆகும் என்று கட்டைப்பை ஒன்றிற்குள் போட்டு வைத்திருந்த நூல்புடவைகளை எடுத்தார். சாயம் மங்கிய ஒன்றை இரண்டு துண்டாகக் கிழித்தார். நான்காக மடித்து

வைத்துப் பார்த்தார். மெத்தென்றிருந்தது. வெறுந்தரையில் விட்டாலும் ஒன்றுக்குப் போகும். புடவையைப் போட்டால் அதை நனைத்துவிடும். எடுத்துத் துவைக்க வேண்டும். பிறந்த குழந்தைக்குச் செய்வது போல ஏராளம் வேலைகள் இருக்கும் போல. புடவையை விரித்துவிடலாமா வேண்டாமா என்று குழப்பமாக இருந்தது. சுடருக்குப் பேசிக் கேட்கவும் சங்கடம். அவள் இன்னும் கூடுதல் வேலைகளைச் சொல்லக் கூடும்.

கூண்டுக்குள் ஓரிடத்தில் துணியை விரித்து அதன் மேல் கூடை எதையாவது போட்டு இரவில் மூடிவிடலாம். ஒரே இடத்தில் படுத்திருக்கும். இன்னொரு புடவையையும் எடுத்துக் கிழித்து வைத்தார். மாற்றி மாற்றிப் போடலாம். துணி அலசுவதற்காக வாங்கி இப்போது தோட்டத்துக் குப்பை அள்ளப் பயன்படும் நெகிழி அன்னக்கூடை நினைவுக்கு வந்தது. பின்னால் போய்க் கூடையை எடுத்துத் தட்டித் துடைத்துக் கொண்டு வந்து கூண்டுக்கு முன்னால் வைத்தார். இந்த நாய்க்கு எத்தனை வேலை செய்ய வேண்டியிருக்கிறது என்று சலிப்பாக இருந்தது. மணியைப் பார்த்தார். எட்டே கால் ஆகியிருந்தது. நாய்க்குட்டியைக் கொண்டு வருபவனை இன்னும் காணவில்லையே.

கதவைத் திறந்துகொண்டு போய் வாசலில் நின்று பார்த்தார். கிளம்பிச் செல்லும் சிலர் பேச நேரமில்லாததால் சிறுசிரிப்பைக் கொடுத்துவிட்டுப் போனார்கள். குழந்தை களை அவசரமாகப் பள்ளிப் பேருந்துக்குக் கூட்டிச் செல்வோர் நேரம் இது. தெருவுக்குள்ளிருந்து வெளியேறுவோர் மட்டுமே இருந்தனர். உள்நுழைவோரைக் காணவில்லை. சுடரை அழைத்துக் கேட்கலாமா என்றிருந்தது. நாயை ஆவலாக எதிர்பார்க்கிற மாதிரி ஆகும். வந்தால் நல்லது. வராவிட்டால் ரொம்ப நல்லது. வீட்டுக்குத் திரும்பிப் பழங்களை அரிந்து மிளகுத்தூளைத் தூவி எடுத்துக்கொண்டு முற்றத்து நாற்காலி யில் உட்கார்ந்தார். நன்றாகச் சாய்ந்து வயிற்றை ஒட்டிப் பழத்தட்டை வைத்து ஒவ்வொன்றாக எடுத்துத் தின்றார். ஆடும் நாற்காலியாக இருந்தால் நன்றாக இருக்கும். இப்படி ஓய்வாக உண்பது ஆனந்தமாக இருந்தது.

பாதித் தட்டு காலியாவதற்குள் வாசலிலிருந்து 'மேடம் மேடம்' என்று அழைப்பு கேட்டது. தட்டை அப்படியே வைத்து விட்டுப் போய்க் கதவைத் திறந்தார். கல்லூரி மாணவன் போலத் தெரிந்த பையன் ஒருவன் நின்றிருந்தான். ஸ்கூட்டரில் வந்திருந்தான். அதன் முன்பகுதியில் இருந்த ஒயர்ப்பைக்குள் இருந்து நாய்க்குட்டியை ஒருகையில் தூக்கி வந்து 'இந்தாங்க

மேடம்' என்று நீட்டினான். அவன் கையில் பெரும்புழு ஒன்று முன்னும் பின்னும் நெளிந்தது. அருவருப்பில் கண்கூசச் சிலிர்த்துப் பின்வாங்கினார். 'புடிங்க மேடம்' என்றான் அவன். தடுமாறிக் கதவை நன்றாகத் திறந்து 'அந்தக் கூண்டுக்குள்ள உட்ரு' என்று சொன்னார். கால்களை உதைத்து நெளியும் குட்டியையே பார்த்துச் சிரித்து 'இன்னமே இதுதான் உன்னூடு. பாத்துப் பத்தரமா இருந்துக்க' என்று சந்தோசமாகச் சொன்னான். சட்டென்று தலைக்கு மேலே தூக்கி அதன் நெற்றியில் பச்சென்று முத்தம் கொடுத்தான். 'ச்சீய்' என்று உதட்டைச் சுழித்துத் திரும்பிக்கொண்டார் செல்வி.

'மொட்டுக்குட்டிப் பயலே, அம்மாவப் பாக்க முடியாது போ. இவுங்கதான் இன்னமே உனக்கு அம்மா. பாத்துப் பதனமா இருந்துக்க. செல்லப்பயலே, செவந்த பயலே, கண்ணுப்பயலே, கருவாய்ப் பயலே...'

குட்டியை முகத்துக்கு நெருக்கமாக வைத்துக்கொண்டு அப்படிக் கொஞ்சியபடி கூண்டை நோக்கி நடந்தான் அந்தப்பையன். கடித்துத் தின்றுவிடுவானோ என்றிருந்தது. தூக்கத்தில் லயித்திருந்த குட்டி முருகிக்கொண்டு அவன் காதுக்குள் பேசுவது போல முனகியது. தடுப்பை எட்டிக் கூண்டுக்குள் விட்டுவிட்டுக் கொஞ்ச நேரம் அதையே பார்த்து நின்றான். பிறகு 'டாட்டாடா தம்பிச்செல்லம், முத்துக்குட்டி... வரட்டுமா?' என்று விடைபெற்றுத் திரும்பியவன் செல்வியைப் பார்த்து 'இப்பத்தாங்கம்மா தாய்கிட்ட நல்லாப் பால் குடிச்சிருக்குது. ரண்டுமணி நேரம் தூங்கும். அப்பறமாப் பால் குடுங்க. தங்கமான குட்டிம்மா... நல்லாப் பாத்துக்கங்க' என்று சொல்லிக்கொண்டே வண்டியை நோக்கிச் சென்றான்.

அவன் குட்டியைத் தூக்கியதும் முத்தம் கொடுத்ததும் அதனிடம் பேசியதும் வியப்பாக இருந்தன. அவன் வண்டி நின்ற இடம் வெறுமையாய்த் தெரிந்தது. முருகேசும் சுடரும் நாயிடம் பேசுவார்கள். எப்படி, என்ன பேசுவார்கள் என்பதைச் சரியாகக் கவனிக்காமல் இருந்துவிட்டோமோ? அவன் சட்டென்று கிளம்பிவிட்டான். இன்னும் சிலவற்றைக் கேட்டிருக்கலாம் என்று பட்டது. அவன் குரலிலும் சிரிப்பிலும் பெருகிய அன்பில் குட்டி நன்றாக நனைந்திருக்கும். இன்னும் இரண்டு வார்த்தை அவனைப் பேசவிட்டுக் கேட்டிருக்கலாம். பராமரிப்பு பற்றி எதுவும் சொல்லவில்லை. நாய்க்கூண்டு இருப்பதால் ஏற்கனவே நாய் வளர்த்த அனுபவம் இருக்கும் என்று நினைத்திருப்பான். செல்பேசி எண்ணையாவது வாங்கியிருக்கலாம். அவன் போன வழியையே பார்த்துக் கொண்டு சற்றே நின்றிருந்துவிட்டுப் பிறகு கதவைச் சாத்திவிட்டு உள்ளே வந்தார்.

நாய்க்குட்டியிடம் இருந்து எந்தச் சத்தமும் இல்லை. கூண்டுக்கு அருகே போய் மெல்ல எட்டிப் பார்த்தார். வெறுந்தரையில் ஊர்வது போல உடலைக் குறுக்கிக்கொண்டு படுத்திருந்தது. லேசான பழுப்பும் வெள்ளையும் கலந்த நிறம். நீட்டியிருந்த வாய்ப்பகுதி அடர்கறுப்பு. மூடியிருந்த கண் தலைக்கு மேலே ஒட்ட வைத்தது போலிருந்தது. தொங்கிய காது மடல்களை முகத்திற்குப் போர்வையாகப் போர்த்தி யிருந்தது. மெலிந்த உடம்புதான். தாய் நிறையக் குட்டிகள் போட்டிருக்குமோ? பால் போதாமல் இருந்திருக்கும். உடலில் தலை மட்டும் பெருத்திருந்தது. வெளியிலிருந்து பார்க்க லேசாகச் சிவந்த போண்டாவைப் போலத் தெரிந்தது. 'போண்டாத் தலையன்' என்று சொல்லிச் சிரித்துக்கொண்டார்.

தரையோடு ஒட்டியிருந்த வாய் ஏதோ முனகியது. உடல் மெல்ல அசைந்தது. கழுவிக் கொஞ்ச நேரமே ஆன வெறுந்தரை சில்லென்று இருக்கும். அதுதான் அசைந்து நெளிகிறது. முற்றத்தில் வைத்திருந்த புடவைக் கிழிசல் ஒன்றை எடுத்து வந்தார். வழியைத் தடுத்திருந்த பெட்டியை நகர்த்தி ஒருபுறத்தில் துணியை விரித்தார். குட்டியைத் தூக்கித் துணிமேல் வைக்க வேண்டும். கை நீளவில்லை. அந்தப் பையன் நடுவில் பிடித்துத் தூக்கிக்கொண்டு வந்தான். நெஞ்சோடு ஒட்டிய கையை வற்புறுத்திப் பிரித்துக் குட்டியைச் சட்டென்று தூக்கித் துணி மேல் எறிவது போலப் போட்டார். பெரிய காரியத்தைச் சாதித்து விட்டது போலிருந்தது.

தடுப்பை வைத்துவிட்டு எட்டிப் பார்த்தார். துணிச்சூட்டை அனுபவித்துக் குட்டி படுத்திருந்தது. தன்கையை நீட்டி ஒருமுறை பார்த்தார். முதன்முதலாக நாய்க்குட்டியைத் தொட்டுத் தூக்கிய கை. ஒருநொடியில் தூக்கிப் போட்டுவிட்டாலும் குட்டியின் தொடுதல் நன்றாக வெந்த சர்க்கரை வள்ளிக்கிழங்கைப் போலல்தான் இருந்தது. சுவரோரம் இருந்த குழாயைத் திறந்து கைகளைக் கழுவினார். சோப்புப் போட்டுக் கழுவினால் நல்லது. மிருகத்தைத் தொட்டுவிட்டு அப்படியே வைத்திருக்க முடியாது. வெளியில் இருந்த குளியலறைக்குச் சென்று சோப்புப் போட்டு நன்றாகக் கழுவினார்.

மீதமிருந்த பழத்தை உண்ணும்போதும் மதிய உணவுக்குக் கொஞ்சம் சோறு மட்டும் வைத்தால் போதுமென்று ஏற்பாடு செய்த போதும் பாத்திரங்களைத் துலக்கிய போதும் நாய்க்குட்டியே நினைவில் இருந்தது. பீமுக்கு வைத்திருந்த பாத்திரங்கள் எதுவும் இல்லை. எல்லாவற்றையும் எங்கே போய்ப் போட்டார் என்று தெரியவில்லை. இன்னொரு நாய்க்குட்டி வாங்க எண்ணமிருந்தால் அதையெல்லாம்

அப்படியே வைத்திருந்திருக்கலாம். வீட்டிலிருந்த தட்டுக்களை எல்லாம் பொறுக்கி நோட்டம் விட்டுக் குழிவாகவும் விளிம்பு வெடித்துமிருந்த இரண்டை எடுத்தார். கழித்துக்கட்ட மனமில்லாமல் வைத்துக்கொண்டிருக்கும் ஏனங்கள். இப்போதைக்கு இவை போதும்.

அந்தப் பையன் சொன்னது போல இரண்டு மணி நேரம் ஆனதும் மெல்லப் போய்க் கூண்டுக்குள் பார்த்தார். துணிமேல் குட்டியைக் காணோம். கூண்டின் இன்னொரு மூலைக்கு நகர்ந்து போய் வாயைக் குவித்து ஊட்ட முயன்றுகொண்டிருந்தது. பசி எடுத்துவிட்டது போல என்று உடனே வீட்டுக்குள் ஓடித் தட்டையும் பாலையும் கொண்டு வந்து ஊற்றி வைத்தார். 'த்தா... வா... வந்து குடி' என்று சொல்லிப் பார்த்தார். கண்களை நன்றாக விழித்திருந்தது. அண்ணாந்து மேலே பார்க்காமல் தரையிலேயே தவழ்ந்து தாய்முலையைத் தேடியது.

மனதைத் திடப்படுத்திக்கொண்டு குட்டியைத் தூக்கி அதன் வாயைத் தட்டுப் பாலில் வைத்தார். வாயில் பால் சுவை தெரிந்ததும் சுறுசுறுப்பாகி வெறும்வாயைச் சப்பியது. வீச்வீச்சென்று கத்தவும் தொடங்கியது. தாய்முலையில் பாலூட்டிப் பழக்கம், இன்னும் தனியாகக் குடித்ததில்லை போல. குழந்தைக்குப் பால் கொடுக்கும் பாட்டில் வாங்கி வைத்திருக்கலாமோ? அதற்கு இன்னும் நேரமாகும். அப்படிக் கொடுத்துப் பழகினால் அதை மாற்ற நாளாகும். அதன் கழுத்தைப் பிடித்துப் பாலில் வாய் படுவது போல வைத்தார். நாக்கை நீட்டிச் சப்பியது. நக்கிக் குடிக்கத் தெரியவில்லை. லேசாக அழுத்தினார். மூக்குவரை பாலில் புதைந்து செருமியது. அடடா. . . புரையேறிவிடுமே என்று துணியால் வாயைத் துடைத்தார். குழந்தைக்குப் பழக்கும் கைப்பக்குவம் வந்திருந்தது. மூக்கு அழுந்தாமல் வாய் மட்டும் பாலின் மேல்மட்டத்தில் படும்படி வைத்துப் பிடித்தார். சப்புவது மாதிரியும் நக்குவது மாதிரியும் நாக்கை நீட்டிக் குடிக்கத் தொடங்கியது. அப்படியே கொஞ்ச நேரம் பிடித்ததும் தட்டில் இருந்த பால் முழுதும் காலியாகிவிட்டது. மெல்ல உடலைத் தூக்கி நின்று மண்டது.

'உள்ள போனதும் வெளிய வருதா உனக்கு?' என்று சிரித்தார்.

உள்ளேயே விட்டுவிட்டுக் குளியலறைக்குப் போய்க் கைகளைக் கழுவினார். வெளியே வந்தபோது பெருமிதச் சிரிப்பு கட்டுப்படுத்த முடியாமல் வந்தது. தன் வாழ்வில் மிகப்பெரும் சாதனையை நிகழ்த்திவிட்ட மாதிரி இருந்தது. சுடரை அழைத்துப் பேச வேண்டும் என்றிருந்தது. இந்நேரம்

வகுப்பில் இருக்கக்கூடும். உணவு நேரத்தில் அழைக்கலாம். குட்டியை இன்னொரு முறை பார்க்கலாம் என்று கூண்டுக்குப் போனார். துணியைச் சுருணையாக உருட்டி அதன் மேல் படுத்துக்கொண்டிருந்தது. கண்கள் விழித்திருக்க வாசலைப் பார்த்தது. செல்வியின் அசைவு தெரிந்ததும் உருமலோடு மென்மையாக 'லொள்' என்றது.

'பாலுக் குடிச்ச கொழுப்புல என்னயவே பாத்து ஒலைக்கிறயாடா?' என்று சிரித்தபடி கேட்டார்.

செல்வியின் குரல் பழக்கமானது போல உடல் முருக லேசாக அண்ணாந்து பார்த்தது.

'எங்கொரலு அதுக்குள்ள உனக்குத் தெரிஞ்சிருச்சாடா செல்லக்குட்டி?' என்று கேட்டார்.

அந்தப் பையன் பேசியது போலவே பேசினால் குட்டிக்குப் புரியும் என்று நினைத்தார்.

'சரி சரி... தூங்குடா முத்துக்குட்டி' என்று சொல்லிவிட்டு வீட்டுக்குள் போனார்.

உடல் பரவசம் கொண்டு துள்ளியது. மணியைப் பார்த்துக்கொண்டே ஏதேதோ வேலைகள் செய்தார். இரண்டாம் முறை குட்டியைப் பால் குடிக்கச் செய்தார். இப்போது நன்றாகவே குடித்த மாதிரி தெரிந்தது. தூக்கி வயிற்றைப் பார்த்தார். ஒட்டித்தான் இருந்தது. இன்னும் கொஞ்சம் வைக்கலாம் என்று ஊற்றினார். ஆனால் குடிக்க வில்லை. வாயை அழுத்தினால் இருபுறமும் ஆட்டி வேண்டாம் என்று சொல்வதாகப் பட்டது. 'நல்ல அறிவாளிதான்' என்று பாராட்டிச் செல்லமாகத் தலையில் தட்டினார். செல்பேசி அழைப்பது கேட்டு ஓடிவந்து எடுத்தார். சுடர்தான்.

'என்னடி இப்பிடி மாட்டி உட்டுட்டு ரண்டு பேரும் போயிட்டீங்க?' என்று எடுத்ததும் கேட்டார்.

அம்மாவின் பேச்சில் குற்றம் சாட்டும் தொனி இருந்தாலும் அது பொய் என்பதையும் குரலில் சந்தோசம் கொப்பளிப்பதையும் சுடர் தெரிந்துகொண்டாள். அம்மாவைப் பேசவிட்டுக் கேட்டாள். அந்தப் பையன் வந்ததிலிருந்து தொடங்கி ஒவ்வொன்றாக விரிவாகச் சொன்னார்.

'ஒடம்பெல்லாம் ஒருபுடிக்குள்ள அடங்கீரும். தலதான் போண்டாவாட்டம் பெருத்து நிக்குது' என்றார்.

'இதுக்குத் தலை அவ்வளவு பெருசா இருக்காதே' என்றாள் சுடர்.

'நீ கண்டயா? நான் பாத்துட்டுத்தான சொல்றன். போண்டாத் தலையந்தான்' என்றார் செல்லமாகக் கோபித்துக்கொள்ளும் குரலில்.

'செரி, போண்டான்னே பேரு வெச்சரலாமா?' என்றாள் சுடர்.

'அதுக்குன்னு போண்டான்னா பேரு வெப்ப? கேக்க நல்லா இருக்க வேண்டாமா? பீமு மாதிரி எதுனா வெய்யி' என்றார் செல்வி.

'பீமு மாதிரியா? போண்டா... போடா... போண்... போடு... போண்டு... போண்டு... செரிம்மா போண்டுன்னு வெச்சரலாம். போண்டான்னு தெரியாது. வித்தியாசமா இருக்கும்' என்றாள் சுடர்.

அவள் குரலில் நல்ல பெயர் கிடைத்துவிட்ட குதூகலம் ஒலித்தது. 'போண்டு போண்டு' என்று செல்வி சொல்லிப் பார்த்தார். நன்றாகத்தான் இருந்தது. எந்தப் பெயரையும் ஐந்தாறு முறை சொல்லி அழைத்துவிட்டால் நாக்குக்குப் பழகிவிடும்.

'நல்லாத்தான்டி இருக்குது' என்றார் செல்வி.

'செரி. அதயே வெச்சுக்கலாம். போண்டு போண்டுன்னு சொல்லிக் கூப்புடு. அப்பத்தாம்மா பழக்கமாகும்' என்று சொன்ன சுடர் வகுப்புக்கு நேரமாகிவிட்டது என்று வைத்து விட்டாள்.

பேசியை வைத்ததும் நாய்க்கூண்டுக்கு ஓடி 'டேய் போண்டு. . . போண்டு' என்று அழைத்துப் பார்த்தார். அவன் ஆழ்ந்து உறங்கிக் கொண்டிருந்தான். 'கொழந்ததான். பால் குடிக்கறது, மல்லறது, தூங்கறது இதுதான் வேல' என்று அவனைக் கோபிப்பது போலத் திட்டிக்கொண்டு வந்து சாப்பிட்டார். உறங்கி எழுந்து மணியைப் பார்த்ததும் பதற்றமானார். நான்கு பத்து. இரண்டு மணி நேரத்துக்கு ஒருமுறை போண்டுவுக்குப் பால் கொடுக்க வேண்டுமே. இப்படியா மறந்து போவது? பாலைக் கையில் எடுத்துக்கொண்டு ஓடினார்.

கூண்டுக்குள் இரண்டு இடத்தில் ஆய் இருந்து வைத்து விட்டுத் துணிமேல் உடலை நீட்டி வாசல் பக்கம் பார்த்துப் போண்டு படுத்திருந்தான். செல்வியின் அரவம் கேட்டதும் எழுந்து தலையை நிமிர்த்திக் கத்தினான். இந்தக் கத்தல் கெஞ்சுவது போலிருந்தது. பசி பொறுக்க மாட்டாமல் பாலுக்குக் கெஞ்சுகிறானோ? ரொம்ப நேரம் தூங்கியிருக்கக் கூடாது. அடைப்பை எடுத்ததும் வெளியே ஓடி வந்தான். உள்ளிருந்து தட்டை எடுத்து வந்து பாலை ஊற்றி வெளியிலேயே வைத்துக்

குடிக்க வைத்தார். இது மூன்றாவது முறை. நாக்கை நீட்டி நக்கிக் குடிப்பதில் தேர்ச்சி வந்திருந்தது. கழுத்தை லேசாகப் பிடித்திருந்தாலே போதும். விட்டுவிட்டால் அண்ணாந்து கத்துகிறான். ஓரிரு நாளில் பால் தட்டைப் பார்த்து அவனே குடித்துக்கொள்வான் என்றிருந்தது.

குடித்ததும் வெளியிலேயே விட்டார். போண்டு மெல்லச் செடிகளுக்குள் நடந்தான். உள்ளே போய்த் துண்டை எடுத்து வந்து மூக்கை மூடிக் கட்டிக்கொண்டு போண்டு போயிருந்த ஆயின் மேல் மண்ணைத் தூவிக் காயவிட்டு அள்ளினார். செடிக் கழிவுகளுக்கென வெட்டியிருந்த சிறுகுழியில் அதைப் போட்டார். கோப்பையில் தண்ணீர் எடுத்துப் போய் அந்த இடங்களைத் துடைத்தது போலக் கழுவினார். கழிப்பறையில் இருக்கும் பழைய பிரஷை இதைக் கழுவவென வைத்துக் கொள்ளலாம். அங்கே வைக்கப் புதிதாக வாங்கிக்கொள்ளலாம். இன்னும் ஒருமாதத்திற்கேனும் உள்ளேயே மல்லுவதையும் ஆய் போவதையும் தடுக்க முடியாது. அதற்கப்புறம் கொஞ்சம் கொஞ்சமாகப் பழக்க வேண்டும். அதற்குள் முருகேசு வந்து விடுவார்.

பிறந்த குழந்தையைக் கவனித்துக்கொள்வது போலத்தான் இவனையும் பார்க்க வேண்டும் போல. செடிகளுக்கு இடையி லிருந்து வீச்வீச்சென்று சத்தம் வந்தது. இந்தக் கத்தல் வேறுமாதிரி. ஆபத்தில் சிக்கிக்கொண்ட குரல். செடிகளை விலக்கி உள்ளே போனால் செம்பருத்தியின் இருகிளைகளுக்குள் மாட்டிக் கொண்டிருக்கிறான். காயம் பட்டிருக்குமோ என்று மெல்ல விடுவித்து மேலே தூக்கிப் பார்த்தார். ஏதுமில்லை. வீட்டுக்கும் சுற்றுச்சுவர் கதவுக்கும் இடையில் நடைபாவாடை விரித்தது போலப் போட்டிருந்த நீளக் காரையின் மேல் விட்டார். 'இங்கயே வெளையாடு. செடிக்குள்ள போனயின்னா சிக்கிக்குவ பாத்துக்க' என்றார். அவனைப் பெயர் சொல்லிக் கூப்பிடும்படி சுடர் சொன்னது ஞாபகம் வந்தது. 'போண்டு... டேய் போண்டு... போண்டுப் பயலே' என்று தொடர்ந்து அழைத்தார்.

பக்கத்து வீட்டு மல்லிகா அவர்கள் வீட்டுச் சுவரை ஒட்டி வந்து நின்று 'என்னக்கா புதுநாயா?' என்று கேட்டாள். சுவருக்கு மேல் மல்லிகாவின் தலை மட்டும் தெரிந்தது.

'ஆமா மல்லிகா. இன்னக்கித்தான் கொண்டாந்து குடுத்தாங்க. ரண்டு பேருமே இல்லயா, எனக்குத்தான் இமுசா இருக்குது' என்று சிரிப்புடன் சொன்னார்.

குட்டியைத் தூக்கி மல்லிகாவுக்குக் காட்டினார்.

‘ஓடம்பு நல்லா நெடிக்கமா வருமாட்டநந் தெரீது. இப்பிடி நாயி நல்லா வேட்ட புடிக்கும்’ என்றாள் மல்லிகா.

‘அப்பபடியா சொல்ற? உனக்கு நாய்வ கூடப் பழக்க மிருக்குது. நாய்னாவே எனக்கு ஆவாது. இப்பப் பாரு இதோட அல்லாடிக்கிட்டுக் கெடக்கறன்’ என்றார்.

‘பிள்ளையும் வெளியூரு போயிட்டா. அண்ணனும் வேலைக்கிப் போயிருவாரு. அப்பறம் என்ன, உங்களுக்குத் தொணையா இருக்கட்டுமே. நாம திங்கற சோத்துல ரண்டு வாயி போட்டாப் போவுது’ என்று மல்லிகா சொன்னாள்.

‘அட நீ வேற. நாய்க்கின்னு என்னென்னமோ வாங்கிப் போடுவாங்க. செலவக் கேப்பன்னு எங்கிட்டச் சொல்ல மாட்டாங்க.’

‘அப்படித்தான் போடட்டுமே. என்ன செலவாயிருது? ஊட்டுல இன்னொரு ஆளிருந்தாப் போட மாட்டமா?’

மல்லிகாவுக்கு இரண்டு குழந்தைகள். தனக்கு ஒன்றே ஒன்று என்பதைத்தான் மறைமுகமாகச் சுட்டுகிறாளோ என்று எண்ணிச் செல்வி முகம் சுருங்கினார். மல்லிகா அதை உணர வில்லை.

‘என்னுது ரண்டும் இன்னம் அஞ்சாறு வெருசத்துல ஒன்னொன்னா வெளியூருக்குப் படிக்கப் போயிருங்க. அப்பறந்தான் நானும் ஒருநாய் வாங்கோணும். ஊர்ல எப்பவும் ரண்டு நாயி இருக்கும். இவருகிட்ட இப்பக் கேட்டாப் பிள்ளைவள ஒழுங்காப் பாருன்னு பேசறாரு. என்னமோ ஒழுங்காப் பாக்காத மாதிரி.’

போண்டுவின் மேல் கண் வைத்தபடி மல்லிகாவுடன் பேசிக் கொண்டிருந்ததில் நேரம் போனது தெரியவில்லை. லேசாக இருட்டு பரவ ஆரம்பித்துவிட்டது. போண்டுவைக் கூண்டுக்குள் விட்டுவிட்டுப் போய் விளக்கைப் போட்டார். இருளில் போண்டு பயந்துகொள்வானோ என்றிருந்தது. பால்காரரிடம் கூடுதலாகக் கால்படி சேர்த்து வாங்கினார். காலையிலும் வேண்டும் என்று சொன்னார். இந்தப் போண்டுவுக்குத் தினமும் அரைப்படி பால் வேண்டும். மனம் பணக்கணக்குப் போட்டது. இந்தக் கணக்கு எதற்கு என்றும் தோன்றியது.

போண்டுவுக்குப் பால் வைத்தார். முருகேசுவும் சுடரும் பேசினார்கள். இருவரையும் திட்டுவது போலவே பேசினார். அவர்கள் கெஞ்சுவது போலப் பேசிப் பார்த்துக்கொள்ளும்படி சொன்னார்கள். நடந்த எல்லாவற்றையும் விலாவாரியாகச்

சொன்னார். அடிக்கடி 'போண்டு போண்டு' என்றார். அந்தப் பெயர் முருகேசுவுக்கும் பிடித்திருந்தது. நாய்க்குட்டியைப் படம் எடுத்து அனுப்பச் சொன்னார்கள். படம் எடுத்துவிடலாம், அதை எப்படி அனுப்புவது என்று தெரியாது. யாராவது அனுப்பினால் பார்க்க முடியும். சுடரிடம் கேட்டு நன்றாகத் தெரிந்திருக்கலாம். நாளைக்குச் சுடருக்கு விடுமுறைதான். அவளிடம் கேட்டால் அங்கிருந்தே சொல்லித் தருவாள்.

எப்போதும் ஓரிரு நிமிடத்தில் முடிந்துவிடும் பேசியுரையாடல் இன்று கால்மணி நேரத்திற்கும் மேல் நீண்டது. இருவரிடமும் பேசிவிட்டுப் பார்த்தால் நேரம் கடந்திருந்தது. வழக்கமாகப் பார்க்கும் தொலைக்காட்சித் தொடர் முடிந்திருக்கும். சரி, நாளைக்குப் பார்த்தாலும் கதை தெரிந்துவிடும் என்று சமாதானப்படுத்திக்கொண்டு அடுத்ததைப் பார்க்க உட்கார்ந்தார். இடையில் தோசை ஊற்றிச் சாப்பிட்டார். பத்துமணிக்குப் பால் கொண்டு போய்ப் போண்டுவுக்கு வைத்தார். தலை மேல் மென்மையாகக் கையை வைத்துக் கொண்டார். அவன்பாட்டுக்கு நக்கிக் குடித்தான். கைப்பிடி சோற்றை மிக்சியில் அடித்துப் பாலோடு கலந்து வைத்தால் அவனுக்குப் பசி கட்டும். அடிக்கடி பால் ஊற்ற வேண்டியிருக்காது. திடவுணவு செரிக்கும் அளவு நாளாகியிருக்குமா? நாளைக்கு இதையெல்லாம் சுடரிடம் கேட்க வேண்டும் என்று மனதில் குறித்துக் கொண்டார்.

பத்துமணிக்கெல்லாம் படுத்துவிடுவது வழக்கம். அரைமணி நேரம் கூடிவிட்டது. படுத்ததும் வந்துவிடும் தூக்கம் இன்று எங்கோ ஒளிந்துகொண்டது. புரண்டு புரண்டு படுத்தார். எழுந்து தண்ணீர் குடித்துவிட்டு வெளியே போய் விளக்கைப் போட்டுப் போண்டுவைப் பார்த்தார். புடவைக்குள் சுருண்டிருந்தவன் அரவம் கேட்டு எழுந்தான். 'தூங்கு தூங்கு' என்று சொல்லிவிட்டு வந்தவர் விளக்கு எரியட்டும் என்று அப்படியே விட்டார். வந்து படுத்தவர் எந்நேரம் தூங்கினார் என்று தெரியவில்லை. நள்ளிரவில் திடுமென விழிப்பு வந்தது. இருளில் தடுமாறி எழுந்தார். வரவேற்பறை விடிவிளக்கு வெளிச்சம் பனிபோலப் படர்ந்திருந்தது. போண்டுவுக்கு இப்போது கொஞ்சம் பால் வைக்க வேண்டும். கழிப்பறை போய்விட்டு வந்து தண்ணீர் குடித்தார். வெளியில் இடிச்சத்தம் கேட்பது போலிருந்தது.

பாலோடு வெளியே வந்தவர் வானத்தை அண்ணாந்து பார்த்தார். ஈசானி மூலையில் மின்னல் கொடி ஒன்று ஓடியது தெருவிளக்கு வெளிச்சத்திலும் தெரிந்தது. வானம் கருகும்மென

இருண்டு கிடந்தது. குளிர்ந்த காற்று வீசத் தொடங்கியிருந்தது. மழை வருவதற்கான அறிகுறிகள் எல்லாம் இருந்தன. பாலைக் குடித்ததும் போண்டுவைத் தூக்கிச் செடியோரம் விட்டார். அவன் கால்களை அகட்டி மண்டான். செம்பருத்தி மொக்குப் போன்ற நாக்கை நீட்டி வாயைத் துடைத்துக்கொண்டான். 'புத்திசாலிதான்' என்றவர் சட்டென்று அவனைத் தூக்கிக் கொண்டார்.

'போண்டுப்பயலே, மழ வந்தாப் பயந்துக்குவியா? இடி இடிச்சா அழுவியா? அத்தன பயமா உனக்கு? பயப்படாத நானிருக்கறன்' என்று கொஞ்சிப் பேசிக்கொண்டே வீட்டுக்குள் போய்ச் சோபா மேல் அவனை விட்டுவிட்டுக் கதவைத் தாழிட்டார்.

●

கனலி, டிசம்பர் 2024

மதி

தேநீர்க் கோப்பையை ஒருகையில் வைத்துக் கொண்டு இன்னொரு கையைச் செய்தித்தாளின் முதல்பக்கத்தில் அழுத்திப் படிக்க முயன்று கொண்டிருந்தார் முருகேசு. ஜன்னல் வெளிச்சம் போதவில்லை. விளக்கைப் போட்டால் 'பகல்ல எதுக்கு லைட்டு?' என்று உள்ளிருந்து வசந்தியின் குரல் வரும். மின்சாரக் கட்டணம் கட்டுவது அவர் தான் என்றாலும் இப்போது வருவது சம்பளம் இல்லையே, ஓய்வூதியம் தானே. கண்ணாடியை ஏற்றிவிட்டுத் தலைப்புகளில் கண்ணோட்டினார். இந்தச் செய்தித்தாளில் எப்போதும் தலைப்புகள் கொட்டை எழுத்துக்களில் இருக்கும். எழுத்துக் கூட்டிப் படிப்பவர்களுக்காக அப்படிப் போடுகிறார்கள் என்று நினைத்திருந்தார். தன்னைப் போன்ற ஓய்வூதியர்களையும் முதியவர்களையும் கூட மனதில் கொண்டிருப்பார்கள் என்று தோன்றியது.

நாயுடன் அதிகாலையிலேயே நடைப் பயிற்சிக்குச் சென்று வந்து ஆசுவாசமானதும் தேநீரும் செய்தித் தாளும் அவருக்கு ஒருசேர வேண்டும். கண்ணை உறுத்துப் பார்த்தும் வாசிக்க முடியவில்லை. முற்றத்தில் போய் உட்கார்ந்து கொள்வதுதான் ஒரே வழி. செய்தித்தாளை ஒருகையிலும் தேநீரை இன்னொரு கையிலும் எடுத்துக்கொண்டார்.

‘ஒன்னு குடிக்கணும், இல்லைனாப் படிக்கணும். ரண்டை யும் ஒன்னாத்தான் பண்ணோனுமா?’

வரவேற்பறைக்கு ஏதோ வேலையாக வந்த வசந்தியின் குரல் உயர்ந்தது. எதுவும் பேசாமல் நடந்தவர் ‘காலையிலயே ஆரம்பிச்சுட்டா’ என்று வாய்க்குள் முனகிக்கொண்டார். இரண்டு கையிலும் வைத்துக்கொண்டு கதவைத் திறக்க முடியவில்லை. ‘இதுக்குத்தான் சொல்றது’ என்று தணியாத குரலோடு வசந்தி வந்து கதவைத் திறந்துவிட்டார். முற்றத்தில் இருந்த நாற்காலியில் உட்கார்ந்து வேலையைத் தொடர்ந்தார். அவர் வருகை தனக்குத் தெரிந்துவிட்டது என்பதை உணர்த்த லேசாக முருகி நாய் சத்தம் கொடுத்தது.

‘செரி செரி’ என்று நாய்க்குக் கேட்கும்படி சொன்னார். ‘நாய்க்குப் பதில் சொல்ற வாயி நம்மளுக்குனா மட்டும் அடச்சுக்கும்’ என்று சொல்லிக் கதவை ஓங்கிச் சாத்தினார் வசந்தி. அதற்கும் அவர் அசரவில்லை. பணியிலிருந்து ஓய்வு பெற்ற பிறகு இந்த ஒருவருசமாக இப்படித்தான். அவர் எதையும் தப்பாகத்தான் செய்வார் என்பது வசந்தியின் முடிவு. கழிப்பறை விளக்கை நிறுத்தவில்லை, நாற்காலியைக் கோணலாகப் போட்டுவிடுகிறார், தேநீர் குடித்த டம்ளர் அதே இடத்தில் காய்ந்து கிடக்கிறது, ஈரத்துண்டைப் படுக்கையின் மேல் போடுகிறார் என்று எத்தனையோ புகார்கள்.

இவற்றை எல்லாம் பணியில் இருந்தபோதும் இப்படித்தான் செய்தார். அப்போதெல்லாம் புகார் வந்த மாதிரி தெரியவில்லை. வேலை முசுவில் கவனிக்காமல் இருந்துவிட்டோமோ என்றும் தோன்றும். இப்போது வீட்டிலேயே இருப்பதால், வசந்தியின் சொற்கள் ஒலித்துக்கொண்டேயிருப்பதால் அப்படித் தோன்று கிறதோ என்றும் நினைத்திருக்கிறார். மனம் நோகும்படி இந்தப் பேச்சு மிகும் நாளில் தூக்கம் வராது. நடைவழியில் நாயைக் கொஞ்ச நேரம் ஏதாவது செடியில் கட்டிவிட்டு அதன் எதிரே உட்கார்ந்து தீவிரமாக யோசிப்பார். ஏதேதோ குழம்பி ஒரே முடிவை வந்தடைவார்.

‘வசந்தியின் அதிகாரம் நிலவும் இடம் வீடு. அதைக் காட்டுவதற்காக ஏதாவது சொல்லிக்கொண்டே இருப்பாள். கண்டுகொள்ளாமல் புன்னகைத்தபடி கடந்துவிட வேண்டும்’ என்பதுதான் அந்த முடிவு. ஆனால் வீட்டுக்கு வந்து வசந்தியின் சொல் கேட்டதும் சுள்ளென்று கோபம் ஏறும். அலுவலகத்தில் எத்தனையோ அதிகாரிகளின் முன் கோபத்தை அடக்கியாளும் பயிற்சி இருந்ததால் அதை இப்போதும் கையாள ஆரம்பித்தார். ஓய்வுக்குப் பிறகு யாருடைய அதிகாரத்தின் முன்னும்

அடிபணிந்து போக வேண்டியதில்லை என்றுதான் எண்ணி யிருந்தார். மனைவியின் அதிகாரத்திற்கு உட்பட்டுத்தான் ஆக வேண்டும். வேறு வழியில்லை. சிலசமயம் வீட்டிலிருக்கிறோமா அலுவலகத்தில் இருக்கிறோமா எனக் குழப்பம் வந்துவிடும்.

ஒற்றைச் சொல் கவனத்தைத் திருப்பி எதையெதையோ கிளப்பிவிடுகிறது. அப்படி ஆகக் கூடாது என்று சொல்லிக் கொண்டாலும் மனப்பேய் கேட்பதில்லை. தலையைச் சிலிர்த்துக்கொண்டு தேநீரை உறிஞ்சினார். மிதமான சூடும் ஏலக்காய் வாசனையும் நாவில் ஊற எல்லாம் மறந்தது போலிருந்தது. செய்தித்தாளை டீப்பாய் மீது வைத்துவிட்டுத் தேநீர்ச் சுவையில் மிதந்துகொண்டிருந்தபோது உள்ளிருந்து செல்பேசி ஒலித்தது. நாவிலிருந்து விடுபட்டுப் போய்ச் செல்பேசியை எடுக்கத் தோன்றவில்லை.

'போனு அடிக்கறதுகூடத் தெரியாத ஓசன ஓடுதா?' என்றபடி பேசியை எடுத்து வந்து அவர் முன்னால் வைத்து விட்டுப் போனார் வசந்தி. வீட்டுக்குள் எங்கிருந்தாலும் மனைவி யின் கவனம் முழுக்கத் தன்மீது தான் இருக்கிறது என்பது அவருக்கு உவப்பாக இல்லை. குனிந்தபடி யாருடைய அழைப்பு என்று பார்த்தார். 'சாமிநாதன்' என்று பெயர் காட்டியது. பக்கத்திலிருக்கும் முல்லை நகரில் தான் சாமிநாதன் வீடு. இருவரும் ஒரே அலுவலகத்தில் வேலை செய்தவர்கள். அடாபுடா போட்டுப் பேசிக் கொள்ளும் அளவு நெடுநாள் நண்பர்கள். இரண்டு மாத இடைவெளியில் இருவரும் ஓய்வுபெற்றார்கள். காலை நடையின் போது பார்த்துப் பேசிவிட்டுத்தான் வந்தார். இப்போது எதற்கு அழைக்கிறான்? யோசனையோடு எடுத்து 'சொல்லு சாமி' என்றார்.

'முருகு... நம்ம சி.இ. உன் வீட்டுக்கு வர்றாரு' என்றார் சாமிநாதன்.

முருகேசுக்குப் புரியாமல் 'நாம ரிட்டயர்டு ஆயிட்டம்டா. இப்ப எந்த சி.இ. வர்றாரு' என்று கேலியாகச் சொன்னார்.

'சிரிச்சுட்டன் சிரிச்சுட்டன். நம்ம மதியரசு சி.இ. இல்ல, அவருதான். கல்யாணப் பத்திரிக கொண்டுக்கிட்டு வர்றாரு. நாந்தான் வீட்டுக்கு வழி சொல்லி உட்ருக்கறன். பக்கத்துல இன்னொரு ஊட்டுக்குப் போயிட்டுக் கால்மணி நேரத்துல அங்க வருவாரு' என்று விளக்கமாகச் சாமிநாதன் சொன்னார்.

முருகேசு பரபரப்பானார். 'ஏ... பிள்ள' என்று மனைவியை விளித்துக்கொண்டு உள்ளே ஓடினார். 'சி.இ. பத்திரிக கொண்டுக்கிட்டு வர்றாராமா' என்றார் சத்தமாக.

பெருமாள்முருகன்

'வரட்டுமே. ஆன மேல வர்றாரா, குதிர மேல வர்றாரா?' என்று சாவகாசமாகக் கேட்டார் வசந்தி.

'உனக்கென்ன தெரியும் அவரப் பத்தி' என்றபடி அவர்கள் வந்ததும் என்னென்ன செய்ய வேண்டும் என்று யோசித்தார். சமையலறைக்குள் ஓடித் தண்ணீர் கொடுக்கச் சொம்பைத் தேடி எடுத்தார். காலை நேரத்தில் ஏதேனும் நொறுக்குத்தீனி தின்பாரா? பிஸ்கட் தரலாம். அவருக்குக் காப்பித்தான் பிடிக்கும்.

'காப்பித்தூள் இருக்குதா?'

'அதெல்லாம் இருக்குது. எதுக்கு இப்பிடிப் பதர்றீங்க? யாரு அவ்வளவு பெரிய சி இ?'

மனைவிக்கு எப்படிச் சொல்லி அவரை அடையாளப் படுத்துவது என்று யோசித்தார்.

'எனக்கு மெமோ குடுக்கறமின்னு சொன்னாரே, அவரு தான்?'

'அவரா? அப்படிக் கஷ்டப்படுத்துன அந்த ஆளு வர்றதுக்கா இப்படிப் பறக்கறீங்க?'

'அதெல்லாம் அப்ப. இப்பவும் அதயே நெனச்சுக்கிட்டே இருக்க முடியுமா?'

'மறந்திருமா?'

'மறக்காதுதான். ஆனால் மங்கிப் போயிரும்.'

'காயம் ஆறுனாலும் வடுவு இருக்குமே.'

'வடுவ எப்பவுமா பாத்துக்கிட்டு இருக்கறம். எப்பவாச்சும் கண்ணு அதுமேல பதிஞ்சா நெனப்பு வரும். அவ்வளவுதான?'

'இப்ப எதுக்கு வர்றாராம்?'

'ரிட்டயர்டு ஆகி நாலஞ்சு வருசமாயிருச்சு. இப்பத்தான் பிள்ளக்கிக் கலியாணம் பண்றாராட்டம் இருக்குது. நம்மள நெனப்பு வெச்சிக்கிட்டு நல்ல காரியமா வர்றாரு. நாமளும் நல்லதத்தான் பேசோணும்.'

'செரி. பேசுங்க பேசுங்க. என்ன, தண்ணி குடுத்து ஒருகாப்பி வெச்சாப் போதுமில்ல. நான் பாத்துக்கறன். நீங்க போங்க' என்று வசந்தி சாதாரணமாகச் சொன்னார்.

என்றாலும் அவரால் சும்மா இருக்க முடியவில்லை. அறைக்குள் போய் லுங்கியை மாற்றிப் பேண்ட் சட்டை போட்டுக்கொண்டார். வரவேற்பறைப் பெரிய சோபா மேல்

போண்டு ❋ 49 ❋

துவைத்த துணிகள் குவியலாகக் கிடந்தன. இப்படிப் போட்டு இரண்டு மூன்று நாட்கள் கிடக்கும். அப்புறம் நல்ல நாள், நேரம் பார்த்து மடிக்கிற வேலை நடக்கும். கோபத்தைக் கட்டுப்படுத்திக் கொண்டு 'இந்தத் துணியெல்லாம் எங்க போடறது?' என்று கேட்டார். குரலில் இருந்த சத்தம் எரிச்சலைக் காட்டிவிட்டது போல. வசந்தி உள்ளிருந்து வேகமாக வந்து துணிகளை அள்ளினார்.

'ஏன் அந்த சி.இ. ஊட்டுல துணியே தொவைக்க மாட்டாங்களா?' என்று அள்ளிக்கொண்டு படுக்கையில் போடுவதற்காக உள்ளே போனார்.

'தொவைப்பாங்க. ஆனா இப்படிப் போட்டு வெக்க மாட்டாங்க' என்று சொல்ல நினைத்து அடக்கிக் கொண்டார். யார் கண்டார்கள்? அவர்கள் வீட்டிலும் இதுதான் நடக்குமோ என்னவோ. அப்படி எதுவும் சொல்லிவிட்டால் 'நீங்கதான் மடிச்சு வெக்கறது' என்று பதில் வரும். 'நேரம் இருக்கறப்பத்தான் மடிக்க முடியும். அதுவெரைக்கும் எங்க போட்டு வெக்கறது? எடம் சொல்லுங்க' என்று கேள்வி எழும். ஒன்றைச் சொன்னால் அதற்கு எப்படியெல்லாம் மனைவியிடம் இருந்து எதிர்வினை வரும் என்பதை இந்த ஓராண்டில் நன்றாகக் கற்றுக்கொண்டார். அலுவலக நடைமுறை தெரிந்த அளவு வீட்டு நடைமுறை தெரியாமல் இத்தனை காலம் இருந்திருக்கிறோமே என்று தோன்றும். காலையில் புறப்பட்டால் வீடு வந்து சேர இரவு எட்டுமணி, ஒன்பது மணிகூட ஆகிவிடும். வீட்டு விஷயங்கள் அவ்வளவாக மனதில் பதியவில்லை.

துணிகள் போன பிறகு வரவேற்பறை முழுவதிலும் கண்ணோட்டினார். எல்லாம் அதனதன் இடத்தில் ஒழுங்காகத் தான் இருந்தன. பிள்ளைகள் இருவரும் வெளியூர் போய்விட்ட பிறகு வீடு வசந்தியின் ஒழுங்குக்குள் வந்துவிட்டது. எல்லாம் ஆடாமல் அசையாமல் அதனதன் இடத்தில் இருக்க வேண்டும். என்றாலும் சிலவற்றைப் பேருக்கு அப்படியும் இப்படியும் நகர்த்தினார். வசந்தியின் குரல் எழும் முன் வெளியே வந்தார். முற்றத்தை ஒழுங்குபடுத்தினார். சுற்றுச்சுவர் கடந்து தெருவில் பார்வை அலைபாய்ந்தது. நாற்காலி நுனியில் உட்கார்ந்தார். ஒருநிமிடம்கூட உட்கார்ந்திருக்க முடியவில்லை. வீட்டுக்கு ஒருவர் வருகிறார் என்றால் ஏதேதோ செய்ய வேண்டியிருக்கிறது. அவர்களுக்கு முன்னால் ஒழுங்கோடு இருக்கிறோம் என்று காட்டிக்கொள்ளத்தான் இதையெல்லாம் செய்கிறோமோ? நிலைகொள்ள முடியவில்லை.

மீண்டும் உள்ளே போய் சமையலறைக்குள் தலையை மட்டும் நீட்டி எட்டிப் பார்த்தார். பால் எடுத்துக் குண்டாவில்

வைத்திருப்பது தெரிந்தது. காப்பி போட்டு வைத்துவிடச் சொல்லலாமா என்று நினைத்தார். சூடு ஆறிவிடும் என்பார் வசந்தி. சி.இ. எதுவும் வேண்டாம் என்றுகூடச் சொல்லலாம். அழைப்பிதழ் கொடுக்கச் செல்பவர் எத்தனை வீட்டில் குடிக்க முடியும்? மகள் திருமணத்திற்கு அழைப்புக் கொடுக்கப் போன போது அவரும் வசந்தியும் 'நாங்க டீ காப்பி குடிக்கறதில்ல' என்றே எல்லோரிடமும் பொய் சொல்லும்படி ஆயிற்று. போகுமிடமெல்லாம் ஒரே மாதிரிதான். முதலில் சொம்புத் தண்ணீர் வரும். அதில் ஒருமிடறு குடித்துவிட்டுக் கொடுத்து விடலாம். அடுத்துத் தேநீர் வரும். அதைக் குடிக்காமல் வைக்க முடியாது. பெரும்பாலான வீடுகளில் தேநீர் நன்றாகப் போடுவ தில்லை. 'வேண்டாம்' என்று சொன்னால் விட மாட்டார்கள். 'குடிப்பதில்லை' என்று முதலிலேயே சொல்லிவிட்டால் பிரச்சினையில்லை.

கொஞ்சம் நிதானத்திற்கு வந்து நாற்காலியில் உட்கார்ந்தார். பார்வை தெருவுக்கும் உள்ளுக்கும் அலைந்தது. முருகேசு பொதுப்பணித்துறை அலுவலகத்தில் பணியாற்றினார். கடைசிப் பத்து வருசங்கள் கண்காணிப்பாளர் பதவி. தலைமைப் பொறியாளராக மதியரசு சார் ஐந்து வருசம் ஏழு மாதம் இருந்து ஓய்வுபெற்றார். 'யாரோடும் பிணக்கு கொள்ளக்கூடாது' என்பதுதான் அரசுப்பணியில் சேர்ந்த இருபத்து நான்காம் வயதிலிருந்து தவறாமல் முருகேசு பின்பற்றிய ஒரேவிதி. அது மதியரசு சாரிடம் பலிக்கவில்லை. கூடுதல் வருமானத்திற்குக் குறைவில்லாதது பொதுப்பணித்துறை. வருமானத்தை ஒவ்வொரு பதவித் தரநிலைக்கும் ஏற்பப் பிரித்துக் கொடுத்துவிடும் ஒழுங்கு இருந்தது. மதியரசு சார் அதைப் பின்பற்றாமல் முடிந்த போதெல்லாம் முழுவதையும் அவரே வைத்துக்கொள்வார். பணத்தாசை அதிகம். அலுவலகத்திற்கும் அவருக்கும் பிரச்சினை ஏற்பட்டது.

'எல்லாத்துலயும் பங்கு வேணுமா? நாங்க சைட்டுக்குப் போய் எல்லாத்தயும் பாக்குறோம். எத்தனயோ பேருக்குப் பதில் சொல்றம். ஆபீஸ்லயே உக்கோந்துக்கிட்டு வேல செய்றவங்களுக்கு என்ன?' என்று அவர் தர்க்கம் பேசினார்.

ஏதாவது பிரச்சினை வந்தால் பொறியாளர்கள் தப்பித்துக் கொண்டு அலுவலகத்தை மாட்டிவிடுவார்கள். அப்படி நிறைய நடந்திருக்கிறது. மதியரசு சாருக்கும் அலுவலகத்திற்கும் இடையே நடைபெற்ற பிரச்சினையில் கண்காணிப்பாளர் என்ற முறையில் முருகேசுதான் இருபக்கமும் பேச வேண்டியிருந்தது. எதையும் கொஞ்சம் தள்ளிப் போட்டால் சரியாகிவிடும் என்னும் அவர் அனுபவம் இந்த விஷயத்தில் பலிக்கவில்லை. இரண்டுக்கும்

நடுவில் ரொம்ப நாள் நிற்க முடியவில்லை. ஏதாவது ஒருபக்கம் என்று முடிவு எடுக்கும் நிர்ப்பந்தம் வந்தபோது வேறு வழியில்லாமல் முருகேசு அலுவலகத்தின் பக்கம் நின்றார்.

அது மதியரசு சாருக்குப் பிடிக்கவில்லை. கோப்புகளைக் கையெழுத்திடாமல் திருப்பித் திருப்பி அனுப்பிக்கொண்டிருந்தார். தேவையில்லாத குறிப்புகளை எழுதினார். ஒப்பந்ததாரர்களிடம் முருகேசுவைக் கைகாட்டினார். அவர்கள் வந்து மேஜைக்கு எதிரில் நின்றுகொண்டு கெட்ட வார்த்தையில் ஏசினார்கள். ஏதோ ஒரு கோப்பில் வலிந்து தவறு கண்டுபிடித்து முருகேசுக்குக் குறிப்பாணை கொடுக்கப் போவதாகவும் மிரட்டினார்.

வேலையில் சேர்ந்த நாளிலிருந்து முருகேசு மீது யாரும் எந்தக் குறையும் சொன்னதில்லை. தொடக்கத்தில் கூடுதல் வருமானப் பங்கில்கூட வற்புறுத்தி எதையும் கேட்க மாட்டார். இவருக்கு அடுத்த நிலையில் இருந்த சாமிநாதனிடம் பங்கிடும் பொறுப்பு இருந்தது. எந்தக் கணக்கும் கேட்காமல் அவர் கொடுப்பதை வாங்கிக்கொள்வார். வேறு யாராவது சாமிநாதன் மீது குறை சொல்வார்கள். ‘பாவப்பணத்தப் பங்குப் போடறம். அதுல என்ன கேக்கறது?’ என்று மென்மையாகச் சொல்வார். அப்படியெல்லாம் இருந்தும் மதியரசு சார் விஷயத்தில் எதுவும் பலிக்கவில்லை.

மதியரசு சார் உள்ளூரில் பெரிய சாதியைச் சேர்ந்தவர். ஒப்பந்ததாரார்களில் பெரும்பாலோர் அவருக்குச் சொந்தமாகத்தான் இருக்கும். நேரடிச் சொந்தம் இல்லை என்றாலும் ஒரே கூட்டம் என்று கண்டுபிடித்துப் பங்காளி முறை சொல்லிக் கொள்வார்கள். வேறு கூட்டம் என்றால் மாமன் மச்சான் முறை என்பார்கள். எப்படியாவது உறவுமுறை வந்துவிடும். அரசியல் செல்வாக்கும் அவருக்கிருந்தது. அதனால்தான் அதிகம் இடமாறுதல் இல்லாமல் பக்கத்து பக்கத்து மாவட்டங்களுக்குள் பணிக்காலத்தை ஓட்ட முடிந்தது. அவர் நினைத்தால் தன்னை என்ன வேண்டுமானாலும் செய்ய முடியும் என்று முருகேசு பயந்தார். எதிலாவது மாட்டிவிட்டு வெகுதூரத்திற்கு இடமாறுதல் செய்துவிடலாம். மகளுக்கு மாப்பிள்ளை பார்த்துக் கொண்டிருந்த சமயம். இந்த அலுவலகம் அவருக்குப் பழகிய இடம். அடுத்தடுத்த பதவி உயர்வுகளின் போது பக்கத்து மாவட்டங்களுக்கெல்லாம் போய் வந்தாலும் பெரும்பாலான காலம் இங்கேயே ஓடிவிட்டது.

குறிப்பாணை கொடுத்தால் விசாரணைக் குழு போடும்படி செய்யலாம். அறிக்கையை மதியரசு சார் நினைத்தால் எப்படி

வேண்டுமானாலும் எழுத வைக்கலாம். அதன் பேரில் அவருக்கு ஆண்டு ஊதிய உயர்வை நிறுத்தலாம். தற்காலிகப் பணிநீக்கம் வரைக்கும் போகலாம். அந்தக் காலகட்டத்தில் நெருப்பின் மேல் நிற்பது போல இருந்தது. அன்றாடம் அலுவலகம் போகவே கால் வரவில்லை. ஒவ்வொரு நாளும் என்ன பிரச்சினை வருமோ அவர் என்ன சொல்வாரோ என்று மனம் நடுங்கியது. அவர் சார்ந்திருந்த தொழிற்சங்கத் தலைவர் 'எதுக்கய்யா இப்பிடி நடுங்கற? அவன் என்ன புடுங்கீருவானா? பாத்திருவம்' என்று சவடால் விட்டார். தொழிற்சங்கம் காப்பாற்றிவிட்ட பலர் இருந்தாலும் பாதிக்கப்பட்ட ஆட்களே அவர் நினைவுக்கு வந்தார்கள்.

வீட்டில் ஒருமாதிரியே நடமாடினார். இரவில் தூக்கம் வராது. எழுந்து மாடிக்குப் போய் வெறுமனே வானத்தைப் பார்த்துக்கொண்டிருப்பார். சுற்றிச் சுற்றி நடப்பார். அவரைக் காணாமல் வசந்தி தேடி வந்து ஏதாவது சொல்லி அழைத்துப் போவார். மதியரசு சாரின் முறைக்கும் முகமும் வெறியேறிய கண்களும் அவரைத் துரத்திக்கொண்டேயிருந்தன. அவர் அறைக்குள் இருக்கும்போது ஒருமையிலும் பேசுவார். கத்திச் சத்தமிட்டுக் கோப்பை முகத்தில் அடிப்பார். பதில் சொல்லாமல் அப்படியே நின்றாலும் 'மசுரு புடுங்கறதுக்கா இங்க நிக்கற? போ' என்பார். 'மசுராண்டி மாதிரி வந்துட்டான்' என்று முருகேசுவின் காது படவே ஒருமுறை முணுமுணுப்பது போலச் சொன்னார். அன்றைக்கெல்லாம் அழுகையே வந்துவிட்டது. ஒருவாரம் மருத்துவ விடுப்பு கொடுத்துவிட்டு வீட்டிலிருந்தார்.

வீட்டிலும் இருப்புக்கொள்ள முடியவில்லை. யாராவது செல்பேசியில் அழைத்து அலுவலக விவரங்களைச் சொல்லிப் பதற்றத்தைக் கூட்டினார்கள். வேறு வழியே இல்லாமல் தொழிற்சங்கத்தைத் துணைக்கு அழைக்க வேண்டியானது. அவர்கள் வந்து மதியரசு சாரிடம் பேசிய பிறகுதான் அவர் கொட்டம் கொஞ்சம் குறைந்தது. அப்படியும் வாய்க்குள் முனகுவதை அவர் நிறுத்தவில்லை. காதுகளைச் செவிடாக்கிக் கொண்டார் முருகேசு. தொந்தரவு குறைந்தாலும் உள்ளடி வேலை ஏதாவது செய்வாரோ என்று உள்ளூர அஞ்சிக் கொண்டிருந்தார். மதியரசு சார் அலுவலகம் வராமல் களத்திற்குப் போய்விடும் நாளில் மனம் குதூகலமாக இருக்கும். ஏதாவது விபத்து நடந்து அப்படியே போய்விட மாட்டாரா என்றிருக்கும். விதவிதமான விபத்து வகைகளை மனம் கற்பனை செய்யும். தன் விரல்களால் பெருநகம் வளர்த்து மதியரசு சாரின் வயிற்றைக் கிழித்து எறிவது போலக் கனவு வரும்.

அந்தக் காலத்தை எப்படிக் கடந்து வந்தோம் என்று நினைத்தால் பெருந்துயரில் மனம் ஆழ்ந்துவிடும். எதைஎதையோ செய்துதான் மீண்டு வர வேண்டியிருந்தது. மதியரசு சார் ஓய்வு பெற்றபோது கண்காணிப்பாளர் என்ற முறையில் மேடையேறிப் பேச வேண்டியிருந்தது. தனக்குத் தெரிந்த மொழியில் தேடித் தேடிப் பார்த்தும் நான்கு நல்ல வார்த்தைகள் கிடைக்க வில்லை. பொம்மை போல மேடையேறி 'ஓய்வுக்காலத்தில் அமைதியாகவும் ஆரோக்கியத்துடனும் வாழ எல்லாம் வல்ல இறைவனைப் பிரார்த்திக்கிறேன்' என்று மட்டும் சொல்லி இறங்கி வந்துவிட்டார்.

அதற்குப் பின் மதியரசு சாரை அங்கங்கே சந்தித்தாலும் ஓரிரு வார்த்தைகள் நலம் விசாரிப்போடு சரி. ஒரே ஊரில் வசிப்பவர்கள் எதிர்ப்படச் சந்தர்ப்பம் அமையாமலா போகும்? அவருடைய கடுகடு முகம் மாறி மெல்லிய புன்னகை வீசும். இப்போது நேராக வீடு தேடி வருகிறார். பழையவற்றை நினைத்துக்கொண்டு கவனிக்காமல் இருக்க முடியுமா? எண்ணிப் பார்த்தால் எல்லாக் கஷ்டங்களும் இப்போது கதை போலத் தோன்றுகின்றன. எல்லாவற்றையும் காலம் சருகாக்கிவிடுகிறது.

மனதில் ஓடியவற்றை நினைத்துப் பெருமூச்சு விட்டார். அவர் யார், என்ன செய்தார் என்றெல்லாம் யோசிக்காமல் வீட்டுக்கு முதன்முதலாக வரும் விருந்தாளியை எப்படி வரவேற்போமோ அப்படி வரவேற்கலாம் என்று முடிவு செய்து நிதானமானார். எழுந்து போய் இரும்புக்கதவைத் திறந்து தெருவில் நின்று பார்த்தார். கடைக்கோடியில் அவர் வீடு. மூலைக்குத்து, தெற்குத் தலைவாசல் என்றெல்லாம் சொல்லிப் பலரும் ஒதுக்கிப் போன மனைதான் அவருக்குக் கிடைத்தது. அத்தனை விருப்பம் இல்லாமல்தான் வாங்கி வீடு கட்டினார். இப்போது அதன் மதிப்பே தனி. வாசலில் நின்று பார்த்தால் தெருவின் முனை வரை தெரியும். மதியரசு சார் காரில்தான் வருவார். தெருவுக்குள் எந்தக் காரும் வரவில்லை. மனித நடமாட்டம்கூட இல்லை. எல்லோரும் காலை நேரப் பரபரப்பில் வீட்டுக்குள் இருப்பார்கள்.

சற்றே நின்றுவிட்டுச் 'சரி, வரட்டும்' என்று கதவைச் சாத்தினார். வலப்பக்கம் நாயின் குரைப்பொலி கேட்டது. அடடா, நாயை மறந்துவிட்டோமே என்று நாக்கைக் கடித்துக் கொண்டு பதற்றத்தோடு அருகே போனார். நாய் வாங்கியபோது அதற்கெனச் சுற்றுச்சுவரை ஒட்டிய மூலையில் அட்டை வேய்ந்து உருவாக்கிய இடம். 'நாய் வீடு' என்று அதற்குப் பெயருமாயிற்று. அதற்குள் போய்ச் சங்கிலியை அவிழ்த்தார்.

இன்னொரு முறை வெளியில் அழைத்துப் போகப் போகிறார் என்று நினைத்துக் கதவை நோக்கி இழுத்தது. அதன் தூவெள்ளை நிறம் சற்று மங்கிப் போனதாகத் தோன்றியது. இன்றைக்கு மதியம் குளிக்க வைத்துவிட வேண்டும். இப்போதுதான் வரைந்து முடித்தது போல இளஞ்சிவப்பில் ஒளிரும் மூக்குநுனி லேசாகக் கருமைப்பட்டிருந்தது. வாகைக் காய்கள் போன்ற தொங்குகாதுகளோடு அது இழுத்துக்கொண்டு முன்னோடியது.

இரண்டு நாளுக்கு ஒருமுறை குளிக்க வைக்க வேண்டும் என்று நினைப்பதுதான். சோம்பலால் நாளை நாளை என்று தள்ளிப் போட்டுக்கொண்டே வாரமாகி விடுகிறது. 'டேய்' என்று அதட்டி அவன் வேகத்தைக் குறைத்தார். எங்கே கட்டுவது என்று யோசித்தார். கடைசி மனை என்பதால் செவ்வகமாக இல்லாமல் ஒருபுறம் வால் போல இழுத்துக்கொண்டு ஓடிற்று. வீட்டைச் செவ்வக அமைப்புக்குள் கட்டியதும் தோட்டம் போட வால் பயன்பட்டது. வசந்திக்கு விருப்பமான மல்லிகைச் செடிகளும் கொடிகளும் இருந்தன. ஒரே ஒரு தென்னை. மொந்தன் வாழை ஒருகுத்து. சில மூலிகைச் செடிகள். ஒருநாளுக்கு அரைமணி நேரம் அதில் வேலை செய்யலாம்.

பக்கச் சந்தில் நாயை இழுத்துக்கொண்டுபோய் வீட்டுக்குப் பின்னால் ஆளுயரம் நின்றிருந்த சீதாப்பழச் செடியில் சங்கிலியைப் பிணைத்தார். அது அவரை நேராக நோக்கி 'லொள்' என்று ஒற்றை ஒலியில் குரைத்தது. 'ஏன்?' என்று கேட்கிறது. ' என்னடா? என்ன? பெரிய இவனா நீ? நீ கேக்கறதுக்கெல்லாம் பதில் சொல்லோணுமா? சத்தம் போடாத கொஞ்ச நேரம் இங்கயே இருடா' என்று திட்டி அமைதிப்படுத்தினார். கண்களைச் சுருக்கிக்கொண்டு அவ்விடத்திலேயே அமர்ந்து அமைதியானது. திறந்த வாயும் தொங்கிய நாக்கும் கண்டு ஓர் அடி வைத்துவிட்டு முன்பக்கம் போனார். இந்த இடைவெளி யில் மதியரசு சார் வந்திருப்பாரோ?

அவர் போனபோது வசந்தி வெளியே வந்து நின்றிருந்தார். 'என்னாச்சு?' என்றார். 'ஒன்னுமில்ல, இந்த நாயி கத்திக்கிட்டே இருந்தான். அதான் பொறத்தாண்ட கொண்டோயிக் கட்டிட்டு வந்தன்' என்று சொல்லவும் தெருவில் கார் வந்து நிற்கவும் சரியாக இருந்தது. வேகமாக ஓடிப் போய் இரும்புக்கதவைத் திறந்தார். காரின் ஒருபக்கக் கதவில் அவரும் இன்னொரு பக்கக் கதவில் அவர் மனைவியும் இறங்கினர். மனைவியும் வருவார் என்று முருகேசு எதிர்பார்க்கவில்லை.

'சார் வாங்க' என்று கும்பிட்டுக்கொண்டு தெருவுக்கே போனார். அவர் உடல் சற்றே கூனியது போலத் தெரிந்தது.

‘எப்படிய்யா இருக்கற?’ என்று விசாரித்துக்கொண்டே முருகேசுவைப் பின் தொடர்ந்து மதியரசு சார் உள்ளே நுழைந்தார்.

சற்றே ஒதுங்கி அவர் மனைவியைப் பார்த்து ‘உள்ள வாங்கம்மா’ என்று சொல்லி இரும்புக்கதவைச் சாத்தினார். மதியரசு சார் முடிக்குச் சாயம் பூசித் தினச்சவரம் செய்து இன்னும் இளமையாகத் தெரிந்தார். பணியில் இருந்த போதான பழக்கம் அப்படியே தொடர்கிறது போல. அவரை விடவும் வயது கூடியவராய் மனைவியின் தோற்றம் இருந்தது.

அதற்குள் வசந்தி வரவேற்று வீட்டுக்குள்ளேயே அழைத்துப் போய்விட்டார். சொம்புத் தண்ணீர் வந்தது. வாங்கி ஒவ்வொரு மிடறு பருகிவிட்டு ‘வேற எதும் வேண்டாம்’ என்று கையை ஆட்டியபடி மதியரசு சார் சொன்னார்.

‘சாரு காப்பிதான் குடிப்பாரு. கொஞ்சம் போட்டெடுத்தா’ என்றார் முருகேசு.

‘இன்னம் நெனப்பிருக்குது’ என்று சத்தமாகச் சிரித்தார் மதியரசு சார்.

முருகேசு அடக்கப் புன்னகையோடு நின்றார்.

‘இல்ல இல்ல, அதெல்லாம் எதும் வேண்டாம். ஒருநாளைக்கி எத்தன காப்பி குடிக்கறது? வயசாகுதில்ல’ என்று சொன்ன அவர் மனைவி எழுந்து நின்றார். உடனே மதியரசு சாரும் எழுந்து பையிலிருந்து பத்திரிகையை எடுத்து நீட்டினார். இருவரும் எதிரில் வந்து நின்று வாங்கிக்கொண்டனர்.

‘பிள்ளைக்குக் கல்யாணம். கார்த்திகை மாசம் இருபதாந் தேதி. டிசம்பர் அஞ்சு. குடும்பத்தோட வந்திரணும்’ என்று மதியரசு சாரின் மனைவி சொன்னார்.

‘சார் வீட்டுக் கல்யாணத்துக்கு வராத இருப்பமா? வந்திர்றம்’ என்று முகமெல்லாம் சிரிக்க முருகேசு சொன்னார்.

‘காப்பி குடிக்காட்டிப் போவுது. டிபன் சாப்படற நேரமாச்சுல்ல. ரண்டு தோசை சாப்பிட்டுட்டுப் போங்க. சட்னி எல்லாம் ரெடியாத்தான் இருக்குது. தோச ஊத்துனாப் போதும்’ என்று வசந்தி மிகுந்த உபசரிப்போடு சொன்னார். மனைவி அப்படிச் சொன்னதில் முருகேசுக்கு மகிழ்ச்சி.

‘பத்திரிக குடுக்கப் போற எடத்துல எங்கனாச்சும் சாப்பிடுவீங்கல்ல. எவ்வளவு நேரமாகுது? ரண்டு தோச சாப்பிடலாமே’ என்று முருகேசும் உபசாரத்தைத் தொடர்ந்தார்.

சாப்பிட இன்னும் நேரமாகும் என்று சொல்லி விடைபெற்று வெளியே வந்தார்கள். பின்னால் நடந்த முருகேசு சட்டென்று பக்கவாட்டில் ஓடிக் கதவைத் திறக்கப் போனார். அப்போது வீட்டுக்குப் பின்னாலிருந்து சங்கிலி இழுபடக் குரைத்துக் கொண்டே நாய் ஓடி வந்தது. புதியவர்களைப் பார்த்ததும் வேகமாகக் குரைத்தது. எங்கே பாய்ந்துவிடுமோ என்று பயந்து இருவரும் பார்த்தார்கள். அவர்கள் பயத்தை உணர்ந்து 'சும்மா ஒலைக்கறதுதான்' என்று சொல்லியபடி அதன் குரைப்பினூடே 'டேய் சும்மா இருடா' என்று அதட்டினார் வசந்தி.

'வெள்ள நாயி... அம்சமா இருக்குது. பிள்ள கல்யாணம் முடிஞ்சப்பறம் இதுமாதிரிதான் ஒன்னு வாங்கோணும்' என்று சொன்ன மதியரசு சாரின் மனைவி நாயை ஆசையோடு பார்த்தார்.

சங்கிலியைக் கையில் பற்றியதும் குரைப்பொலி அடங்கிற்று. 'சமத்துப் பையன்' என்று கையைத் தூரத்திலிருந்தே நெட்டி முறித்துக் கொஞ்சினார் மதியரசு சாரின் மனைவி.

'எங்க பையந்தான் வாங்கியாந்தான். அப்பவே 1500' என்று பெருமையோடு வசந்தி சொன்னார்.

'இப்பெல்லாம் மூவாயிரம் இருக்குமா?'

'இருக்கும். இங்கயே கெடைக்குது. சொல்லி வெக்கோணும்.'

அருகில் வந்த மதியரசு சாரின் மனைவி 'டேய்... உம் பேரு என்ன?' என்று நாயைப் பார்த்துக் கேட்டார். அது 'லொள்' என்று ஒற்றைக் குரைப்பொலியைப் பதிலாகக் கொடுத்தது.

'அவன் பேரு மதி. அதத்தான் அப்பிடிச் சொல்றான்' என்றார் வசந்தி.

'என்ன பேரு?'

'மதி.'

'ஏங்க... இந்த நாய் பேரு மதியாமாங்க' என்று சொல்லிக் கொண்டே கதவை நோக்கிப் போனார் மதியரசு சாரின் மனைவி.

இரும்புக் கதவை நன்றாகத் திறந்தார் முருகேசு.

●

உயிர்மை, நவம்பர் 2024.

பீம் + சுட்கி

கோடை விடுமுறையில் அம்மாயி வீட்டுக்கு மலரும் குமாரும் போயிருந்தபோது க்ளூஸ் பூனை மூன்று குட்டிகள் போட்டிருந்தது. அருகில் நெருங்கிப் பார்க்க முடியவில்லை. எப்போதும் இருக்கும் க்ளூஸ் அல்ல. இப்போது தாய்ப்பூனை. கண்களை மலர் மேல் பதித்துக் கொடூரமாகச் சீறித் தடுத்தது. அவள் ஆசையாய் பார்ப்பது தெரிந்ததும் குட்டிகளை விட்டு நகராமல் இருந்த க்ளூஸ் இரவே வேறொரு இடத்திற்கு மாற்றிவிட்டது.

'குட்டிங்க தானா வெளிய வர்றதுக்குள்ளப் பத்தெடம் மாத்தீரும் இந்தப் பூன. இங்கதான் எங்காச்சும் வெச்சிருக்கும்' என்றார் அம்மாயி.

ஒளித்து வைத்திருக்கும் இடத்தைக் கண்டு பிடிப்பதில் ஆர்வமாகி இருவரும் க்ளூஸையே கண்காணித்துக்கொண்டிருந்தனர். குட்டிகளையே மறந்தது போல இயல்பாக இருந்த க்ளூஸ் அம்மாயி போட்ட தயிர்ச்சோற்றை வயிறு முட்டத் தின்றது. உடலை விரித்து வாசல் படியோரம் படுத்துக் கிடந்தது. விளையாட்டுப் போக்கில் அவர்கள் கவனம் பிசகியபோது அதைக் காணவில்லை. வீட்டைச் சுற்றிலும் கட்டுத்தரைப் பக்கமும் சுற்றி வந்தும் கண்ணுக்குப் படவில்லை.

'கடலக்கொடிப் போருக்கு அடியில வெச்சிருக்குது கண்ணுகளா' என்றார் அந்தப் பக்கமிருந்து வந்த அப்புச்சி.

கடலைக்கொடிப் போர் தரையில் அழுந்துவது போல நின்றிருந்தது. கிட்டத்தட்டப் படுத்துப் பார்த்தும் ஒன்றும் தெரியவில்லை.

'உள்ளதான் க்ளூசு போச்சு. அங்கதான் வெச்சிருக்கும். இன்னம் நாலு நாள்ல குட்டீவ வெளிய வந்திரும். பாத்துக்கலாம்' என்று உறுதிப்படுத்தினார் அப்புச்சி.

அவர் சொன்னது போலவே குட்டிகள் வெளியே வரத் தொடங்கிய போது அங்கங்கே வெண்ணிறத்துடன் செந்நிற வரி படர்ந்த ஒருகுட்டி அவர்களை ஈர்த்தது. க்ளூஸ் சாம்பல் நிறம். மற்ற இரண்டு குட்டிகளும் அதே நிறம். செங்குட்டி மீதே கண்கள் இருந்தன.

'புலிக்குட்டி மாதிரியே இருக்குதில்லடா' என்றாள் மலர்.

'போடி. இதுதான் புலிக்குட்டியா? சாவி குடுத்த பொம்ம நடந்து வர்ற மாதிரியே இருக்குது' என்றான் குமார்.

'அதென்ன கண்ணு அக்காவப் போடிவாடின்னு கூப்படறது. அக்கான்னு வாய் நெறயாக் கூப்புடு' என்றார் அம்மாயி. எத்தனை முறை இதைச் சொன்னாலும் அம்மாயிக்குச் சலிப்பதில்லை.

'அவ மட்டும் டா போட்டுக் கூப்படறாளே' என்று கோபித்தான் குமார்.

'அவ அக்கா. அப்பிடிக் கூப்பிடலாம்.'

அம்மாயி சொல்லும் தர்க்கம் சரியில்லை என்று அவனுக்குப் பட்டது.

'அவ என்னயத் தம்பீன்னு கூப்புட்டா நானும் அக்கான்னு கூப்படறன்' என்றான்.

'செரி, உடுடா. அம்மாயி அப்பிடித்தான் சொல்லும். இந்தப் புலிக்குட்டியப் பாரு' என்றாள் மலர்.

'உனக்குத்தான் புலிக்குட்டி. எனக்கெல்லாம் பூனக்குட்டி தான்' என்று உதட்டைப் பிதுக்கிக்கொண்டே சொன்னான் குமார்.

'பூனையும் புலியும் ஒரே எனந்தான். ஒருகாலத்துல பூனக்கித்தான் எல்லாம் தெரியுமாம். புலிக்கு ஒன்னுமே தெரியாதாம்' என்றார் அம்மாயி.

'நெசமா அம்மாயி?' என்று நம்பிக்கை இல்லாமல் கேட்டான் குமார்.

‘ஆமா. அப்பிடி ஒரு கத இருக்குது’ என்று அம்மாயி சொன்னதும் ‘என்ன கத? அதச் சொல்லு’ என்று இருவரும் ஒருசேரக் கேட்டார்கள்.

‘துளியூண்டு கததான். பூன சின்ன உருவமா இருந்தாலும் அதுக்கு எல்லாமே தெரியுமாம். ஒன்னுமே தெரியாத புலி சாப்பாட்டுக்கே கஷ்டப்பட்டுதாம். தானாச் செத்து அழுகிக் கெடக்கற மிருகங்களத் தின்னு காலத்த ஓட்டிக்கிட்டு இருந்துச்சாம். எத்தன நாளுத்தான் இப்பிடி வாழ்றதுன்னு கவலப்பட்ட புலி, ஒருநாளு பூனகிட்ட வந்து ‘நானும் நீயும் ஒரே எனந்தான? சாப்பாட்டுக்கே இப்பிடிக் கஷ்டப்பட்டு அலயறனே. எனக்கு வேட்டயாடச் சொல்லிக் குடே’ன்னு கெஞ்சிக் கேட்டுதாம். செரி, இதும் நம்ம எனந்தானன்னு பூன ஒவ்வொன்னாச் சொல்லிக் குடுத்துச்சாம். பதுங்கறது, பாயறது, ஓடறது, நீந்தறது, நகத்தை எப்பிடி நீட்டறது, பல்லுல எப்பிடிக் கடிக்கறது, எதஎத எப்பிடி வேட்டையாடறதுன்னு எல்லாத்தயும் சொல்லிக் குடுத்திருச்சாம்.’

குமாரால் அதை ஒத்துக்கொள்ள முடியவில்லை.

‘புலி வந்து பூனகிட்டக் கெஞ்சுச்சா?’ என்றான்.

‘கததானடா. குறுக்க பேசாத கேளு’ என்றாள் மலர்.

‘எல்லாத்தயும் கத்துக்கிட்ட புலி தானே வேட்டையாடி வவுறு ரொம்பத் தின்னுச்சாம். சீரணமாயி வவுறு எளகுற வரைக்கும் ரண்டு நாளு மூனு நாளு தூங்கிக்கிட்டே கெடந்துச்சாம். எல்லாம் கெடச்சுட்டப்பறம் மனசு சும்மா இருக்குமா? மனசு அடங்காது. எந்திரிச்சு நின்னுக்கிட்டுப் பேயாட்டம் ஆட ஆரம்பிச்சிரும். இந்தப் பூன என்ன கையவலம் இருக்குது. அது நம்புளுக்குச் சமமா? இதுதான் குருவா? முன்னங் கால்ல ஒரு எத்து எத்துனா புழக்கயப் போட்டுருமேன்னு நெனப்பு ஓடுச்சாம். தனக்கு எல்லாம் தெரியும், தனக்குக் கீழதான் இன்னமே பூன இருக்கோணுமின்னு நெனச்சுச்சாம். அப்பிடிப் புலிக்குத் தலக்கனம் வந்திருச்சாம். ஒரு அடிக்குத் தாங்குமா பூன? இன்னைக்கிப் பாத்தரலாம்னு உறுமிக்கிட்டுப் பூனயப் புடிக்கப் பாஞ்சு வந்துச்சாம். ஒடனே சொதாரிச்சுக்கிட்டுப் பக்கத்துல இருந்த மரத்து மேல ஒரே தாவுல ஏறிக்கிடுச்சாம் பூன. உன்னோட புத்தி எனக்குத் தெரியும், அதான் மரமேற மட்டும் உனக்குச் சொல்லித் தர்லன்னு பூன சொல்லிச் சிரிச்சுச்சாம். இன்னக்கி வரைக்கும் புலிக்கு மரமேறத் தெரியாது பாத்துக்க’ என்று கதையை முடித்தார் அம்மாயி.

‘மரமேறத் தெரிஞ்ச புலியெல்லாம் இருக்குது அம்மாயி’ என்றான் குமார்.

'அதென்னமோ கத இப்பிடித்தான் சொல்லுது' என்று முடித்துக்கொண்டார் அம்மாயி.

'நம்மூருப் புலிக்கு மரமேறத் தெரியாதுடா. செரி, இந்தப் புலிக்குட்டிய நாம கொண்டுக்கிட்டுப் போயி வளக்கலாமா?'

செங்குட்டியை மலருக்கு ரொம்பவும் பிடித்துவிட்டது. தன் சொப்புவாயைத் திறந்து கத்தும் சத்தத்தை அதன் வாயருகே காதை வைத்துக் கேட்டாள். முகம் காட்டாத பறவை ஒன்றின் குரல் போலத் தலைக்குள் ஏறி உடல் சிலிர்த்தது. வாரி அணைத்து வீட்டுக்குக் கொண்டு போய்விட வேண்டும் என்று கைகள் பரபரத்தன.

'வீட்ல பீம் இருக்கறான். அம்மா பூன வேண்டான்னுதான் சொல்லும்' என்றான் குமார். அவன் முகம் கடுகடுவென்று மாறிவிட்டது.

'பீம் இருந்தா என்னடா? இதும் இருக்கட்டும்' என்றாள் ஆர்வத்துடன்.

'நாய்க்கும் பூனைக்கும் பொதுவா ஆவாது. பழகக் கொஞ்சம் நாளாவும். அதுவரைக்கும் பத்தரமாப் பாத்துக்கோணும்' என்றார் அம்மாயி.

'அதெல்லாம் பாத்துக்கலாம் அம்மாயி' என்றாள் மலர்.

வீட்டில் செங்குட்டி ஓடும் காட்சி அவள் மனதில் விரிந்து கொண்டேயிருந்தது. அவள் பிடிவாதம் அவனுக்கும் தெரியும். அம்மாவிடம் சொல்லி மறுத்தாலும் அப்பாவிடம் அடம் பிடித்துச் சம்மதம் வாங்கிவிடுவாள். அதற்கு இப்போதே ஒத்துக் கொள்ளலாம் என்று தோன்றியது.

'என்ன பேரு வெப்ப?' என்றான் குமார்.

அவன் ஒத்துக்கொண்டான் என்றதும் செங்குட்டியைக் கைகளில் அள்ளி நெஞ்சோடு சேர்த்துக்கொண்டாள். பெயர் வைக்கும் உரிமையை அவனுக்குக் கொடுத்துவிட நினைத்துச் சொன்னாள்.

'நீயே ஒரு பேரு சொல்லு.'

சோட்டா பீம் தொடரில் ஈர்ப்பாகித்தான் நாய்க்கு 'பீம்' என்று பெயர் வைத்தான். இதற்கு என்ன பெயர் வைக்கலாம் என்று கொஞ்ச நேரம் யோசித்தான்.

'இதுக்கு சுட்கின்னு வெச்சரலாம். அது பீம். இது சுட்கி.'

‘செரி. பீமுக்குச் சக்தி வேணும்னா சுட்கி இருக்கோணும். இது சுட்கியாவே இருக்கட்டும்’ என்று உடனே அவள் ஒத்துக் கொண்டாள். அப்படி ஒரு கோணத்தை அவன் யோசிக்க வில்லை. அவள் சொல்வதைப் பார்த்தால் பீமை விடவும் சுட்கி பெரியவள் என்றாகிறது. பீமை விட இந்தக் குட்டிப்பூனை பெரியதா? அந்தப் பெயரை ஏன் சொன்னோம் என்றிருந்தது.

‘இது கடுவனா இருந்தா என்ன செய்யறது?’ என்றான்.

சுட்கியைக் கொண்டுபோய் அம்மாயிடம் காட்டினாள். அதன் வாலைத் தூக்கிப் பரிசோதித்த அம்மாயி ‘பொட்டக் குட்டி யாட்டந்தான் தெரீது’ என்றார். அப்புச்சியாலும் உறுதி யாகச் சொல்ல முடியவில்லை.

‘இன்னங் கொஞ்சம் பெருசானாத்தான் கண்டுபுடிக்க முடியும். மல்லும் போது பாத்தாத் தெரியும். கடுவனா இருந்தா அடியில இருந்து மல்லும். பொட்டையா இருந்தா வாலுக்கடியில இருந்து மல்லும்’ என்றார் அவர்.

எல்லோரும் பார்க்கப் பூனை மல்லாது; ஆய் போகாது. தனியிடம் தேடிப் போய் மண்ணைப் பறித்து இருந்துவிட்டு பிறகு மண் தள்ளி மூடிவிட்டுத்தான் வரும். இந்தக் குட்டியும் அப்படி ரொம்பத் தூரம் போகுமா? குட்டியைப் பின்தொடர்ந்து கொண்டேயிருந்தால் கண்டுபிடிக்கலாம். அதுவரைக்கும் பொறுக்க முடியாது.

‘கடுவனா இருந்தாலுஞ் செரி, பொட்டையா இருந்தாலுஞ் செரி, சுட்கினே கூப்படலாம்’ என்று பெயரை உறுதிப்படுத்தினாள் மலர். தான் வைத்த பெயரைத் தானே திரும்பப் பெற முடியாமல் குமார் தடுமாறினான். ஒருவழியாக ஏற்றுக்கொள்ள முடிவு செய்தான். ‘என்னன்னாலும் சுட்கி அல்லக்கை தானெ? பீம்தான் எல்லாம்’ என்று மனதிற்குள் நினைத்துக்கொண்டான்.

மேலும் ஒருவாரம் அம்மாயி வீட்டில் இருந்தார்கள். ‘சுட்கி சுட்கி’ என்றும் ‘நீ புலிக்குட்டியாடி சுட்கி’ என்றும் சொல்லிப் பூனைக்குட்டியைக் கொஞ்சித் திரிந்தாள் மலர். அவளைப் பொருத்தவரை சுட்கி பெண்தான். அவனுக்கு அத்தனை ஈடுபாடு வரவில்லை. அவள் ‘புலிக்குட்டி’ என்று கொஞ்சும் போதெல்லாம் ‘புழுக்கைக்குட்டி’ என்று முணுமுணுத்தவன் பிறகு அதைச் சத்தமாகவே சொன்னான். ‘போடா… இது புலிக்குட்டிதான். நகத்த நீட்டி உன்னயக் கீறறப்ப ஒத்துக்குவ’ என்றாள்.

‘ஆமா. பூனகிட்டப் பாத்து இருந்துக்கோணும். பயந்தாங் கொள்ளி சீவன். சின்னச் சத்தம் கேட்டாலும் பொதருக் குள்ளயோ ஊட்டுக்குள்ளயோ ஓடிப் பூந்துக்கும். அப்பக் கைல புடிச்சம்னா நகத்த நீட்டி ரத்தம் வர்றம் மாதிரி அழுந்தப் பெராண்டிரும். வளக்கறவங்கன்னு நாய்க்கு நெனப்பிருக்கும். அறியாத நகமோ பல்லோ பட்டுட்டாத்தான். பூன அப்படியில்ல. அதுக்குப் பயம் வந்திருச்சின்னா நம்மள ஆருன்னெல்லாம் பாக்காது’ என்றார் அம்மாயி.

‘அம்மாயி சொல்றதக் கேட்டயாடி? இந்தப் பயந்தாங் கொள்ளிப் பூனயத்தான் புலிக்குட்டின்னு கொஞ்சற’ என்று அவன் கேலி செய்தான்.

‘நெறத்தப் பாத்தாப் புலிக்குட்டி. கண்ணப் பாத்தாப் புலிக் குட்டி. பல்லப் பாத்தாப் புலிக்குட்டி. பயத்த ஏன் பாக்கோணும்? வேட்ட புடிக்கறதுல புலிக்குட்டி. எம்புலிக்குட்டியே தான்டா இது’ என்று விட்டுக் கொடுக்காமல் கொஞ்சலைத் தொடர்ந்தாள். அவள் அப்படிக் கொஞ்சியது அழகாயிருந்தது. அம்மாயி பேசுவது போலவே தோன்றியது. ‘ஆமாமா புலிக்குட்டியேதான்’ என்று மகிழ்ந்து சிரித்தான்.

இந்தப் புழுக்கைக்குட்டி வீட்டுக்கு வருவது உறுதியாகி விட்டது. அம்மாவிடமும் சொல்லிவிட்டாள். இனி ஒன்றும் செய்ய முடியாது. பீமுக்குப் போட்டியாகிவிடுமோ இந்தப் புழுக்கைக் குட்டி என்றுதான் குமாரின் மனதில் ஓடிக் கொண்டேயிருந்தது. வீட்டுக்கு பீம் வந்து கிட்டத்தட்ட ஒருவருசம் ஆகப் போகிறது. பூங்குட்டியாகத்தான் வாங்கி வந்தார்கள். இப்போது முழங்கால் உயரம் வளர்ந்துவிட்டான். அவனும் செம்மி நிறம்தான். சுட்கியும் செந்நிறம். நிறப்பொருத்தம் அமைந்திருக்கிறது. இரண்டுக்கும் குணப்பொருத்தமும் சேர்ந்து விட்டால் நல்லது.

அவளுக்கும் சில யோசனைகள் இருந்தன. சுட்கியைப் பீம் ஏற்கும் வரை பத்திரமாக வைத்துப் பராமரிக்க வேண்டும். கிளி வளர்ப்பதற்காக அப்புச்சி எப்போதோ வாங்கி வைத்திருந்த கம்பிக்கூண்டு தொண்டுப்பட்டியில் சும்மாதான் கிடந்தது. கொஞ்ச நாள் சுட்கியை அந்தக் கூண்டுக்குள் விட்டுவிடலாம் என்று நினைத்தாள். பேத்தி கேட்டதும் அப்புச்சி சந்தோசத்தோடு அந்தக் கூண்டை எடுத்துத் துருப் போக உப்புக் காகிதத்தில் தேய்த்து எடுத்தார். தைப்பொங்கலின்போது மாட்டுக் கொம்புக்கு அடித்து மிச்சமிருந்த நீலப் பெயிண்டைக் கூண்டுக்கு அடித்தார். தாழ் கொக்கியைச் சரிசெய்து கொடுத்தார்.

கூண்டுக்குள் சுட்கியை விட்டதும் இடைவிடாமல் கத்தினாள். தாய்ப்பூனை வந்து காலைத் தூக்கிக் கூண்டின் மேல் அடித்து வெளியே கொண்டு வர முயன்றது. பால் குடித்த பிறகு கூண்டுக்குள் விட்டால் சத்தம் போடாமல் தூங்கும் என்று அம்மாயி சொன்னார். அது ஓரளவு பலித்தது. வீட்டுக்குப் போன பிறகு கத்தினாலும் கூண்டைத் திறக்கக் கூடாது. கொஞ்ச நாள் பீமுக்கும் பழக வேண்டும். சுட்கிக்கும் பழக வேண்டும். சிறிய இதழ்கள் விரித்துப் பொலிவு காட்டும் டேபிள் ரோஸ் ஒன்றைப் போலச் சுட்கியை எடுத்து நெஞ்சோடு சேர்த்துக்கொள்ளும் போது ஏதேதோ யோசனைகள் ஓடின. 'உன்னய நல்லா வளப்பன்' என்று சுட்கியின் காதுக்குள் சொன்னாள். சுடர் போல நேர் நிற்கும் அவள் காது மடல்களை உதடுகளால் வருடிக் கொடுத்தாள். உடல் சிலிர்த்துக் கீழிறங்கி ஓடத் துள்ளினாள் சுட்கி. 'மூச்சுக்காத்துப் பட்டாக் கூட வலிக்குதாடி கண்ணு' என்று கொஞ்சினாள்.

சுட்கியை வீட்டுக்குக் கொண்டு போவதற்குக் குமார் ஒத்துக் கொண்டாலும் அவனுக்குள் ஒருவிலகல் வந்துவிட்டதை உணர்ந்தாள். எல்லாவற்றையும் குட்டிச்சுட்கியின் இருப்பு சரியாக்கிவிடும் என்று நம்பினாள். அப்புச்சியின் டிவிஎஸ் 50 வண்டியில் ஊருக்குக் கிளம்பினார்கள். கூண்டுக்குள் சுட்கியை விட்டு அம்மாயி யோசனைப்படி ஒரு வெள்ளைத் துணியால் மூடி மேலே கயிற்றால் பிணைத்திருந்த கைப்பிடியைப் பற்றித் தூக்கிக் கொண்டாள். இருவரையும் அப்புச்சியே கொண்டுவந்து விடுவதாகத் திட்டம். கூண்டை டிவிஎஸ் 50இன் முன்பக்கம் வைத்துக்கொள்ளலாம் என்றார் அப்புச்சி. அவளுக்கு ஏனோ அது பிடிக்கவில்லை. கையிலேயே இருக்கட்டும் என்று பிடிவாத மாகச் சொன்னாள்.

குமார் வண்டியோட்டக் கூண்டைக் கையில் பிடித்தபடி பின்னால் உட்கார்ந்துகொண்டாள். மறுநாள் வந்து வண்டியை எடுத்துக்கொள்வதாகச் சொன்ன அப்புச்சி, டவுனுக்குள் போகாமல் குறுக்கு வழியாக வீட்டுக்குப் போக வழி சொன்னார். அதெல்லாம் தெரியும் என்று தலையாட்டிக்கொண்டு வண்டியை வேகமாக விட்டான் குமார். அவ்வண்டியின் அதிக பட்ச வேகத்தில் அவன் ஓட்ட முயன்றான். சுட்கிக் கூண்டைக் கெட்டியாகப் பற்றிக் கொண்டு காற்றுக்கு முகத்தைக் காட்டினாள் மலர்.

சுட்கி வீட்டுக்குள் வந்ததும் பீமின் காதுகள் விறைத்துக் கொண்டன. வேட்டை நாயினத்திற்கே உரிய மோப்பசக்தி கொண்டவன். கண்களை விரித்துக் கூண்டைப் பார்த்தான். வெளியில் இருந்து வீட்டுக்குள் நுழைந்தால் ஓடி வந்து மேலே

தொத்துக்கால் போட்டு ஏறுவான். இப்போது ஒருநிமிடம் அப்படியே உட்கார்ந்திருந்தவன் சட்டெனப் பாய்ந்து குரைத்துக் கொண்டு ஓடி வந்து கூண்டை மோந்து பார்த்தான்.

'ஒனக்குத் தொணையிடா. நல்லாப் பாத்துக்க' என்று குமார் சொன்னது மலருக்கு ஆறுதலாக இருந்தது.

'அடே... செம்பூன. இப்பிடிக் குட்டி கெடைக்கறது அபூர்வம்' என்று ஆசையாக வந்தாள் சம்பூரணம்.

'இதொன்னுதாம்மா இந்த நெறம். மத்த ரண்டும் தாய் மாதிரியே சாம்பல்' என்றாள் மலர்.

'மேலெல்லாம் சடசடயாப் புளியம்பழம் தொங்கறாப்பல இருக்குது' என்று சிரித்துக் கூண்டைத் திறக்கச் சம்பூரணம் முயன்றாள்.

'வேண்டாம்மா.'

மலர் தடுத்தாள்.

'பீமுக்குப் பழகட்டும்' என்றான் குமார்.

'புதுவிருந்தாளியா?' என்று கேட்டுக்கொண்டு உள்ளே நுழைந்த மகேந்திரன் பையை சோபாவில் போட்டுவிட்டுக் கூண்டுக்கு அருகே வந்து அமர்ந்தான்.

'விருந்தாளி இல்லப்பா. நம்ம வீட்டு மெம்பர்' என்றாள் மலர்.

'கொஞ்ச நாளுக்கு விருந்தாளி மாதிரிதான் கவனிச்சுக்க ணும். அப்பறம் மெம்பர் ஆயிருவாரு' என்று சிரித்தான் மகேந்திரன்.

'இதோட நிக்கட்டும். ஒருநாயி ஒருபூன போதும். உங்களுக்கு வேல செய்யறதில்லாத இதுவளுக்கும் என்னால வேல செய்ய முடியாது' என்று கோபமாகச் சொல்வது போல முகத்தை வைத்துக்கொண்டு சம்பூரணம் சொன்னாள். அவர் குரலில் சலிப்பில்லை என்றாலும் எச்சரிக்கை இருப்பதாகத் தோன்றியது.

'இந்த ஒருவருசந்தான். ப்ளஸ் ஒன் போனதும் பிள்ள ஆஸ்டலுக்குப் போயிருவா. இவனுக்கு இன்னம் மூனு வருசம். பத்து முடிச்சொடன இவனயும் ஆஸ்டல்லதான் போடோணும். அப்பறம் என்ன, ஒனக்கு இதுவ ரண்டுந்தான் தொண' என்றான் மகேந்திரன்.

'நானெல்லாம் ஆஸ்டலுக்குப் போவ மாட்டன்' என்றான் குமார். அவன் முகத்தில் தீவிரம் தெரிந்தது.

‘இப்ப இப்பிடித்தான் சொல்லுவ. போனதுக்கு அப்பறம் வீட்டுக்கே வர மாட்ட. எத்தன பசங்களப் பாத்திருக்கறன் நானு’ என்று அவன் தீவிரத்தைக் குறைப்பது போல மகேந்திரன் சொன்னான்.

‘நான் போவ மாட்டன்.’

கத்துவது போலச் சொல்லி அம்மாவைக் கட்டிக் கொண்டான் குமார்.

‘எத்தன நாளைக்கு அம்மா பையன இருக்கப் போறயின்னு பாக்கறன்’ என்றபடி உடை மாற்ற அறைக்குள் போனான் மகேந்திரன்.

‘பீமப் பிரிஞ்சு என்னால இருக்க முடியாதும்மா’ என்று அழுவது போலக் குமார் சொன்னான்.

‘நீ வீட்டிலருந்தே ஸ்கூலுக்குப் போ. காலேஜ்கூட பக்கத்துலயே சேந்துக்க.’

கேலி என்று தெரியாத மாதிரி சம்பூரணம் சொன்னாள். மலர் சிரித்தாள்.

‘செரி செரி. விருந்தாளிக்கு என்ன குடுத்தீங்க.’

மகேந்திரன் குரல் உள்ளிருந்து வந்து எல்லோரையும் திசை மாற்றிற்று.

காலையில் பீமை வெளியில் கூட்டிச் செல்வது குமாரின் வேலை. பீமை வாங்கி வந்த போதே ‘நீதான் காலையில வாக்கிங் கூட்டிக்கிட்டுப் போவணும்’ என்று நிபந்தனை விதித்தான் மகேந்திரன். குமாரைப் பள்ளிக்குக் கிளப்புவதே கடினம். கத்தி, அடித்து, உலுக்கி என்னென்னவோ செய்துதான் எழுப்ப வேண்டும். நாய்க்குட்டி வாங்கலாம் என்று முடிவு செய்தபோது மகேந்திரனின் மண்டையில் இந்த யோசனை உதித்தது. தன் நிபந்தனையைக் கடுமையாக அமலாக்கவும் செய்தான். பீம் வீட்டுக்கு வந்தபோதே துள்ளிக் குதித்து ஓடும் தரத்தில் இருந்தான். கழுத்தில் சங்கிலி பிணைக்க முடிந்தது.

அலாரம் வைத்து ஆசையாய்ச் சிலநாள் வெளியில் கூட்டிச் சென்று உலாத்தி, ஆய் இருக்க வைத்துக் கூட்டி வந்த குமார் பிறகு சலித்துத் தூக்கத்தைத் தொடர்ந்தான். மகேந்திரன் விடவில்லை. குமார் எழாத நாளொன்றில் தன் அலுவலக நண்பன் ஒருவன் கேட்கிறான் என்றும் அவனுக்குக் கொடுப்பதாகவும் சொல்லிப் பீமை ஒயர்கூடையில் வைத்துத்

தூக்கிக்கொண்டு கிளம்பினான். 'இனிமேல் இப்படி ஆகாது' என்று குமார் அழுது அரற்றித் தடுத்தான். அதிகாலையில் எழுதுவது அதன்பின் அவனுக்கு வழக்கமாயிற்று.

பீம் நடைக்குச் செல்லும் காலை நேரத்தில் சுட்கியைக் கூண்டிலிருந்து வெளியே விட்டார்கள். பின்பக்கம் ஓடிப் போய் மண்ணைப் பறித்து ஆய் இருந்துவிட்டுத் தன் பிஞ்சுக் கால்களால் மண்ணை இழுத்து மூடினாள். அவள் கால்களைக் கழுவி வீட்டுக்குள் கொண்டு வருவது மலரின் வேலை. சுட்கிக்காகவே அவ்வப்போது பீமைக் கட்டி வைத்துவிட்டுச் சுட்கியை உலாத்த விட்டார்கள். உடலை விறைப்பாக்கிக் கொண்டு சுட்கியையே பார்த்துக்கொண்டு பீம் நின்றான். அவனை அதிகம் கட்டி வைக்க வேண்டாம் என்று குமார் சண்டை போட்டான். அப்படி இருவருக்கும் சின்னச் சின்னச் சண்டை வந்தது.

நடை முடிந்து பீமோடு உள்ளே நுழையும்போதே 'புழுக்கயக் கூண்டுக்குள்ள உடு' என்று கத்துவான் குமார். நடையின்போது எங்காவது சிறுசத்தம் கேட்டால் அங்கே திரும்பிச் சங்கிலியை இழுத்துக்கொண்டு போவான். அவனை மீட்பதற்குப் பெருஞ்சக்தி வேண்டும். சிலசமயம் உடலை வளைத்துச் சங்கிலியைக் குஞ்சி இழுக்க வேண்டியிருக்கும். வேர்வை கொட்டக் கொட்டத்தான் குமார் திரும்புவான். சுட்கி வந்த பிறகு வீட்டுக்குச் சில அடிகள் இருக்கும்போதே குரல் கொடுக்கத் தொடங்கிவிடுவான். 'புழுக்கயக் கூண்டுக்குள்ள உடு' என்பதுதான் அவன் வசனம். புழுக்கை என்று சொல்ல வேண்டாம் என்றாலும் கேட்பதில்லை. அப்படிச் சொல்லி அக்காவைச் சீண்டுவதில் ஆனந்தம்.

அன்று அவன் பீமோடு வரும்போது கழிப்பறையில் இருந்தாள் மலர். சமையல் அறையில் அம்மியில் எதையோ நசுக்கிக்கொண்டிருந்தாள் சம்பூரணம். மாடியில் உலாத்தியபடி செல்பேசியில் மகேந்திரன் பேசிக்கொண்டிருந்தான். 'புழுக்கயக் கூண்டுக்குள்ள உடு' என்னும் கத்தலுக்குப் பதில் இல்லை. மலருக்குக் கேட்டாலும் சட்டென்று வெளியே வர முடியவில்லை. அவசர அவசரமாகக் கதவைத் திறந்துகொண்டு வாசலுக்கு ஓடி வந்தாள். அதற்குள் இரண்டு மூன்று முறை அவன் கத்திவிட்டான். முற்றத்தில் நின்றுகொண்டிருந்தாள் சுட்கி. அவளைப் பார்த்துக் குரைத்தபடி சங்கிலியை இழுத்தான் பீம். அவனை அமைதிப்படுத்திக் கட்டுவதற்குக் குமார் முயன்றுகொண்டிருந்தான். பீமைப் பார்த்துப் பார்த்துப் பழகிவிட்டதால் சுட்கிக்குப் பயம் போய்விட்டது போலும்.

சுட்கியைத் தூக்கி நெஞ்சோடு வைத்துக்கொண்டு 'இந்தக் கருவாயனுக்குச் சும்மா இருக்க முடியலியா?' என்று கோபத்தோடு கத்தினாள் மலர்.

பீமுக்கு உடலெல்லாம் செம்மி நிறம் என்றாலும் வாய்ப்பகுதியில் மட்டும் மினுமினுக்கும் மையைப் பூசிவிட்டது போல அடர்கருமை. அதைக் குறித்துத்தான் அவள் திட்டினாள். பீமைக் கட்டிவிட்டு வீட்டுக்குள் வந்த குமார் நேரடியாக அம்மாவிடம் போய் 'என்னயக் கருவாயன்னு சொல்றாம்மா' என்று சம்பூரணத்திடம் புகார் சொன்னான்.

'உன்னய ஆருடா சொன்னா? அந்த பீமத்தான் கருவாயன்னு சொன்னன். அவனுக்கு வாயி கருப்புத்தான?' என்றாள் மலர்.

'அவனக்கூடக் கருவாயன்னு சொல்லக் கூடாது.'

'சுட்கிய நீ புழுக்கையின்னு சொல்லாத இரு. நானுஞ் சொல்லுல.'

'இது புழுக்கயில்லாத புலியா?'

'நீயும் செரி, அவனுஞ் செரி கருவாயனுங்க தானடா.'

'போதும் போதும். ஆரும் ஆரையும் எதுவும் சொல்ல வேண்டாம். அவுங்கவுங்க பேரச் சொல்லிக் கூப்புடுங்க போதும். காலங்காத்தால எம்வேலய உட்டுட்டு உங்க வேச்சியத்தப் பாக்க என்னால முடியாது. உங்கொப்பன் எங்க போனாரு?'

அம்மியைத் துடைத்துக் குழவியைச் சுவரோரம் அணை கொடுத்து வைத்துக்கொண்டே சம்பூரணத்தின் குரல் மேலெழுந்ததும் இருவரும் அடங்கினார்கள்.

'பீமு வர்றப்ப ஒழுங்காப் புழுக்கயப் புடிச்சு வெச்சுக்க. இல்லீனா, ஒருநாளக்கிப் பாயட்டுமுன்னு உட்ருவன்' என்று முனகலாகச் சொன்னான் குமார்.

'போடா கருவாயா' என்று அவனுக்குக் கேட்கும்படி மட்டும் சொன்னாள் மலர்.

அன்றைய சண்டை வெவ்வேறு வகையில் தொடர்ந்தது. வாலை ஆட்டிக்கொண்டு பீம் தன்னருகில் வந்தாலும் 'போடா' என்று தள்ளினாள் மலர். சுட்கியைக் கண்கொண்டு குமார் பார்ப்பதில்லை. ஓரளவுக்குச் சுட்கியின் இருப்பைப் பீம் ஏற்றுக்கொண்ட மாதிரிதான் தெரிந்தது. என்றாலும் தனியாகத் திறந்துவிடப் பயமாக இருந்தது. எல்லோரும் வெளியேறிய பிறகு பதினொரு மணிவாக்கில் பீமைக் கட்டிப் போட்டுவிட்டுச்

சுட்கியை அதன் போக்கில் திறந்துவிட்டாள் சம்பூரணம். விட்டால் சுட்கி சும்மா இருப்பதில்லை. வீட்டுக்கு வெளியே போய்ச் சுற்றிவிட்டு வந்தது. சிலசமயம் வரத் தாமதமானால் ஏதாவது தெருநாயிடம் சிக்கிக்கொண்டதோ என்று பயந்தாள். சாயங்காலம் மலர் வந்ததும் என்ன பதில் சொல்வது?

அப்படி ஏதும் ஆகவில்லை. தெருவில் நாய்க்குரைப்புச் சத்தம் கேட்டால் உடனே வீட்டுக்குள் ஓடிவந்து புகுந்து கொண்டாள் சுட்கி. 'புத்திசாலிதான்' என்று பாராட்டிக் கொஞ்சினாள் சம்பூரணம். பீம் நெடிக்கமாய் இரண்டடி உயரத்திற்கு வளர்ந்துவிட்டான். அவனை அள்ளிக் கொஞ்சவோ கட்டிக்கொள்ளவோ முடிவதில்லை. சுட்கியைக் கையாள்வது எளிதாக இருந்தது. உட்கார்ந்தால் உடனே வந்து ஏறி மடியில் பந்து போலச் சுருண்டுகொண்டாள். அவள் தலையைத் தடவிக் கொண்டே தொலைக்காட்சி பார்க்க முடிந்தது. ஏதாவது வேலை செய்துகொண்டிருக்கும்போது காலில் வந்து உரசுவதும் கால்களுக்கு இடையே சிக்கித் தடுமாறுவதும்தான் கஷ்டம். எச்சரிக்கையாக இல்லை என்றால் மிதிபட்டு விடுவாள்.

சுட்கி வெளியில் போய் வருவதைப் பெருமையாகச் சொல்லிக்கொண்டிருந்த இரவில் மலருக்குக் கோபம் வந்து விட்டது.

'வெளிய உடறன்னு அவளத் தொலச்சிருவம்மா நீ' என்றாள்.

'பூனைய எவ்வளவு நேரம் கூண்டுக்குள்ள வெச்சிருக்கறது?'

பதிலை வேகமாகச் சொன்னாள் சம்பூரணம்.

'அவளுக்கு வவுறு ரொம்பச் சோறு வெய்யி. பாலோ தயிரோ ஒருசொட்டு ரண்டு சொட்டு கண்ணுல காட்டற. அவ எப்பிடித் திம்பா?' என்று குற்றம் சாட்டினாள் மலர்.

'இன்னொரு கால்படி சேத்துப் பால் வாங்கு' என்று அனுமதி கொடுத்தான் மகேந்திரன்.

'ஆமா. வாராவாரம் எலும்புக்கறி, ஆன்லைன் ஃபுட்டு, தடுப்பூசி மயிரு மண்ணாங்கட்டின்னு பீமுக்கு மாசம் ஆயரம் ரூவாயிக்கு மேல செலவாவுது. இப்ப இந்தப் புழுக்கைக்கும் செலவு பண்ணோணுமா?'

அம்மாவுக்கும் இது புழுக்கையா என்று முகத்தைத் திருப்பிக் கொண்டாள் மலர். செலவுக் கணக்கை அம்மா சொன்னது குமாருக்கு எரிச்சலாயிற்று.

'நான் வேணும்னா ஒருவேள சாப்பிடல. அத பீம் கணக்குல வெச்சுக்க' என்றான்.

‘செரி, எனக்கும் காலையில டீ வேண்டாம். சுட்கிக்குப் பால் ஊத்து’ என்றாள் மலர்.

யாரும் எதுவும் பேசவில்லை. ஒருநிமிட அமைதிக்குப் பிறகு மலர் கேட்டாள்.

‘பீமுக்குச் சோத்துக் கிண்ணம், தட்டு, தண்ணிக் குண்டா எல்லாம் வாங்குன மாதிரி சுட்கிக்கு ஒரு கிண்ணம் வாங்கலாம்பா.’

மகேந்திரனை முந்திக்கொண்டு சம்பூரணம் சொன்னாள்.

‘வாரத்துக்கு மூனு தேங்கா ஒடைக்கறம். அந்தத் தொரட்டியே பூனைக்குப் போதும். காச வீணாக்க வேண்டாம்.’

‘நாய்க்குன்னா எது வேண்ணாலும் செய்வீங்க. பூனைக்கின்னாக் கணக்குப் பாப்பீங்க.’

அழுதுகொண்டே எழுந்து அறைக்குள் சென்றாள் மலர்.

‘செரீம்மா. ஒருகிண்ணம் வாங்கிக்கலாம். அதுல என்ன பெருசாச் செலவாயிரப் போவுது’ என்று மகேந்திரன் சொல்லச் சொல்ல அவள் அறைக்குள் போய்க் கதவைச் சாத்திக் கொண்டாள். இரண்டு படுக்கையறைகளில் ஒன்று அம்மாவுக்கும் அவளுக்கும். இன்னொன்று அப்பாவுக்கும் குமாருக்கும். கோபம் வந்துவிட்டால் உடனே அறைக்குள் போய்ப் படாரென்று கதவைச் சாத்திக்கொள்வது மலருக்கு வழக்கம்.

அவளைச் சமாதானப்படுத்தும் வழி தெரியாமல் ஆன்லைன் மூலம் இரண்டு கிண்ணங்களை வர வைத்தான். ஒன்றில் உணவும் ஒன்றில் தண்ணீரும் வைத்தார்கள். தேங்காய் உடைக்கும் போது மட்டும் ‘இதுல தின்னா எறங்காத இவளுக்கு?’ என்று சுட்கியைப் பார்த்து முணுமுணுத்தாள் சம்பூரணம். பீமுக்கென வாங்கும் உணவுகளை உற்றுக் கவனித்துக் கொண்டிருந்தாள் மலர். ஞாயிற்றுக்கிழமைகளில் பீமுக்கென வாங்கி வரும் எலும்புக்கறியில் ஒட்டிக்கொண்டிருக்கும் சிறுசதைகளை நோண்டி எடுத்துச் சுட்கிக்கு வைத்தான் மகேந்திரன். எல்லாம் மலரைச் சமாதானப்படுத்தத்தான். கறிப்பிசிறுகளைக் குதறிக் குதறி வெகுநேரம் வைத்துக்கொண்டு தின்றாள் சுட்கி.

சுட்கி கொஞ்சம் கொஞ்சமாகக் கூண்டை விட்டு வெளியில் நடமாடத் தொடங்கினாள். அவள் இப்போது கைக்குள் அடங்கும் பூங்குட்டியல்ல. உடல் நெடிக்கம் கொண்டிருந்தது. களி உருண்டை போலத் தலை பெருத்தது. கூண்டுக்குள் புரண்டு படுக்க முடியவில்லை. எந்தப் பக்கம்

திரும்பினாலும் இடித்தது. பெரிய கூண்டு வாங்கலாம் என்று இணையத்தில் மலர் தேடிப் பார்த்தாள். விரலளவு இடைவெளி விட்டு கம்பிகள் நெருங்கிய கூண்டுகள் பலவற்றைப் பார்த்தாள். அவற்றின் கதவுக்கான தாழ் புதுவித அமைப்பில் இருந்தது. பூனையால் அதை எப்படியும் திறக்க முடியாது. சுட்கியை மருத்துவமனைக்கோ அம்மாயி ஊருக்கோ கொண்டு போக வேண்டுமானால் அப்படி ஒரு கூண்டு இருந்தால்தான் ஆகும். ஒரு சந்தர்ப்பம் பார்த்து அப்பாவிடம் சொல்லி வாங்கிவிட வேண்டும் என்று நினைத்திருந்தாள்.

அப்போது பீமுக்குப் பிறந்த நாள் வந்தது. தன் நண்பன் வீட்டு நாய்க்குப் பிறந்த நாள் கொண்டாடினார்கள் என்றும் அதுபோலப் பீமுக்கும் கொண்டாட வேண்டும் என்றும் குமார் அம்மாவிடம் வற்புறுத்திக்கொண்டேயிருந்தான். பீம் என்றைக்குப் பிறந்தான் என்று தெரியாது. நன்றாகக் கண் விழித்து ஓடியாடும் சமயத்தில்தான் வாங்கி வந்தார்கள். எப்படியும் ஒருமாதக் குட்டியாக இருந்திருப்பான். எனினும் வீட்டுக்கு வந்த நாளையே அவனுடைய பிறந்த நாளாகக் கருதிக் கொண்டாடலாம் என்றான் குமார். அந்த நாள் ஞாயிற்றுக்கிழமை வந்தது. அதைப் பார்த்ததும் மகேந்திரன் ஒத்துக்கொண்டான். எப்படியும் அன்றைக்குக் கறி எடுப்பது உறுதி. பீமுக்கும் எலும்பு வாங்கி வர வேண்டியிருக்கும். கூடுதலாக ஒரு கேக்தானே என்று அவன் நினைத்தான்.

அப்பா ஒத்துக்கொண்டதும் குமார் ஆகாயத்தில் தலை முட்டும்படி குதித்தான். அம்மாயிக்கும் அப்புச்சிக்கும் பேசியில் சொன்னான். தாத்தா இறந்து சில வருசங்களாகி விட்டன. பாட்டி மட்டும் இருந்தார். அவருக்கும் சொன்னான். எல்லோரையும் அன்றைக்கு வர வேண்டும் என்றும் பீமுக்கு ஏதாவது பரிசு தர வேண்டும் என்றும் வலியுறுத்தினான்.

'நாய்க்குப் பொறந்த நாளுன்னு ஊருல சொன்னா வாய்ல சிரிக்க மாட்டாங்க, பொச்சுல சிரிப்பாங்க கண்ணு' என்றார் பாட்டி.

'நீ ஆருக்கும் சொல்லாத வந்திராயா' என்றான்.

'பீமுக்கு என்ன வாங்கியாற?' என்று கேட்டான்.

'நாய்க்கு நரகலுத்தான் புடிக்கும். வாங்கியாரட்டுமா?' என்று சிரித்தார் பாட்டி.

'போயா நீ' என்று கோபித்துக்கொண்டான்.

'செரி கண்ணு. காசு குடுத்தர்றன். வேணுங்கறத நீயே வாங்கிக்க' என்று பாட்டி சொன்னதும்தான் சமாதானமானான்.

‘பீத் திங்கற நாயக் கொண்டோயி நடுவூட்ல வெச்சது மில்லாத அதுக்குப் பொறந்த நாளூ கேக்குதா? கைல காசு கொழுத்துப் போச்சு. அதான் ஆடறாங்க’ என்று அம்மாயிடம் அப்புச்சி சொன்னார்.

‘என்னமோ பண்றாங்க, உடுங்க. கெழவி சொல்லுத்தான் கின்னாரம் ஏறப் போவுதா?’ என்றார் அம்மாயி.

‘அது செரி. நாய்க்குப் பொறந்த நாளுப் பரிசு என்ன வாங்கிக்கிட்டுப் போற?’

ஏளனமாகக் கேட்டார்.

‘எதுனா வாங்கிக் குடுன்னு கேக்கறான் பேரன். என்னத்த வாங்கிக் குடுக்கறது. காசக் குடுத்திரலாம்’ என்றார் அம்மாயி.

‘ஏன், ஒரு பவுனு வாங்கிக்கிட்டுப் போயி வையேன்.’

அவர் கேலிக்குப் பதிலடியாக ‘நாய்க்குக் கலியாணம் பண்ணறப்ப வெச்சரலாம்’ என்றார் அம்மாயி.

தன் அம்மாவிடம் சம்பூரணம் சொன்னாள்.

‘அட எப்பவும் ஆக்கற கறிதானம்மா அன்னைக்கும் ஆக்கப் போறம். எதோ பிள்ளைங்க ஆசப்படறாங்க. அப்படியே ஒரு கேக்கு வெட்டீரலாம். வந்துட்டுத்தான் போங்களேன்.’

அன்றைக்கு அம்மாயி வந்தார். பாட்டியும் வந்தார். அப்புச்சி வரவில்லை. மாடுகன்றுகளைப் பார்க்க ஆள் வேண்டும் என்று சொல்லிவிட்டார். விடிகாலையிலேயே போய்க் கறி எடுத்து வந்திருந்தான் மகேந்திரன். காலை உணவை ஒப்பேற்றிவிட்டு மதிய உணவுக்குத் தயார்செய்துகொண்டிருந்தார்கள். விடுமுறை நாள் அவனுக்குத் தோட்டப் பராமரிப்பு நாள். சமையலறை யிலும் அதை ஒட்டிய உணவறையிலும் உட்கார்ந்து ஆளுக்கொரு வேலை செய்து கொண்டிருந்தனர். அம்மாயி வெங்காயம் உரித்தார். பாட்டி பூண்டு உரித்துக்கொண்டிருந்தார். சம்பூரணம் கொத்தமல்லி வறுத்துக்கொண்டிருந்தாள். சமையலறை அலமாரியில் சாய்ந்திருந்தாள் மலர். பின்கதவுக்கும் அலமாரிக்கு மான இடைவெளியில் அம்மி கிடந்தது. அதன் மீது நின்று கொண்டு கீச்சுக்குரலில் கத்தியில் சுட்கியை ‘வா’ என்று தூக்கி மடியில் வைத்துக் கொண்டாள்.

பீமை குளிக்க வைத்து உடல் காய்ந்த பிறகு புதுக் கழுத்துப்பட்டை போட்டு உள்ளே கூட்டி வந்தான் குமார்.

‘பர்த்டே பேபி தயாராயிட்டான்’ என்று சிரித்தாள் மலர்.

‘ஒரு டிரஸும் எடுத்திருக்கலாமோ’ என்றாள் சம்பூரணம்.

‘தைக்கறதுக்கு ஆளில்லையே’ என்றான் குமார். அவனுக்கு அந்த எண்ணம் இருந்திருக்கும் போல. பல திட்டம் போட்டு வைத்திருந்தான். சமையல் முடிந்ததும் கேக் வெட்டுதல். எலும்பு மட்டும் இல்லாமல் பீமுக்கு நல்ல கறியும் கலந்த சோறு. மாலையில் அவனை வெளியில் அழைத்துப் போய் விளையாட விடுதல். குமார் தன் நண்பர்கள் இருவரையும் அழைத்திருந்தான்.

‘நம்ம காலத்துல நாயின்னா வாசப்படி ஏற உடமாட்டம். இப்பப் பாரு, நம்மளோடவே கட்டல்ல ஏறிப் படுத்துக்குது’ என்றார் பாட்டி.

‘அப்பத்த காலமெல்லாம் ஓடிப் போயிருச்சு. நாயும் மனசரும் ஒன்னாத் திங்கற காலமாயிருச்சு’ என்று சொல்லிச் சிரித்தார் அம்மாயி.

அவர்கள் பேச்சு புரிந்தோ என்னவோ பீம் அறைக்குள் ஓடினான். அது சம்பூரணத்திற்கும் மலருக்குமான அறை.

‘உள்ள போயி என்ன பண்ணப் போறானோ? வெளிய வரச் சொல்லுடா’ என்றாள் மலர்.

‘என்ன பண்ணீருவான்? சும்மா ஒரு சுத்துச் சுத்தீட்டு வந்திருவான்’ என்றான் அவன்.

‘உன் ரூமுக்குள்ள வேண்ணாக் கொண்டோயி உட்டுக்க’ என்றாள் மலர்.

அவள் குரல் கொஞ்சம் தடித்து வந்தது. அது அவனையும் உசுப்பியது.

‘எல்லாமே என் ரூமுதான்’ என்று அழுத்தமாகக் கத்துவது போலச் சொன்னான்.

‘அதெப்படிடா? இப்ப வெளிய முடுக்கறயா, நான் போயி முடுக்கட்டுமா?’

பாட்டி பேச்சுக்குள் புகுந்தார்.

‘ஊடு பையனுக்குத்தான. கட்டிக் குடுத்துட்டா அப்பறம் உனக்கேது ஊடு? புருசமூடுதான் உன்னூடு’ என்றார் பாட்டி.

பீம் தானாக வெளியே வந்து சுவரையொட்டிப் படுத்துக் கொண்டான். கைகால்களைக் கழுவிய ஈரத்தைத் துடைத்தபடி மகேந்திரன் வந்து வரவேற்பறை சோபாவில் உட்கார்ந்தான்.

‘அப்பா... நீ சொல்லுப்பா. இந்த ரூமு எனக்கில்லையா? ஆயாவும் அவன்பக்கம் பேசுது’ என்று அழுவது போலக் கேட்டாள் மலர்.

மகேந்திரன் என்ன சொல்வது என்று தெரியாமல் சிரித்தான்.

‘என்னப்பா சிரிக்கற?’ என்று ஏமாற்றத்துடன் கேட்டாள் மலர்.

‘ஊடு எனக்குத்தானப்பா? அவள இன்னொரு ஊட்டுக்குத் தொரத்திருவமுல்ல.’

குமார் குரூரச் சிரிப்போடு அதைச் சொன்னதும் மலர் கோபம் மீறிப் பொசுபொசுவென்று மூச்சு விட்டாள்.

‘எனக்கப்பறந்தான்டா நீ பொறந்தா? எச்சப்பாலு குடிச்ச நாயி’ என்று கத்தினாள் அவள்.

‘யாருடி எச்ச? நீதாண்டி எச்ச’ என்று பதிலுக்குக் கத்தினான் அவன்.

இருவரும் அடித்துக் கொள்வார்களோ என்று சம்பூரணம் பயந்தாள். பேச்சை திசை மாற்ற முயன்றாள். பாட்டி உரித்து வைத்திருந்த பூண்டுப் பற்களில் கொஞ்சம் அள்ளிக்கொண்டே ‘வேல செய்யறதுக்கு ஆளக் காணாம். சண்ட போடறதுக்கு உட்ரு’ என்றாள்.

பூண்டை மலரிடம் நீட்டி ‘இத அந்த அம்மில வெச்சு நசுக்கிக் குடு. ரசத்துக்கு வேணும்’ என்றாள்.

‘எங்கிட்டயே வேல சொல்லு. அந்த நாய்க்காரனக் கொஞ்சு’ என்று சொல்லியபடி சுட்கியைக் கீழே இறக்கிவிட்டு எழுந்தாள்.

‘ஆருடி நாய்க்காரன்?’ என்று அவளை நோக்கி வருவது போல இரண்டு அடி எடுத்து வைத்தான் குமார்.

சுவரோரம் படுத்திருந்த பீம் சட்டென்று எழுந்து ஒரே பாய்ச்சலில் சுட்கியின் கழுத்தைக் கவ்விக் குதறி எறிந்தான். வீச்சென்று ஓற்றைக் குரலோடு சுவரில் மோதிய சுட்கி கீழே விழுந்தாள். சுட்கியின் உடலை நோக்கி மறுபடியும் பீம் பாய்ந்தான். அதிர்ந்து பார்த்த மலர் தன்னருகில் இருந்த அம்மிக்குழவியைத் தூக்கி ‘டேய்ய்’ என்று பீம் மேல் வீசினாள். பீமின் தலையைச் சரியாகத் தாக்கிய குழவி அவன் அருகிலேயே விழுந்தது.

●

***வாசக சாலை*, அக்டோபர் 2024**

செம்மி

மஞ்சுவுக்கு நடப்பது பிடிக்கும். இவ்வளவு அவ்வளவு என்றில்லை. ரொம்ப ரொம்பப் பிடிக்கும். பெருந்திடலில் இல்லை என்றாலும் இந்தச் சிறுமுடக்குத் தெருவில் நடக்க வாய்த்திருந்தது. அதையும் இடையில் நிறுத்திவிட யோசனை வரும் என்று நினைத்திருக்கவில்லை.

அதிகாலையில் பேருந்து நிலையத்திற்குச் செல்ல நேர்ந்த சந்தர்ப்பங்களில் இரண்டு மூன்று பெண்கள் சேர்ந்து சாலையில் நடப்பதைப் பார்த்திருக்கிறாள். பிக்கல் பிடுங்கல் இல்லாத குடும்பம் இவர்களுக்கு வாய்த்திருக்கும் என்று எண்ணிப் பெருமூச்சு விட்டிருக்கிறாள். வழியிலிருக்கும் அரசுப் பள்ளி விளையாட்டுத் திடலில் ஆண்கள் கூட்டம் நடைப்பயிற்சி செய்வதையும் கண்டிருக்கிறாள். இவர்களுக்கென்ன புண்ணியம் செய்த பிறவிகள் என்று தோன்றியிருக்கிறது. வீட்டு வசதி வாரியக் குடியிருப்புப் பகுதியில் காலியாகக் கிடந்த பெரும் மனைப்பரப்பில் ஏராளமான பேர் நடப்பார்கள். அந்தக் கூட்டத்தில் தானும் ஒருத்தியாக இருக்க மனதில் அத்தனை ஆசை. அன்றாட வேலைகளில் ஆசையை நிறைவேற்றிக் கொள்ளச் சாத்தியப்படவில்லை.

விடிகாலையில் எழும் வழக்கம் ஏற்பட்டுப் பல ஆண்டுகள் ஆகிவிட்டன. நிர்ப்பந்தம். இருவேளைக்குச் சமைக்க வேண்டும். பிள்ளைகளை எழுப்பித் தயார்செய்து பள்ளிப் பேருந்துக்குக் கிளப்ப வேண்டும். கணவனுக்கு ஒவ்வொன்றையும்

பார்த்துப் பார்த்துச் செய்து கொடுத்து அலுவலகம் அனுப்ப வேண்டும். வீட்டில் 'சில்லு' என்றொரு சாம்பல் நிறக் கடுவன் பூனை உண்டு. அதற்கான வேலைகளுக்கும் நேரம் செலவிட வேண்டும். அவள் வேலைகளைத் தொடங்கும்போது சில்லு தான் உடனிருப்பான். கத்திக்கொண்டு காலைச் சுற்றுவான். சமையலறை மேடை மேல் ஏறி உட்கார்ந்துகொண்டு அவள் செய்பவற்றைப் பார்த்துக்கொண்டிருப்பான். அங்கேயே படுத்திருப்பான். அவனிடம் ஏதாவது பேசினால் பதிலுக்குக் குரல் கொடுப்பான். அவள் பேசுபவை எல்லாமே அவனுக்குப் புரியும். அதற்கேற்பச் சிற்றொலியாகவோ நீளமாகவோ அவன் குரல் வரும். துணையாக இருக்கும் அவனுக்குச் செய்யும் வேலைகளில் அலுப்புத் தோன்றுவதில்லை.

எல்லோரும் வெளியேறிய பிறகும் சில்லுதான் துணை. வீடு கூட்டுதல், துடைத்தல், துணி துவைத்தல் என எந்த வேலை செய்தாலும் அவ்விடத்திற்கு அவனும் வந்துவிடுவான். காய்க்காரர் சைக்கிளில் வந்து நின்று மணியடிக்கும்போது மட்டும் கதவருகில் எட்டிப் பார்ப்பான். வெளியாள் பழக்கம் அவ்வளவு இல்லை. பகல் உணவு உண்ட பின் படுக்கையில் தலை சாய்த்தால் அருகில் வந்து ஒட்டிப் படுத்துக்கொள்வான். அவனை அணைத்தபடி கொஞ்ச நேரம் தூங்குவாள். பிள்ளைகள் பள்ளியிலிருந்து ஏழரை மணிக்குத்தான் வந்து சேர்வார்கள். கதிரவன் வர எட்டு மணியாகும். மாலையில் கிடைக்கும் ஓய்வு நேரத்தை நடைக்குப் பயன்படுத்துவாள். வேறெங்கும் செல்வதில்லை. வீடிருக்கும் தெருவிலேயே நடப்பாள். தெருவில் இருக்கும் சில முதியவர்கள் அப்படி நடப்பதைப் பார்த்த பிறகுதான் அவளும் தொடங்கினாள். முதலில் தயக்க மாகவும் கூச்சமாகவும் இருந்தது. ஓரிரு நாட்களுக்குப் பிறகு இயல்பாகிவிட்டது.

நடையைப் போலவே மஞ்சுவுக்கு நாய்கள் மேலும் ஈடுபாடு உண்டு. அம்மா வீட்டில் பட்டிக் காவலுக்கும் வீட்டுக் காவலுக்கும் நாய்கள் இருந்தன. வாசலில் எப்போதும் பூனைகளும் திரிந்துகொண்டிருக்கும். இங்கும் நாய் வளர்க்கும் ஆசை இருந்தது. வேலைகளை யோசித்து அதைத் தள்ளிப் போட்டுக்கொண்டிருந்தாள். இப்போதைக்குச் சில்லு மட்டும் போதும் என்றிருந்தது. நாய் வளர்க்கும் ஆசையை ஓரளவு தெருநாய்கள் தீர்த்து வைத்தன. அந்தத் தெருவில் இப்போது ஐந்து நாய்கள் இருக்கின்றன. இரண்டு ஆண்டுகளுக்கு முன் கடுவன் நாய் ஒன்று மட்டும் எங்கிருந்தோ இங்கே வந்து சேர்ந்தது. அப்போது அது ஆறுமாதக் குட்டியாக இருக்கலாம். பிற

நாய்களிடம் கடிபட்டோ ஆட்களிடம் அடிபட்டோ ஒருகாலில் காயத்தோடு விந்தி விந்தி நடந்து வந்து காலி மனையிலிருந்த வேம்படியில் படுத்துக் கிடந்தது.

அதை முதலில் கவனித்துச் சோறு வைத்தது மஞ்சுதான். அப்புறம் வேறு சில வீடுகளிலும் மிஞ்சும் சோற்றைக் கொண்டு வந்து தெருவோரம் கொட்ட ஆரம்பித்தார்கள். சோற்றுக்குப் பிரச்சினையில்லை என்றதும் அது இங்கேயே தங்கிவிட்டது. செந்நிறம் கொண்டிருந்ததால் 'செம்மி' என்று பெயர் வைத்தாள் மஞ்சு. முதல் சோறு வைத்த மஞ்சுவை அது நன்றாக நினைவில் கொண்டிருந்தது. வீட்டு வாசலில் உரிமையோடு காத்துக் கிடப்பதும் வாலாட்டிக் குழைவதும் எனச் சொந்தம் கொண்டாடியது. கொஞ்ச நாள் கழித்து இன்னொரு பெட்டை நாய் வந்து சேர்ந்தது.

'இந்தச் செம்மியான் பாரு... எங்கிருந்தோ ஒரு பொண்டாட்டியப் புடுச்சுக்கிட்டு வந்திட்டான்' என்று மஞ்சு சொன்னாள்.

'ஆமா... அப்படியே குடும்பத்தப் பெருக்கி ஒரு நாய்ப் பண்ண வச்சிரு' என்றான் கதிரவன்.

'இருக்கட்டுமே. மனுசங்கதான் இருக்கோணுமா என்ன?' என்றாள்.

'தெருநாய்க்குச் சோறு போட்டு வளத்தீனா உனக்குத்தான் எடஞ்சலு பாத்துக்க' என்று அவன் எச்சரித்தான்.

'இதெல்லாம் தந்தேரியாத் திரியற தெருநாயில்ல. சொன்ன பேச்சு கேக்கும்' என்றாள்.

'அந்தளவுக்குப் பழக்கி வெச்சிருக்கறயா?' அவன் குரலில் கேலி மிகுந்தது.

'ஆமா. உசுப்பெருத்தி உட்டு உங்களக் கடிக்க வெக்கட்டுமா?'

அவள் நம்பிக்கையோடு சொன்னதும் கதிரவன் ஏதும் பேசவில்லை. மஞ்சுவின் மாலை நடையின்போது அவள் பின்னாலேயே செம்மி வருவான். சிலசமயம் முன்னோடுவான். யாரிடமாவது பேசுவதற்கு அவள் நின்றால் அவனும் நின்று கொள்வான். 'சொந்தத் தெருவுல நடக்க உனக்குப் பாதுகாப்பு வேண்டியிருக்குது' என்று ஒருமுறை சொன்னான் கதிரவன். 'ஆமா. அவனுக்கும் ஒருவேல வேணுமில்ல?' என்று சிரித்தாள். அவன் பெண்டாட்டிக்குச் 'சிங்காரி' என்று பெயர் வைத்தாள்

மஞ்சு. செம்மியைப் போலச் சிங்காரி இணக்கம் காட்டுவ தில்லை. அருகில் வருவதேயில்லை. செம்மி அருகில் வந்து வாலாட்டுவான். பசி என்றால் வீட்டுக்கு முன்னால் வந்து குரல் கொடுப்பான். வாசலிலேயே படுத்துக் கொள்வான். யாராவது புதிதாக வீட்டுக்கு வந்தால் குரைத்து எச்சரிப்பான். கிட்டத்தட்ட வீட்டு நாய் போலத்தான். மீந்ததைப் போடுவதைத் தவிர அவனுக்கென்று ஏதும் செய்ய வேண்டியதில்லை.

தெருவின் வலப்பக்கம் கடைசி வீடு அவர்களுடையது. எதிரில் ஒரு வீடுண்டு. பக்கத்து மனைகள் சில காலியாகக் கிடந்தன. தன் வீட்டிலிருந்து தொடங்கிச் சாலையில் வந்து தெரு சேரும் முனைவரை நடப்பாள். ஐந்தரை மணிக்குத் தொடங்கினால் ஆறரை வரைக்கும் நடை தொடரும். அவ்வளவு நேரமும் செம்மி பின்னால் வந்து கொண்டேயிருப்பான். அவள் யாரிடமாவது பேச்சுக் கொடுக்க நின்றால் தெருவோரமாகப் படுத்து அவளையே பார்த்துக் கொண்டிருப்பான். அவள் மீண்டும் நடக்கத் தொடங்கியதும் எழுந்து பின்தொடர்வான். ஒருபோதும் முன்னோடுவதில்லை. அப்படி ஒரு ஒழுங்கை அவனே வகுத்துக் கொண்டிருந்தான். அவனைத் தெருநாய் என்று எப்படிச் சொல்வது?

தினமும் நடப்பதில் எத்தனையோ நன்மைகள் இருந்தன. தெருவில் மொத்தம் இருபத்திரண்டு வீடுகள். எட்டுக் காலி மனைகள். இரண்டு மாடிக் கட்டிடங்கள் ஒன்பது. ஒருமாடி கொண்டவை ஆறு. கீழ்வீடு மட்டும் உள்ளவை ஏழு. இப்படிப் பல புள்ளி விவரங்கள் மஞ்சுவிடம் உண்டு. சொந்தக்காரர்களே குடியிருப்பவை எத்தனை வீடுகள், வாடகைக்குக் குடியிருப்பவை எத்தனை, சொந்தக்காரர்களும் வாடகைக்கு இருப்போரும் சேர்ந்தவை எத்தனை என்பதெல்லாம் மஞ்சுவுக்குத் தெரியும். ஒவ்வொரு வீட்டிலும் இருக்கும் குழந்தைகள், அவை படிக்கும் பள்ளிகள் உள்ளிட்டவை பற்றிய அறிதலும் உண்டு. ஒவ்வொரு வீட்டுப் பிரச்சினையும் அவள் கவனத்துக்கு வந்துவிடும். காலி செய்து செல்வோர் மஞ்சுவிடம் உருகி விடைபெறுவார்கள். குடிவருவோரிடம் தானாக வலியப் பேசி மஞ்சு அறிமுகம் ஆகிவிடுவாள்.

ஒருமுறை கதிரவன் கேட்டான், 'எந்த வீடு எந்தச் சாதிக்காரங்களுது? குடியிருக்கறவங்க எந்தச் சாதி? எந்த ஊருல இருந்து இங்க வந்து வீடு கட்டியிருக்கறாங்க?'

அவன் கிண்டல் செய்கிறான் என்று தெரிந்தது. கோபத்துடன் முகத்தைத் திருப்பிக்கொண்டாள்.

‘இல்ல, நாளைக்கு உள்ளாட்சித் தேர்தல்ல கவுன்சிலருக்கு நின்னயின்னா இந்த விவரமெல்லாம் தேவப்படுமில்ல? அதுக்குத்தான் சொன்னன்’ என்றான் சமாதானமாக.

‘நான் தேர்தல்ல நின்னா நீங்க உடுவீங்களா?’ என்று காட்டமாகக் கேட்டாள்.

‘எம் பொண்டாட்டி கவுன்சிலருன்னா எனக்குத்தான பெரும. ஓட்டுக் கேக்க மட்டும் நான் வர முடியாது. வந்தா வேல போயிரும். மத்தபடி எனக்கொன்னும் பிரச்சின இல்ல’ என்றான்.

அவன் கேலியாகச் சொன்னாலும் அது அவளுக்குப் பிடித்திருந்தது. இந்தத் தெருவில் எத்தனையோ பிரச்சினைகள். சாக்கடை வசதியே இல்லை. பக்கத்துக் காலி மனையில்தான் கழிவுநீரை விட வேண்டியிருக்கிறது. சில மனைக்காரர்கள் வருவதேயில்லை. சிலர் அவ்வப்போது வந்து பார்ப்பார்கள். தங்கள் மனையில் கழிவுநீரை விடக் கூடாது என்று கறாராகச் சொல்லிவிட்டுப் போவார்கள். அடுத்தடுத்து வீடுகள் இருப்பவர்கள் தெருவில் ஆழக் குழி பறித்து அதில் தொட்டி கட்டிக் கழிவுநீரைத் தேக்குகிறார்கள். நிறைந்துவிட்டால் கழிவுநீர் ஊர்திகளை வர வைத்துக் காலி செய்ய வேண்டும். சிலர் தெருவோரம் வாய்க்கால் போட்டுச் சிறுகுழி வெட்டி அதில் தேங்கும்படி விட்டிருப்பார்கள். நாற்றமும் கொசுவும் எந்நேரமும் அலைந்துகொண்டிருக்கும். இந்தத் தெரு வசிக்க லாயக்கற்றது என்று தோன்றும்போதெல்லாம் சாக்கடைப் பிரச்சினைதான் முன்னால் நிற்கும். பாதாள சாக்கடைத் திட்டம் வருகிறது, வருகிறது என்று பல ஆண்டுகளாகச் சொல்லிக் கொண்டிருக்கிறார்கள். வந்தபாடில்லை.

சாலைக்குத் தார் ஊற்றிப் பல காலமாகிறது. எப்போதோ தார் ஊற்றியிருக்கிறார்கள் என்பதைக் காட்ட அங்கங்கே சில துணுக்குகள் மட்டும் ஒட்டிக்கொண்டிருந்தன. திருமணமாகி மஞ்சு இங்கே வந்த பின் ஒன்றுமே செய்யவில்லை. தெருவுக்குக் கான்கிரீட் சாலை இருந்தால் நன்றாக இருக்கும். தண்ணீருக்கு இன்னும் வீட்டு இணைப்பு இல்லை. தெருக்குழாய் இருக்கிறது. அதில் எப்போதாவது தண்ணீர் வரும். யாரும் பிடிப்பதில்லை. ஒவ்வொரு வீட்டிலும் ஆழ்துளைக் கிணறு இருக்கிறது. உப்புத்தண்ணீர். அதில் குளித்துக் குளித்து மயிர் மொர மொரப்பாகி விட்டது. தெருக்குழாயில் எப்போது தண்ணீர் வரும் என்று பார்த்துப் பிடித்து வந்து குளிக்க வாய்ப்பதில்லை. தெருக்குழாயில் தண்ணீர் பிடிப்பதைக் கௌரவக் குறைவாகக்

கருதுபவர்கள் தெருவாசிகள். அவர்கள் பார்வைக்குப் பதில் சொல்ல முடியாது. வீட்டு இணைப்பு கொடுத்தால் நல்ல தண்ணீரில் தலை குளிக்கலாம்.

தன் தெருவுக்கு இருக்கும் பிரச்சினைகள் அந்த வார்டில் இருக்கும் எல்லாத் தெருக்களுக்கும் உண்டு. அவற்றைச் சரிசெய்ய வேண்டும் என்றால் கதிரவன் சொன்னது போலத் தானே தேர்தலில் நின்று வெற்றி பெற்று வர வேண்டும் என்று நினைத்தாள். இந்த ஒரு தெருவை மட்டும் தெரிந்து வைத்திருந்தால் போதுமா? இன்னும் மக்களிடம் கலந்து பழக வேண்டும். பிள்ளைகள் பள்ளிப் படிப்பை முடித்துக் கல்லூரிக்குப் போய்விட்டால் பிறகு என்ன வேலை? தேர்தலில் நிற்கும் கற்பனை அவ்வப்போது உதிக்கும். அப்போதெல்லாம் தெருவாசிகளிடம் நின்று நின்று பேசிவிட்டு வருவாள். நடப்பது குறைவாகவும் பேச்சு அதிகமாகவும் ஆகிவிடும். தேர்தலில் நின்றால் குறைந்தபட்சம் இந்தத் தெரு வீடுகளில் வசிக்கும் எல்லோரும் தனக்கே வாக்களிப்பார்களா? ஒவ்வொரு வீட்டையும் தனித்தனியாக யோசித்து அதில் இருக்கும் வாக்காளர் பெயர்களையும் பட்டியலிடுவது ஒரு விளையாட்டானது. எல்லோரும் வாக்களிப்பார்கள். ஒரே ஒரு வீட்டைத் தவிர.

நேராக வந்து சட்டென இடப்பக்கம் வளைந்து அரைவட்ட மிட்டு மீண்டும் நேராகத் தொடரும் தெரு இது. இடப்பக்க வளைவின் முதல் வீட்டிலிருக்கும் இரண்டு வாக்குகள் மட்டும் தனக்கு விழ வாய்ப்பில்லை. அந்த வீட்டுக்காரருக்கு ஐம்பது வயதுக்கு மேலிருக்கும். அரசு பல்தொழில்நுட்பக் கல்லூரியில் ஆய்வகப் பணியில் இருந்தார். வேலைக்குப் போவது போலவே தெரியாது. மாலை மூன்று மணிக்கெல்லாம் வீட்டுக்கு வந்து விடும்படி ஓர் அரசுப்பணி இருப்பது ஆச்சரியம். கதிரவனுக்கு மாலை ஐந்தே முக்காலுக்குத்தான் அலுவலகம் முடியும். உடனே கிளம்ப முடியாது. அரசு வேலை என்றாலும் ஒவ்வொருவருக்கும் ஒவ்வொரு மாதிரி விதித்திருக்கிறது.

அந்த வீட்டுக்காரருக்கு 'அற்பனார்' என்று இவர்களாகப் பெயர் வைத்திருந்தார்கள். அற்பனார் தலைக்கும் மீசைக்கும் வாரம் ஒருமுறை தவறாமல் சாயம் பூசுவதோடு முகத்தில் ஒன்றரை இஞ்ச் அளவுக்குப் பவுடரை அப்பிக்கொண்டு காலையில் அலுவலகம் கிளம்புவார். அப்போது அவர் மனைவி வெளியே வந்து சுற்றுச்சுவர்க் கதவைத் திறந்து வழியனுப்புவார். அதன் பிறகு மாலையில் அவர் திரும்பும் போதுதான் அந்தம்மா மீண்டும் வெளியே வருவார். ஒரே ஒரு பையன்.

அவன் வெளியூரில் எங்கோ படிக்கிறான். அவன் முகம்கூட மஞ்சுவுக்கு நினைவில் இல்லை. விடுமுறை நாட்களில் வீட்டுத் தோட்டத்தைப் பராமரிக்கும் வேலையை அற்பனார் செய்வார். எப்போதாவது அந்தம்மாவின் முகமும் தென்படும்.

மனை முழுவதையும் வீடாக்காமல் சுற்றிலும் செடிகொடிகள் வைக்க இடம் விட்டிருந்தார்கள். அவ்வீட்டுக்கு இருபக்கத்திலும் காலி மனைகள். எதிரிலும் காலி மனை. அதனால் புழங்கப் பெரிய நிலப்பரப்பு அவர்களுக்குக் கிடைத்திருந்தது. சுற்றுச்சுவரை ஒட்டித் தெருவிலும் மூன்றடியை ஆக்கிரமித்துச் செடிகொடி வைத்திருந்தார்கள். எங்கு பார்த்தாலும் செடிகொடிகள். அவற்றுக்கிடையே ஆள் நடமாட்டத்தைக் கண்டறிவது கஷ்டம். தங்கள் வீடு, அதைச் சுற்றிய பகுதி தவிர வேறெதிலும் கவனம் கொள்ளாதவர் அவர். ஆனால் தெருப் பெண்களை மட்டும் அப்படிக் கவனிப்பார்.

'உங்கிட்ட இல்லாத ஒரு புள்ளிவிவரம் அற்பனார்கிட்ட இருக்கும் தெரியுமா?' என்று ஒருமுறை கதிரவன் சொன்னான்.

'என்ன?' என்றாள்.

'இந்தத் தெருவுல எத்தன பொம்பளைங்க இருக்கறாங்க, ஒவ்வொருத்தருக்கும் என்ன வயசு, வேலக்கிப் போறாங்களா, வீட்டுல இருக்கறாங்களா, காலையில எந்நேரம் எந்திரிக்கறாங்க, வாசல்ல கோலம் போடறவங்க யார் யாரு...'

'போதும் போதும்' என்று பேச்சைத் துண்டிக்க முயன்றாள் மஞ்சு.

கதிரவன் விடவில்லை.

'உனக்குத் தெரியாது. காலையில இருளிருக்கவே நடையுடப் போவான். ராத்திரி ஒருநட. தெருவிவரம் எல்லாம் வெரல் நுனியில இருக்கும்' என்றான்.

'உங்களுக்கு இதெல்லாம் எப்படித்தான் தெரீதோ?'

'அற்பனாருக்குக் கண்ணும் கேமரா. வீட்டச் சுத்தியும் கேமரா வெச்சிருக்கறான்' என்றான்.

எல்லோரையும் அற்பனார் கண்காணிப்பது உண்மையோ கதிரவன் வேண்டுமென்றே இப்படிப் பயமுறுத்து கிறானோ தெரியவில்லை. தெருவில் நடப்பது பிடிக்காமல் ஏற்றி விடுகிறானோ? நாள் முழுக்கவும் இந்த வீட்டுக்குள்ளேயே கிடந்தால் அவனுக்கு உவப்பாக இருக்கும் என்றெல்லாம் கோபமாக யோசனைகள் ஓடினாலும் அடுத்த இரண்டு

மூன்று நாட்கள் தன்னை யாரோ உற்று நோக்கியபடியே இருப்பது போலத் தோன்றிக்கொண்டிருந்தது. கழிப்பறைக்குள் நுழையவும் பயமாக இருந்தது. மாலை நடையைச் சில நாட்கள் விட்டுவிட்டாள். எந்த நாதாரியோ எப்படியோ இருந்துவிட்டுப் போகிறது, நமக்கென்ன என்று ஓரளவு தெளிந்து நடக்கப் போன நாளே 'மஞ்சம்மா, ரண்டு மூனு நாளா ஆளையே காணோம்' என்று அவளை வரவேற்றவர் அற்பனார்தான். நெஞ்சு திக்கென்று அடித்துக்கொள்ள ஏதோ சொல்லிவிட்டு விரைவாக அவ்விடத்தை விட்டு அகன்றாள். அவள் பதில் சொல்லாமல் போவதைப் பார்த்ததும் அவர் பக்கம் திரும்பி 'லொள்' என்று ஒருமுறை குரைத்துவிட்டுத் தொடர்ந்தான் செம்மி.

'இந்த நாய்க்குத் திமிரப் பாரேன்' என்று பற்களைக் கடித்துக் கொண்டு கற்களைத் தேடினார் போல. அதை உணர்ந்து வழக்கத்தை மீறி அவளுக்கு முன்னால் ஓடினான் செம்மி. பின்னால் திரும்பாமலே சிரித்துக்கொண்டு 'சூப்பர்டா செம்மி' என்றாள். வயதாக வயதாக ஆளுக்கு இளமை ஏறி வருவதாக எண்ணம். மேலே பனியன்கூட இல்லை. பயில்வான் நெஞ்சு என்று நினைப்பு. இடுப்பில் மடித்துக் கட்டிய லுங்கி. அதுவும் பாதித் தொடை தெரிய ஏற்றிக் கட்டிக் கொண்டிருக்கிறார். நின்று பேசவே அருவருப்பாயிருந்தது. நடந்துகொண்டே ஏதோ சில வார்த்தைகள் சொன்னாள். திரும்ப வருவாள் என்று வாசல் வெளியிலேயே அவர் நிற்பது தெரிந்து தாமதித்து மூன்றாம் வீட்டுப் பாட்டியிடம் பேச்சுக் கொடுத்து அங்கேயே வெகுநேரம் நின்றுகொண்டாள். ஆள் கிடைக்காத பாட்டி மஞ்சுவிடம் ஆவலாகப் பேச ஆரம்பித்துவிட்டார். காது பாட்டியிடம் இருந்தாலும் கண் அந்தாள் பக்கம் பார்த்துக்கொண்டிருந்தது.

அதன்பின் அவ்வீட்டைக் கடக்கும் போதெல்லாம் அவளை அறியாமலே கால்கள் வேகம் காட்டின. பார்வை திரும்புவ தில்லை. அப்படியும் சில நாள் இரும்புக் கதவுக்குள்ளிருந்து அவர் விளிக்கும் குரல் அசரீரி போலத் திடுமென வரும். திட்டிவாசல் திறப்பது போல கதவு தானாகத் திறக்கும். ஒருசில வார்த்தைகள் பேசத்தான் செய்தார். தவிர்ப்பது தெரிந்தும் பேச்சுக் கொடுக்க வெட்கமாக இருக்காதா? நெருப்பின் மேல் நிற்பது போல ஓரிரு நொடிகள் நின்று குறைசொற்களால் பதில் சொல்லிவிட்டுச் செல்வாள். அப்போதெல்லாம் செம்மி நாயின் உடனிருப்பு அவளுக்குப் பெருந்துணையாகத் தோன்றும். 'வாடா செம்மி' என்று தேவையில்லாமல் அவனை அழைத்து ஏதாவது சொல்லி நகர்வாள்.

அற்பனாரைப் பற்றி எத்தனையோ சம்பவங்கள் தெருவாருக்குத் தெரியும்.

குப்பை அள்ள வண்டி தள்ளிவரும் பெண் தீபாவளிப் பணம் கேட்டார் என்று அவர் கொதித்துக் கத்திய ஒரு அதிகாலையில் எல்லா வீட்டுக்காரர்களும் தெருவுக்கு வந்து நின்றுவிட்டார்கள்.

'உனக்குப் பணம் குடுக்கோணும்னு ரூல் இருக்குதா? எந்த அடிப்படையில நீ எங்கிட்டக் காசு கேக்கற? கை நீட்டிச் சம்பளம் வாங்கிக்கிட்டுத்தான வேல செய்யற?'

இப்படி எத்தனையோ கேள்விகள். ஒன்றிரண்டு வார்த்தைகள் பதில் சொல்லிப் பார்த்த அந்தப் பெண் கடைசியாக 'இல்லைன்னா இல்லீனு சொல்லீட்டுப் போங்க சார். அதுக்கெதுக்கு என்னென்னமோ பேசறீங்க' என்று சொல்லியபடி வண்டியை அடுத்த வீட்டுக்குத் தள்ளிப் போனார். அவர் விடவில்லை. 'நான் என்னென்னமோ பேசறனா? குப்பக்காரிக்கெல்லாம் பேச்சப் பாரு' என்று தொடங்கிக் குப்பை வண்டி தெருமுனையைக் கடந்து செல்லும் வரை கத்திக்கொண்டேயிருந்தார். ஒவ்வொரு வீட்டின் முன்னும் வைக்கப்பட்டிருந்த கூடையை எடுத்து வந்து வண்டியில் குப்பையைக் கொட்டும் வேலையைப் பார்த்துக்கொண்டே 'ஆமா... நான் குப்பக்காரிதான். உங் குப்பய அள்ளியள்ளிப் பாக்கறன். முடியவே மாட்டேங்குது' என்று சொன்னபடி போய்விட்டாள்.

அன்றைக்குக் கதிரவனிடம் 'என்னங்க அந்த ஆளு இப்பிடி ஒரு அற்பனா இருக்கறான்' என்று சொன்னாள் மஞ்சு.

'ஆமா. அற்பன்கிறது அந்தாளுக்குப் பொருத்தமான பேர்தான்' என்று அவன் சிரித்தான்.

'அந்தம்மா கிட்ட எதுனா முண்டிப் பாத்திருப்பான். ஒன்னும் நடந்திருக்காது. அதான் இப்பிடிக் கத்தத் தொடங்கிட்டான்' என்றும் சொன்னான்.

அதன் பிறகு அவரைப் பற்றிப் பேசும்போதெல்லாம் 'அற்பன்' என்றே சொல்வார்கள். அவளது மாலை நடையைப் பற்றிய வழக்கமான விசாரிப்பு ஒன்றின்போது 'என்ன அற்பனாரப் பத்தி ஒன்னுமே சொல்லுல?' என்று கேலியாகக் கேட்டான். அதிலிருந்து 'அற்பன்' போய் 'அற்பனார்' ஆயிற்று.

அற்பனாருக்கு நாய்களைப் பிடிக்காது. தெருவில் ஏதேனும் நாயின் குரைப்பொலி கேட்டால் உடனே வெளியே வந்து அதை விரட்டுவது அவர் வேலைகளில் ஒன்று. சிங்காரியைத் தேடிக் கடுவன் நாய்கள் வரும் பருவத்தில் தெருவில் எந்நேரமும் சண்டையும் சத்தமும்தான். கற்களைச் சேர்த்து வைத்து வீசி

விரட்டும் வேலையில் அற்பனார் ஈடுபடுவார். நீண்ட தடிகளைக் கொண்டும் விரட்டுவார். இந்தப் பகுதியில் இத்தனை கடுவன் நாய்கள் இருக்கின்றனவா என்று தோன்றும் அந்தச் சமயத்தில் 'எல்லாம் உன்னாலதான்' என்று கதிரவன் குற்றம் சாட்டுவான். 'செம்மிதான் எம்பொறுப்பு. சிங்காரிக்குச் செம்மிதான் பொறுப்பு' என்று சொல்லித் தப்பிப்பாள்.

இதுவரைக்கும் சிங்காரி மூன்று முறை குட்டி போட்டிருக்கிறாள். முதல்முறை இரண்டு குட்டி. இரண்டாம், மூன்றாம் முறைகளில் மும்மூன்று குட்டிகள். எட்டுக் குட்டிகளில் மூன்றுதான் எஞ்சியிருக்கின்றன. ஐந்து குட்டிகள் போன இடம் தெரியவில்லை. அற்பனார்தான் அடித்துக் கொன்றுவிட்டார் என்று தெருவில் பேச்சு உலவியது. இரவு பத்து மணிக்கு மேல் தெருவில் என்ன சத்தம் கேட்டாலும் யாரும் எழுந்து வெளியே வர மாட்டார்கள். மின்விசிறிச் சத்தம், குளிர்சாதனத்தைப் போட்டுக் கொண்டு கதவை அடைத்துத் தூங்குதல் காரணமாக எந்தச் சத்தமும் கேட்காது. அதனால் எதையும் உறுதிப்படுத்த இயலவில்லை.

தன்னை மஞ்சு திட்டமிட்டுத் தவிர்க்கிறாள் என்பது அற்பனாருக்குத் தெளிவாயிற்று போல. முகம் கடுகடுத்துத் தெரிந்தார். ஒருநாள் அவளைத் தொந்தரவு செய்யவில்லை. இனி அவ்வீட்டை நிதானமாகக் கடக்கலாம் என்னும் அவள் நினைப்பு நீடிக்கவில்லை. உன்னை விட மாட்டேன் என்று வீம்பு காட்டி அடுத்த நாள் முதல் அவளைச் சீண்ட ஆரம்பித்தார். 'மஞ்சம்மாவுக்கு நாய்தான் புடிக்குமா?' என்று இளித்தபடி கேட்டார். சட்டென்று அப்படிக் கேட்டது அவளுக்கு அதிர்ச்சியாக இருந்தது. அவர் திட்டமிட்டுத்தான் கேட்டிருப்பார் என்று பின்னர் யோசிக்கும்போதுதான் புரிந்தது. அப்போது அதிர்ச்சியில் என்ன செய்வதென்று தெரியாமல் கிட்டத்தட்ட ஓடினாள். செம்மி மட்டும் அவரைப் பார்த்து இரண்டு முறை குரைத்துவிட்டு வந்தான். அவரைப் பார்த்தாலே குரைக்க வேண்டும் என்று செம்மிக்குத் தோன்றுகிறது.

அடுத்த நாள் எச்சரிக்கையோடு நடந்தாள். அற்பனார் வீட்டுக்கு அருகில் வரும்போது ஆள் இருக்கிறாரா என்று கவனித்தாள். இல்லை என்பது போலத்தான் தெரிந்தது. ஆனால் தெருவில் புதர் போல அடர்ந்திருந்த மல்லிகைச் செடிக்குள் இருந்து சட்டென்று வெளியே வந்து 'மஞ்சம்மா... தெனமும் நடந்து நடந்து ஒடம்ப சிக்குன்னு வெச்சிருக்கற' என்றார். மஞ்சுவால் இந்தப் பேச்சைச் சகித்துக்கொள்ள முடியவில்லை.

இதற்குப் பதிலடி கொடுக்காமல் இருக்க முடியாது. 'உங்க பொண்டாட்டியம்மா பலாப்பழமாட்டம் இருக்கறாங்களா?' என்று சொல்லிக்கொண்டே நகர்ந்தாள். அந்தம்மா சுவருக்கு அந்தப் பக்கம் இருந்திருக்கலாம். கேட்கட்டும். நன்றாகக் கேட்கட்டும். நிதானமாக நின்று செம்மி குரைத்துவிட்டு வந்தான்.

இப்படியே சிலநாள் அற்பனார் ஏதாவது சொல்வதும் அவள் பதிலடி கொடுப்பதும் செம்மி குரைப்பதும் நடந்தன. கதிரவனிடம் சொன்னபோது அதில் அவனுக்குச் சுவாரசியம் கூடியது. வீட்டுக்குள் நுழைந்ததும் 'இன்னைக்கி என்ன சொன்னான்?' என்றுதான் கேட்பான். அவள் விலாவாரியாகச் சொல்வாள். அவள் சொன்ன பதிலைக் கேட்டதும் 'செரியான சவுக்கடி' என்று சொல்லிவிட்டுச் சிரித்து மாய்வான். 'நீயும் சாதாரணமில்ல, கள்ளி' என்று ஒருநாள் சொன்னான். அவன் இப்படி ரசித்துக் கேட்பதைத் தொடர்ந்து பொறுத்துக்கொள்ள முடியவில்லை. 'என்ன இவன்' என்று தோன்றியது. அதற்குப் பின் 'இன்னக்கி எதும் பேசல' என்று சொல்ல ஆரம்பித்தாள். அவன் துருவித் துருவிக் கேட்டும் அவளால் எதுவும் சொல்ல முடியவில்லை. 'இப்பல்லாம் அவன் எதும் பேசறதில்ல. இனி எதுனாப் பேசுனான்னா போலீசுக்குப் போயரலாம்' என்று சொல்லிவிட்டாள். அப்படி அவள் சொல்வாள் என்று கதிரவன் எதிர்பார்க்கவில்லை. காவல்நிலையம் வரைக்கும் இழுத்துவிடுவாள் என்று பயந்தான் போல. அதன்பின் அற்பனார் பேச்சை எடுப்பதையே விட்டுவிட்டான்.

இப்போது அற்பனார் 'மஞ்சம்மா' என்று விளிப்பதில்லை. பேச்சு முழுக்கச் சாடையாய் மாறிற்று. அவள் நடக்கும்போது குண்டுமல்லிச் செடிப்பக்கம் நின்றிருந்தவர் 'உம்பூவ வெச்சிருக்கற கொண்ட கொடுத்து வெச்சது' என்றார். 'நடையா இது நடையா' என்று வாய்க்குள் முனகுவது போலப் பாடினார். இந்த மாதிரி பேச்சுக்கெல்லாம் எதிர்வினை செய்யக் கூடாது என்று தலைகுனிந்தபடி கடந்து போனாள். சாடைப் பேச்சு அவளைச் சீண்டவில்லை என்பதைவிட அத்தனை பொருட் படுத்தாமல் இருக்க முடிந்தது. இதற்கு மேல் என்ன செய்ய முடியும் என்றிருந்தாள். ஆனால் அற்பனார் விடவில்லை.

அன்றைக்கு மாலை கிளம்பி நடந்தாள். செம்மி முன்னால் போனான். தெருவின் அரைவட்டத் திருப்பத்தின்போது நடை வேகத்தை மட்டுப்படுத்தி அற்பனார் வீட்டுப் பக்கம் கண்ணோட்டினாள். வழக்கம் போல லுங்கியை ஏற்றிக் கட்டி அவளுக்கு எதிர்ப்பக்கம் திரும்பி நின்றபடி மல்லிகையில்

பூப் பறித்துக்கொண்டிருந்தார். அவ்விடத்தை வேகமாகக் கடந்துவிடலாம் என்று எட்டிப் போட்டாள். வட்டத்தைக் கடந்த சமயத்தில் செடியின் கீழ்க்கொடியை நோக்கிக் குனிந்தார் அற்பனார். உள்ளாடை அணியாததால் தொங்கிய குறியை அவளுக்கு நேராகக் காட்டியபடி பூப் பறிப்பது போலப் பாவனை செய்தார். ஒருகணம் அதிர்ந்து நின்ற மஞ்சு 'அடேய் செம்மி' என்று கத்தினாள்.

●

உயிர்மை, செப்டம்பர் 2024

குர்குர்

குர்குர் காட்டும் அன்பு, இல்லை பேரன்பு, பாலனுக்கு அத்தனை சந்தோசத்தைக் கொடுத்தது. அது உறவினர்கள், நண்பர்கள் எல்லோருக்கும் பரவிப் பொதுவிடத்தில் கேலி செய்து சிரிக்கும் விஷயமும் ஆயிற்று. 'நீ பூன ஆயிட்டயா அது பொம்பளை ஆயிடுச்சான்னே தெரீலியே' என்று நண்பர்கள் கிண்டல் செய்தார்கள். அந்த மாயம் நிகழ்ந்த விதத்தை அவனாலும் சரியாகப் புரிந்துகொள்ள முடியவில்லை.

குர்குரோடு இரவும் பகலுமாக ஒருவாரம் செலவழித்திருந்தான் பாலன். அவனுடைய அத்தை வீட்டுப் பூனை அது. 'குர்ரு', 'குர்ரூஉ' என்றெல்லாம் ஆசையாகக் கூப்பிடுவார்கள். குட்டியிலிருந்தே அறிமுகமானது தான் என்றாலும் காணும் போதெல்லாம் ஒரு அச்சம் மனதில் ஓடும். மின்னும் மைக்கறுப்பாக உடலசைய அது உள்ளோடுகையில் மேனி சிலிர்த்து மனதைப் பெரும்பயம் கவ்வும். அவனை நோக்கி முகம் திருப்புவது ஓரிரு நொடி என்றாலும் எரிதழல் போலக் கண்கள் மின்னி மறையும். இப்படி ஒரு கரும்பூனையை அத்தை எப்படித்தான் வளர்க்கிறாரோ என்று நினைப்பான். தூங்கும்போது நள்ளிரவில் கொள்ளிக்கட்டைக் கண்ணோடு பூனை வந்து எதிரே நின்றால் எப்படியிருக்கும் என்று எண்ணி நடுங்கியதும் உண்டு.

பாலன் வீட்டிலிருந்து இரண்டு தெரு தள்ளி அத்தை வீடு. அப்பனுக்கு மூத்த அக்காவாகிய

அத்தைக்கு ஒரே மகன்; பாலனுக்குச் சின்ன மாமன். இருவருக்கும் இடையே வயது வேறுபாடு அதிகம். அவன் படித்து முடித்து வேலைக்குப் போனபோது இவன் ஆறாவதோ ஏழாவதோ படித்துக்கொண்டிருந்தான். வேலையின் நிமித்தம் அவன் வெளியூரில் இருந்ததாலும் திருமணம் முடித்துக்கொண்டு அங்கேயே தங்கிவிட்டதாலும் நெருக்கம் இல்லை. அத்தை புருசன் பெரியமாமன் அரசு தொடக்கப் பள்ளி ஆசிரியர். அவரைக் கண்டால் பாலன் சட்டென்று ஒளிந்துகொள்ள இடம் தேடுவான். அவர் ஒரு அறிவுரைத் திலகம். பிடித்தால் லேசில் விடமாட்டார். எப்போதும் அவனைக் குழந்தையாகவே கருதிப் பலவற்றைப் பொறுமையாகச் சொல்லிக்கொண்டே யிருப்பார். ஏதாவது வேலையாக அத்தை வீட்டுக்குப் போக வேண்டியிருந்தால் பெரியமாமன் இருக்கிறாரா என்று விசாரித்துக்கொண்டுதான் செல்வான்.

ஊரிலிருந்து யாராவது திருமண அழைப்பிதழ் கொண்டு வருவார்கள். அத்தை வீட்டுக்குப் போக இவன்தான் வழிகாட்டி. ஏதாவது பணம் கொடுக்கல் வாங்கல் தொடர்பாகப் போய்வர நேரும். பலகாரப் போசிகளைக் கைமாற்றும் வேலையாகவும் போவதுண்டு. ஊருக்கு யார் போனாலும் காய்கறி, கடலைக்காய், புளி என்று எதையாவது கொண்டு வருவார்கள். அதை இருவீடுகளுக்கும் பரிமாற்றம் செய்வதும் பாலனின் வேலை. பாலனின் அம்மாவுக்கும் அத்தைக்கும் புரிதல் இருந்தது. அதைக் காப்பாற்றிக் கொள்ள விலகியும் விலகாமலும் இருவரும் உறவைப் பேணுவதாக அவனுக்குத் தோன்றுவதுண்டு. அத்தை வீட்டுக்கு அவன் போகும்போது வரவேற்புக்கும் குறைவில்லை. உருவத்தில் தன் தந்தையைப் போலவே பாலன் இருக்கிறான் என்பதால் அத்தைக்கு வாஞ்சை அதிகம்.

இரண்டு தெரு தள்ளித்தான் என்றாலும் தின்பதற்கோ குடிப்பதற்கோ ஏதாவது கொடுக்காமல் அத்தை அனுப்ப மாட்டார். நல்ல நாள் அதுஇதுவென்று சிலசமயம் அவன் கையில் பணத்தையும் திணிப்பதுண்டு. அவனுக்குச் சங்கடமாக இருக்கும். என்றாவது ஒருநாள் இருவீட்டுக்கும் சண்டை வந்துவிட்டால் 'இவ்வளவு பணம் கொடுத்தேன்' என்று சொல்லிக் காட்ட நேரலாம். அத்தையின் பேச்சில் கெட்ட வார்த்தைகள் சாதாரணமாக வரும். எவ்வளவோ பேசும் பெரியமாமன் தன் மனைவியிடம் மட்டும் அளந்து பேசுவதற்கு அதுதான் காரணம்.

அத்தை ஒரு வார்த்தையைத் தன்மேல் ஏவிவிட்டால் எப்படித் தாங்கிக்கொள்ள முடியும்? உறவினர் வீடுகளில் அப்படிப் பிரச்சினைகளை எல்லாம் பார்த்திருக்கிறான்.

ஆனால் அத்தையின் அன்பும் சிரித்த முகமும் பணத்தைப் பெற்றுக்கொள்வதைத் தவிர வேறு வழியில்லை என்றாக்கி விடும். அத்தை பணம் கொடுத்ததை அம்மாவிடமும் அப்பா விடமும் சொல்லலாம் என்று தோன்றும். சொன்னால் பணம் கைமாறிப் போய்விடும் என்பதால் ரகசியமாகவே வைத்துக்கொள்வான். அத்தையும் யாரிடமும் சொன்னதாகத் தெரியவில்லை.

அத்தையும் பெரியமாமனும் தம் மகன் வீட்டுக்கு எப்போதாவது போய் ஓரிரு நாள் இருந்துவிட்டு வருவார்கள். அப்போதெல்லாம் வீட்டுக்குக் காவலாய்ப் பாலன்தான் போய்த் தங்குவான். ஒருவாரம் என்று சொல்லிவிட்டுப் போவார்கள். இரண்டு மூன்று நாளிலேயே திரும்பிவிடுவார்கள். ‘அந்தூர்ல மனுசன் இருப்பானா?’ என்பார் பெரியமாமன். மகனுடனோ மருமகளுடனோ சிறுபிரச்சினை உண்டாகியிருக்கும். உடனே இருவரும் பையைத் தூக்கிக்கொண்டு கிளம்பிவிடுவார்கள்.

‘இவனயெல்லாம் நம்பக் குடாது. கடசி காலத்துல எரந்து குடிச்சாலுஞ் செரி, இவனூட்டுல எறங்கி நிக்கக் குடாது’ என்று சொல்வார் அத்தை. ஒருவாரத்தில் பேச்சு மாறிவிடும். பேரக் குழந்தைகளுடன் செல்பேசியில் கொஞ்சல் தொடங்கியிருக்கும்.

மகனுடைய வீட்டுக்கு அவர்கள் போயிருக்கும் நாட்களில் இரவு ஒன்பது மணிவாக்கில் பாலன் அங்கே போய் வரவேற்பறைச் சோபாவில் படுத்துத் தூங்கிவிட்டுக் காலையில் எழுந்து வந்துவிடுவான். நகைகளோ பணமோ வீட்டில் வைப்பதில்லை. என்றாலும் இரவிலாவது வீட்டில் ஆள் இருக்க வேண்டுமே. எத்தனையோ பொருட்கள் இருக்கின்றன. அங்கே போனால் இரவு எவ்வளவு நேரம் வேண்டுமானாலும் செல்பேசியைப் பயன்படுத்தலாம். வீட்டில் அம்மா எட்டிப் பார்த்துத் ‘தூங்குடா’ என்று சத்தம் போடுவார். ஒருமுறை ‘சரிம்மா’ என்று சொல்லலாம். ஒவ்வொரு நிமிடத்திற்கும் அம்மாவின் குரல் வரும். அதனால் அத்தை வீட்டுக் காவல் அவனுக்கு இஷ்டமானதுதான்.

இந்த முறை அப்படியல்ல. வீட்டில் ஒரு கரும்பூனை இருக்கிறது. அது வீட்டுக்கு வந்து ஒன்றரை வருசம் இருக்கும். கோடை விடுமுறையில் பேரனும் பேத்தியும் இங்கே வந்திருந் தார்கள். பேத்திக்கு ஆறு வயது. பேரனுக்கு நான்கு வயது. அவர்களை அழைத்துக்கொண்டு ஊருக்குப் போய் வந்தார் அத்தை. அங்கே ஒரு பூனை மூன்று குட்டி போட்டிருந்தது. ஒருகுட்டி மட்டும் முழுக்கறுப்பு. பேத்திக்கு அந்தக் குட்டிதான் ரொம்பவும் பிடித்திருந்தது. ‘கறுப்பு வேண்டாங் கண்ணு’

என்றார் அத்தை. மற்றவர்களும் சொல்லிப் பார்த்தார்கள். நிழல் அசைந்து நடப்பது போலிருந்ததால் அந்தக் குட்டி மேல் பேத்திக்கு அப்படி ஒரு வாஞ்சை. அது இல்லாமல் வர மாட்டேன் என்று அடம் பிடித்தாள். வேறு வழியில்லாமல் எடுத்து வந்தார் அத்தை.

குட்டி கடுவனா பொட்டையா என்று கண்டுபிடிப்பது கஷ்டமாக இருந்தது. வாலைத் தூக்கித் தூக்கி எல்லோரும் பார்த்தார்கள். யாராலும் தெளிவாகச் சொல்ல முடியவில்லை.

'பொட்டப்பூனயோ என்னமோ. இத எப்புடி வளக்கறது?' என்று பெரிய மாமன் கவலைப்பட்டார்.

'கடுவம் பூனயாட்டம் இது ஒன்னும் ஆட்டிக்கிட்டுத் திரியாது. இத வளக்கறது ஒன்னுங் கஷ்டமில்ல' என்று கோபமாகச் சொன்னார் அத்தை.

'ஆமாமா, வளத்திருவ நீ. காராட்டுக் காலத்துல ஊட்டச் சுத்திக் கடுவம் பூனைங்க வந்து நிக்கும். அப்பத் தெரியும் கஷ்டம்' என்றார் மாமன்.

'கடுவனுக்கு ஆபரேசன் பண்ற மாதிரி பொட்டைக்கும் பண்ணலாம்' என்று அத்தை சொல்லிச் சமாளித்தார்.

மாமன் அப்படிச் சொன்னதாலோ என்னவோ அதைப் பொட்டை என்றே கருதி 'வாடி போடி' எனப் பேசினார் அத்தை. நகரத்து வீட்டில் வைத்துப் பூனையை வளர்ப்பதென்றால் சாதாரணமல்ல. இடைவிடாமல் கத்திக்கொண்டே தன் பூங்கால் களால் வீடு முழுதும் அலைந்தது. தப்பித் தவறி வெளியே போய்விடக் கூடாது என்று எச்சரிக்கையாகப் பார்த்துக் கொண்டார்கள். தெருநாய்கள் ஏராளம் திரிந்துகொண்டிருந்தன. ஒரே பிடியில் பூனைக்குட்டியின் குரல்வளையைக் கவ்விக் குதறிவிடும் வெறி கொண்டவை. மகள் விரும்பிக் கொண்டுவந்த பூனைக்குட்டியை செல்பேசியில் பார்த்த மகனுக்கும் மருமகளுக்கும் அப்படியொரு மகிழ்ச்சி. அந்தப் பூனையைத் தங்கள் வீட்டுக்கும் கொண்டு வர அடம் பிடிப்பாளோ என்று உள்ளூரப் பயமும் இருந்தது.

'ஆயா ஊட்டுலயே அது இருக்கட்டும். நீ அடிக்கடி போயிப் பாத்துட்டு வரலாம்' என்று செல்பேசியில் பேசும்போதெல்லாம் சொல்லி வைத்தார்கள். அது மகள் மனதிலும் கொஞ்சம் கொஞ்சமாகப் பதிந்தது. அத்தைக்கும் வீட்டில் பூனை இருப்பது பிடித்திருந்தது. பெரியமாமன் பள்ளிக்கூடம் போய்விட்டால் பகலெல்லாம் தனித்திருக்க வேண்டும். என்னதான் வேலை செய்தாலும் இப்படி ஒரு உயிர் காலைச் சுற்றிக்கொண்டிருந்தால்

நல்லதுதான் என்று தோன்றியது. அதற்கென்று சிறுதட்டு வைத்துப் பாலூற்றினார். பாலை வயிறு முட்டக் குடித்துவிட்டு எங்காவது போய் மண்டு வைத்தது. அதைத் துடைப்பது பெரிய வேலையல்ல; கண்டுபிடிப்பதுதான் கஷ்டம்.

ஒருமுறை அரிசிப்பைக்குள் போய் மண்டுவிட்டது. சோற்றுக்கு அரிசி எடுக்கப் போனால் ஈரத்தில் அரிசி திரண்டிருந்தது. அந்தப் பகுதியை மட்டும் அள்ளிப் போட்டு விட்டு அரிசியை எடுத்தார். என்றாலும் மனதில் அசூயை. வீட்டிலிருந்த காரச்சட்டி ஒன்றில் மண்ணள்ளிக் கொண்டு வந்து வரவேற்பறையின் ஒருபுறம் வைத்தார். மண்ணைப் பறித்து மல்லவும் ஆய் போகவும் கால்களால் மண்ணைத் தள்ளி மூடவும் ஓரிரு நாளில் எளிதாகப் பழகிக்கொண்டது. அவ்வப்போது அதை அள்ளிக் கொட்ட வேண்டியிருந்தது. வீட்டுக்குப் பின்னால் காலி மனை இருந்ததால் மதிலை எட்டிக் கொட்ட முடிந்தது.

மகனும் மருமகளும் செல்பேசியில் தினமும் பேசும் போது பூனைப்பேச்சு பிரதானமாயிற்று. அதன் விளையாட்டுக்களைப் பற்றிப் பிள்ளைகள் ஆவலாகப் பேசினார்கள். மடியில் சுருண்டு படுத்து குர்குர்ரென்று அது சத்தம் எழுப்புவது பற்றிப் பேத்தி ஒருநாள் சொன்னாள். ‘குர்குர்ருனா சத்தம் வருது?’ என்று மருமகள் கேட்டாள். ‘ஆமா. இது ஒரு குர்ரு... குர்...குர்ரு’ என்று பூனையை மடியில் வைத்துக்கொண்டே பேத்தி சொன்னாள். அன்றிலிருந்து ‘குர்குர்’ என்று கூப்பிடத் தொடங்கினார்கள். பால் குடித்தால் அதற்குப் போதவில்லை எனப் பால்சோறு வைத்துப் பழக்கினார் அத்தை. அதற்கெனச் சோற்றைக் குழைய விட்டு ஆக்கினார்.

இன்னும் கொஞ்சம் துடியாகிவிட்டால் தெருவுக்குப் போய்விடுமே என்றும் கவலைப்பட்டார். தெருநாய் பற்றிய கவலையை அத்தை பகிர்ந்ததும் மகன் ஒரு கூண்டு ஆர்டர் போட்டுவிட்டான். லேசான இரும்புக் கம்பிகளால் கட்டிய கூண்டு. பூனையால் திறக்க முடியாதபடி ஒருவகைத் தாழ் இருந்தது. கீழே படிந்து கிடக்கும் நாதாங்கியை மேலே நன்றாகத் தூக்கி ஒருபக்கமாகத் தள்ளினால் திறக்கும். மனிதர்களே அதைக் கவனித்துக் கற்றுக்கொண்டால்தான் தெரியும். காலால் தள்ளித் தள்ளிப் பார்க்கும் பூனைக்கு இந்த நுட்பம் புரிபட வாய்ப்பில்லை. தொந்தரவு செய்யும்போது பிடித்து அதற்குள் போட்டுவிட்டால் கொஞ்ச நேரம் கத்தும். பிறகு சுருண்டு படுத்துக்கொள்ளும்.

மருத்துவமனைக்குக் கொண்டு போக வேண்டும் என்றாலும் அந்தக் கூண்டு உதவும். பெரியமாமன் வைத்திருந்த

சால்வைகளில் மெத்தென இருந்த ஒன்றை எடுத்துக் கூண்டுக்குள் போட்டுப் பூனையை அதற்குள் விட்டார் அத்தை. பூனைக்கு நல்ல அடக்கமான இடம். கூண்டைத் திறந்துவிடச் சொல்லி அடிக்கடி கத்தி அடம் பிடித்தது. மெல்லிய கத்தல் சற்றே ஓங்கி ஒலிக்கத் தொடங்கியபோது விடுமுறை முடிந்து பேரனும் பேத்தியும் கிளம்பினார்கள். மருமகள் மந்திரம் வேலை செய்திருந்ததால் 'போயிட்டு வர்றம். நீ பத்தரமா இரு... குர்குர்ரு... அடுத்த லீவுக்கு வந்துருவம்... குர்ரு...குர்ரூஉ' என்று கொஞ்சி விடைபெற்றார்கள்.

அதன் பிறகு இதுவரை அவர்கள் வரவேயில்லை. இடையில் ஏதேதோ விடுமுறைகள் வந்தபோதும் பிள்ளைகளை இங்கே அனுப்பவில்லை. கோடை விடுமுறையில் பலவகைப் பயிற்சி வகுப்புகள் இருந்தன.

'இந்த வயசுல பிள்ளைவளுக்கு லீவு வேண்டாமா?' என்று அத்தை கேட்டார்.

'அதெல்லாம் அந்தக் காலம். இப்பெல்லாம் சிறு வயசுலருந்தே பல திறமய வளத்துக்கிட்டாத்தான் வாழ முடியும். உடு' என்று பெரிய மாமன் சொன்னார்.

'ஆமா... பொச்சுக் கழுவத் தெரியாத பூங்கொழந்தைக்குப் பொதி சொமக்கற வேலையாம்' என்றார் அத்தை.

பூனைக்குத் தயிர்ச்சோறு முக்கியமான உணவு. அயிரைக் குஞ்சுக் கருவாட்டைக் கையால் தேய்த்துத் துகளாக்கி எப்போ தாவது போடுவதுண்டு. வீட்டில் கறி எடுக்கும் நாளில் பச்சைக் கறியில் சதையாகப் பார்த்து இரண்டு துண்டு போட்டுவிட்டால் போதும். அதை ஓர் உயிராகப் பாவித்துக் கவ்விப் பிடித்தும் குதறியும் விளையாடியபடி தின்று முடிக்க ஒருமணி நேரம் ஆகும்.

கூண்டைத் திறந்தே வைத்தார் அத்தை. அது ஒருபுதர் ஆகிவிட்டது. அப்படி அங்கங்கே குர்குர்ருவுக்கென இடங்களை அத்தை உருவாக்கி வைத்திருந்தார். ஒவ்வொரு அறையின் அட்டாலியிலும் மூலைக்கதவைத் திறந்துவிட்டு அதற்குள் துணியை விரித்து வைத்திருந்தார். அறையிலிருக்கும் இரும்பு பீரோவின் மேல் ஏறி அங்கிருந்து அட்டாலி மூலைக்குக் குர்குர் தாவிச் செல்லும். குர்குர் வெளியே ஓடிவிடாமல் இருக்க எந்நேரமும் கதவுகள் மட்டும் சாத்தித் தாழிடப்பட்டிருக்கும். வீட்டுப் பூனை என்றால் குர்குர்தான். வீட்டைத் தவிர வேறொன்றும் தெரியாது.

மருத்துவமனைக்கு அழைத்துச் செல்ல வேண்டியிருந்த போது துணைக்குப் பாலனையும் வரச் சொன்னார் அத்தை.

கூண்டுக்குள் குர்குர்ருவை விட்டுச் சாத்தி அத்தை பிடித்துக் கொண்டார். பெரிய மாமன் வண்டி ஓட்டினார். தனிவண்டியில் பாலன் போனான். ஒரு பூனைக்குட்டிக்கு மூன்று பேர் வந்திருப்பதைப் பார்த்து மருத்துவமனையில் சிரித்தார்கள். கரும்பூனை அரிது என்பதால் மருத்துவர்களும் பணியாளர்களும் கூடிப் பார்த்தார்கள். தம் வளர்ப்புகளை சிகிச்சைக்காகக் கொண்டு வந்திருந்தவர்களும் அதிசயமாகக் குர்குருவைக் கண்டு களித்தார்கள். அன்றைக்குக் குர்குருவுக்கு அத்தை திருஷ்டி சுற்றினார். மருத்துவ மனையில்தான் குர்குர் பொட்டை என்பது உறுதியாயிற்று. அதன் பின் பெரிய மாமன் வருவதில்லை. குர்குர்ருவும் அத்தையும் பின்னால் உட்கார்ந்துகொள்ளப் பாலன் வண்டியோட்டிப் போனான். அதற்குக் குடும்பக் கட்டுப்பாட்டு அறுவை சிகிச்சை செய்த அன்று அத்தை கலங்கிப் போனார். மயக்கத்தில் கிடந்த குர்குர்ரின் பக்கத்திலேயே நாளெல்லாம் உட்கார்ந்து கிடந்தார்.

'ஊட்டுல இப்ப ரண்டு பூனைங்க' என்று பெரிய மாமன் சிரித்தபடி சொல்வார்.

'என்னமோ வெறும்பூனைன்னு நெனச்சராதீங்க. நகத்த வெளிய நீட்டுனா சத கிழிஞ்சிரும்' என்று தன் கை நகங்களை விரித்துக் காட்டியபடியே அத்தை பயமுறுத்துவார்.

குர்குர் வந்த பிறகு அத்தையின் வெளியுலகப் பிரவேசம் கணிசமாகக் குறைந்துவிட்டது. எந்த விசேஷத்திற்குப் போனாலும் இரண்டு மூன்று மணி நேரத்திற்கு மேல் கால் தங்காது. ரகசியம் போலக் 'குர்குர் இருக்குறா' என்று சொல்லிவிட்டுக் கிளம்பிவிடுவார். இரவில் எங்குமே தங்குவ தில்லை. ஊரில் நெருங்கிய சொந்தம் இறந்து போனாலும் பகல் விஜயம்தான். கிட்டத்தட்ட ஒன்றரை வருசத்திற்குப் பிறகு பாலன் பொறுப்பில் குர்குர்ருவை விட்டுவிட்டு ஒருவாரம் மகன் வீட்டுக்குப் போயிருந்தது அதிசயம். குர்குர்ருவை எப்படிப் பார்த்துக் கொள்ள வேண்டும் என்று பலமுறை படித்துப் படித்துச் சொன்னார் அத்தை. வெளிக்கதவைத் திறக்கும் போதெல்லாம் குர்ரு எங்கே இருக்கிறாள் என்று ஒருமுறை பார்த்துக்கொண்டு எச்சரிக்கையாகத் திறக்க வேண்டும். வீட்டுக்குள் அடைந்து வளர்ந்தவள். வெளியே போனால் சமாளிக்கத் தெரியாது. வீட்டுக்குத் திரும்பி வர வழி தெரியாமலும் போய்விடலாம்.

'நீ பொச்சத் தொறந்துக்கிட்டுத் தூங்குவ. தூக்கவெறியில அப்படியே கதவத் தொறந்திராத' என்றார் அத்தை. எதுவும் சொல்லாமல் சரி என்று தலையாட்டினான்.

அவள் ஆய் போகும் காரச்சட்டி மண் மூன்று நாளில் தீர்ந்து போய்விடாது என்றாலும் ஒருவேளை தீர்ந்துவிட்டால் என்ன செய்வது என்று சொன்னார். ஆய் அள்ளும் முறத்தை எடுத்துச் செய்முறை விளக்கம் தந்தார். தயிர் புளித்துப் போனால் குர்குர் மோந்துகூடப் பார்க்க மாட்டாள். கடைத் தயிரும் ஆகாது. ஆடை படிந்த புளிக்காத தயிர் வேண்டும். தினமும் தயிரும் சோறும் தருவது பாலனின் அம்மா வேலை. கொண்டு வந்து சரியான கலவையில் பிசைந்து போடுவது மட்டுமே பாலன் வேலை. அத்தை சொன்ன எல்லாவற்றுக்கும் சரி என்று தலையாட்டினான். மனமேயில்லாமல் கிளம்பியபோது பாலனிடம் வந்து ரகசியம் போல 'வர்ற தைப்பொங்கலுக்கு எப்படி ட்ரஸ் வேணுமோ அப்படி எடுத்துக்க. கிழிஞ்ச பேண்ட்டு வேணும்னாலும் எடுத்துக் குடுக்கறன். எஞ்செலவு' என்று அத்தை சொல்லிவிட்டுப் போனார்.

அப்போது பாலனுக்குப் பருவத் தேர்வு தொடங்க இருந்தது. பொறியியல் படிப்பின் ஒவ்வொரு புத்தகமும் பாறாங்கல்லைப் போலக் கனத்தது. நிறைய மதிப்பெண் பெறவில்லை என்றாலும் பரவாயில்லை. எந்தத் தாளும் நிலுவை வைக்காமல் தேர்ச்சி பெற்றுவிட்டால் போதும் என்று நினைத்தான். ஒருவாரம் இரவும் பகலும் அத்தை வீட்டிலேயே தங்கிப் படிக்கவும் செய்யலாம். சாப்பாட்டுக்குக்கூட வீட்டுக்குப் போகக் கூடாது. அப்பா மறுத்தாலும் அம்மா சோறு கொண்டு வந்து கொடுத்துவிடுவார். பலத்த ஏற்பாடுகளோடு வீட்டுக்காவலுக்கு அல்லாமல் குர்குர்ருவைக் கவனித்துக் கொள்ள அத்தை வீட்டுக்குச் சென்று நிலைகொண்டான் பாலன்.

பாலனைக் குர்குர்ருவுக்குத் தெரிந்திருந்தது என்றாலும் அடிமனதில் அவனுக்கு இருந்த பயம் போகவில்லை. நள்ளிரவில் கண்கள் சுடரக் கரும்பூனை எதிரே வந்து நிற்கும் காட்சி ஓடிக்கொண்டேயிருந்தது. விடிவிளக்கு மட்டும் போதாது, குழல் விளக்கையே போட்டு வைத்துக்கொள்ள வேண்டும் என்று நினைத்தான். கஷ்டம்தான். அவன் தூங்க வேண்டும் என்றால் இரண்டு நிபந்தனை நிறைவேற வேண்டும். ஒன்று துளிவெளிச்சம் இருக்கக் கூடாது; இரண்டாவது மின்விசிறி முழுவேகத்தில் ஓட வேண்டும். இரவு முழுக்க விழித்துப் படிக்கலாம், பகலில் தூங்கலாம் என்றெல்லாம் திட்டமிட்டான். அவன் நினைத்திருந்ததற்கு மாறாய் எல்லாம் நடந்தன.

தயிர்ச்சோற்றை நன்றாகச் சாப்பிட்டுவிட்டு எங்கோ போய்ப் படுத்து வெகுநேரம் தூங்கினாள் குர்குர். இடையில் கொட்டாவி விட்டுக்கொண்டே எழுந்து வந்தாள். உடலை

நீட்டி நெட்டி முறித்தாள். பாலனைப் பார்த்து இரண்டு மூன்று முறை கத்தினாள். வரவேற்பறைத் தரையில் படுத்துக்கொண்டு பாலனையே பார்த்தாள். சிலசமயம் தரையில் உடலைப் புரட்டிப் புரட்டி எடுத்தாள். மீண்டும் சோறுண்ணல், தூக்கம். இரவில் கண்களை விரித்துக்கொண்டு வீடெங்கும் ஓட்டம், விளையாட்டு. அவளுக்கென்று விதவிதமான பொம்மைகளை அத்தை வாங்கிப் போட்டிருந்தார். அவற்றைக் கால்களால் தட்டி வெகுதூரம் தள்ளியும் ஓடிக் கவ்வியும் அவள் விளையாடுவதைப் பார்க்க நன்றாக இருந்தது. குச்சியில் கட்டிய எலிப்பொம்மை ஒன்று அந்தரத்தில் தொங்கியது. தாவி அதைக் கவ்விப் பிடிப்பது ஒரு விளையாட்டு. தன் வேட்டை ஆசையை இப்படித் தணித்துக் கொள்கிறாள் என்று தோன்றியது.

அந்த விளையாட்டில் சோர்வு வந்தால் பாலனின் மடி மீது ஏறிக்கொண்டு முகம் பார்த்துக் கத்தினாள். தலையை நீவிக் கொடுத்தும் கட்டியணைத்தும் கொஞ்சிப் பேசினான். தலை தடவும் போது கண்களை மூடி அவள் அனுபவிப்பதைப் பார்த்து கை வலிக்கும் வரை தடவிக் கொடுத்தான். ஒளிந்து விளையாடுவதில் அவளுக்கு இருக்கும் ஆர்வத்தையும் அறிந்தான். சோபாவுக்கு அடியில் போய்ப் புகுந்துகொண்டு கத்திப் ‘பிடி பார்க்கலாம்’ என்று சவால் விட்டாள். குனிந்து உள்ளே கையை நுழைத்துப் பிடிக்க முயன்றால் நகர்ந்து இன்னொரு மூலைக்கு ஓடினாள். படுக்கையறைக் கட்டிலுக்கடியில் போய் ஒளிந்துகொண்டாள். குனிந்து அடியில் பார்த்தால் நடுவில் உட்கார்ந்துகொண்டு குரல் கொடுத்தாள். அவனால் உள்ளே போக முடியாது. எப்படி அவளை வெளியே கொண்டு வருவது என்று யோசித்தான்.

ஒட்டடைக் குச்சியைக் கொண்டு வந்து அடியில் விட்டுத் தட்டினான். அவள் அங்கும் இங்கும் நகர்ந்து தப்பித்தாள். வெளியே இழுக்கும்போது ஒருமுறை ஒட்டடைக் குச்சி நழுவி விழுந்து டம்மெனச் சத்தம் வந்தது. அந்தச் சத்தத்திற்குப் பயந்து வெளியே ஓடி வந்து அடுத்த அறைக்குள் போய்ப் புகுந்து கொண்டாள். சத்தத்திற்குப் பயந்து போகும் அவள் பலவீனம் தெரிந்ததும் எங்கே போய் ஒளிந்துகொண்டாலும் கால்களைத் தொம்தொம் என்று அடி வைத்துச் சத்தம் எழுப்பினான். பதுங்கிய இடத்திலிருந்து அச்சத்தோடு வெளி வந்தாள். தன்னை எளிதாக அவன் கண்டுபிடிக்கிறான் என்றதும் அந்த விளையாட்டைத் தவிர்த்தாள். கதவைத் திறந்து அவன் வெளியே போவதைப் பார்த்தால் தன்னையும் அழைத்துச் செல்லச் சொல்லிக் கத்த ஆரம்பித்தாள். ‘வெளிய மட்டும் உட்றாத’ என்று அத்தை சொன்ன எச்சரிக்கை அவன் நினைவில் ஒலித்துக் கொண்டேயிருந்தது.

கதவைத் திறந்ததும் இருக்கும் முற்றத்தில் மட்டும் விட்டுப் பார்க்கலாமா என்று தோன்றியது. அதிலிருந்த கிரில் கம்பிகளின் இடைவெளியை அளந்தான். பெருமளவு நெருக்கமாகத்தான் இருந்தது. 'குர்ரு... வா' என்று அழைத்து அவன் கதவைத் திறந்ததும் காற்றில் அலைந்தோடும் இறகு போலக் குர்குர் முற்றத்திற்கு ஓடினாள். அதிலிருந்த செருப்பு அலமாரியின் மீது ஏறினாள். இடுப்பளவு இருந்த கைப்பிடிச் சுவர் மேல் ஏறிக் கம்பிச் சந்துகளில் கண் பதிந்து வேடிக்கை பார்த்தாள். அந்த இடத்தில் அனுமதிப்பதால் எந்தப் பிரச்சினையும் இல்லை. அடிக்கடி குர்குர் வந்து கதவருகில் நின்றுகொண்டு கால்களைத் தூக்கிக் கதவின் மேல் வைத்துத் திறக்கச் சொல்வதும் அவன் திறந்துவிடுவதும் வழக்கமாயிற்று.

ஒருமுறை அப்படி விட்டுவிட்டு வரவேற்பறைக்குள் படித்துக்கொண்டிருந்தான். திடுமென இரட்டைக் குரல்கள் கேட்கத் தொடங்கின. எட்டிப் பார்த்தபோது கிரிலுக்கு இந்தப் பக்கம் குர்குர். அந்தப் பக்கம் இன்னொரு செந்நிறப் பூனை. தேளின் நிறத்தில் நடுநடுவே வெள்ளைக் கோடுகள் ஓடியது. இருவரும் கத்துவதும் கம்பிச் சந்தில் முகத்தை வைத்து ஒருவரை ஒருவர் தொடுவதும் தெரிந்தது. கதவருகில் நின்று பார்க்கையில் இருவரும் முத்தமிட்டுக்கொள்வது போலத் தோன்றியது. தன் இனத்து நட்பு ஒன்றை இப்போதுதான் குர்குர் பார்க்கிறாளோ? அது கடுவனாக இருக்குமோ? குர்குர்ருவுக்கு அறுவை சிகிச்சை செய்தாயிற்று. என்றாலும் காம உணர்வுகள் போகாதோ? மனிதர்களுக்கு அப்படித்தானே? எப்படியோ அந்தச் செந்நிறப் பூனையைக் குர்குர்ருவின் காதலன் என்று வைத்துக்கொள்வது சந்தோசம் தந்தது. கறுப்பும் சிவப்பும் சேர்ந்திருப்பதைப் பார்க்க மகிழ்ச்சியாக இருந்தது. சத்தம் எழுப்பாமல் நின்று அந்தக் கொஞ்சலைப் பார்த்து ரசித்தான். வெகுநேரத்திற்குப் பிறகே செந்நிறப் பூனை விடைபெற்றுச் சென்றது.

அடுத்தடுத்த நாட்களிலும் அது வந்தது. கம்பி மேல் உயர்த்தி வைத்திருந்த போது அதன் முன்னங்காலிலிருந்து வெளிப்பட்டுத் தெரிந்த கூரிய நகங்களைக் கண்டு அதற்குச் 'சொனையன்' என்று பெயர் வைத்தான். வீட்டு மதிலைத் தாண்டிக் குதித்ததும் சொனையன் குரல் எழுப்பினான். குர்குர் உள்ளே இருந்து கத்திப் பதில் கொடுத்தாள். இருவரும் குரல் கொடுத்து இருப்பை வெளிப்படுத்தும் அந்தக் கணத்தை நீட்டித்துக் கதவைத் திறக்காமல் இருந்தான் பாலன். பிறகு அவனையும் கதவையும் மாறிமாறிப் பார்த்துக் குர்குர் குரல் மாற்றிக் கெஞ்சிக் கதறுகையில் போய்க் கதவைத் திறந்துவிட்டான். நெடுநாள் பிரிந்திருந்த காதலர்கள் சந்திக்கும் ஆவலுடன் கம்பிச் சந்தில்

பெருமாள்முருகன்

இருவரும் முகம் உரசுவதைக் காண்பது அவனுக்கு வேடிக்கை ஆயிற்று. காலையில் ஒரு வருகை; மாலையில் ஒரு வருகை எனச் சொனையன் நேரம் வகுத்துக்கொண்டிருந்தான்.

குர்குர்ருவின் கறுப்பு நிறத்துக்குப் பயந்து விளக்கைப் போட்டுக்கொண்டு தூங்கியவனுக்குச் சொனையன்தான் உண்மையான வெளிச்சத்தைக் கொடுத்தான். முன்னிரவில் படித்துக் கொண்டிருந்த பாலனின் தொடையை ஒட்டிப் படுத்திருந்த குர்குர் திடுமென எழுந்து ஜன்னலைப் பார்த்துக் குரல் கொடுத்தாள். உள்வெளிச்சத்திலிருந்து பார்க்க வெளியிருட்டில் எதுவுமே தெரியவில்லை. எழுந்து உற்றுப் பார்த்தபோது மதில் மேல் இருகண்கள் ஒளிர்ந்தன. சொனையன் சத்தமே இல்லாமல் உட்கார்ந்திருந்தான். கண்களைத் தவிர எதுவுமே தெரியவில்லை. இருளே தன் தீக்கண்களை விழித்துப் பார்ப்பது போலிருந்தது. இருளில் எல்லா நிறமும் கறுப்புத்தான். சில நொடிகளில் சொனையன் விழிகள் மறைந்தன. இரவில் திடுமெனக் குர்குர்ருவின் நினைவு தூண்டப் பார்த்துப் போகலாம் என வந்திருப்பானோ? தன் பயத்தைப் போக்கத் தான் வந்தானோ?

அதன் பிறகு விளக்கை அணைத்துவிட்டுப் பாலன் நிம்மதியாகத் தூங்கினான். குர்குர் அவனுக்கு அருகிலேயே பாயில் படுத்துக்கொண்டாள். இரவில் அவ்வப்போது புரண்டு விழிப்பு வந்தபோது தெரிந்த குர்குர்ருவின் கண்கள் அவனை ஒன்றும் செய்யவில்லை. வாஞ்சையுடன் தன் வயிற்றுப் பகுதியோடு குர்குர்ருவைச் சேர்த்தணைத்துத் தூங்கினான். சொனையனையும் குர்குர்ருவையும் சந்திக்க வைக்கலாமா என யோசித்தான். குர்ருவை வெளியில் விட முடியாது. சொனையன் உள்ளே வருவானா? அன்றைக்குத்தான் அவன் காவலின் கடைசி நாள். மறுநாள் விடிகாலை அத்தையும் மாமனும் வந்துவிடுவார்கள். சொனையனுக்குப் பொறி வைத்துச் சந்திப்பை நடத்திவிட முடிவு செய்தான். சிறுதட்டில் தயிர்ச் சோற்றை முற்றத்தில் வைத்தான். கூண்டுக்குள் குர்குர்ருவை அடைத்து முற்றத்தில் வைத்தான். கிரில் கதவை லேசாகத் திறந்து வைத்தான். எல்லாம் வைத்துவிட்டுக் காத்திருந்தான்.

கூண்டுக்குள் அடைபட்ட குர்குர் கம்பியில் தட்டித் தட்டித் திறந்துவிடச் சொல்லிக் கத்திக் கூப்பிட்டுப் பார்த்துப் பின் அடங்கினாள். திடுமென இருகுரல்கள் ஒருசேர எழுந்தன. சொனையன் முற்றத்திற்குள் வந்துவிட்டானா வழக்கம் போல வெளியிலிருந்து குரல் கொடுக்கிறானா என்பதைக் கண்டுபிடிக்க முடியவில்லை. சற்று நேரம் கழித்துப் பார்க்கலாம் என்று காத்திருந்தான். குரல்கள் அடங்கின. அப்படியானால் அவன்

உள்ளே வந்திருக்க வேண்டும். பின்கதவைத் திறந்துகொண்டு வீட்டைச் சுற்றி மெல்ல வந்து கிரிலைச் சட்டென்று இழுத்துச் சாத்தினான். அதை எதிர்பார்க்காத சொனையன் எதிர்ப்புறத்துக் கைப்பிடிச் சுவர் மேல் தாவிக் கம்பிகளுக்குள் புகுந்து நுழைய முயன்று தோற்றான். 'மாட்டிக்கிட்டயா?' என்று சிரித்தான் பாலன். மறுபடியும் சுற்றிக்கொண்டு பின்கதவில் வீட்டுக்குள் நுழைந்து முன்கதவு வழியாக முற்றத்திற்கு வந்து குர்குர்ருவின் கூண்டுக் கதவைத் திறந்துவிட்டான். அவனைக் கண்டு பயந்து சொனையன் கிரில் கம்பியைப் பற்றி உயரத்தில் ஏறி வௌவாலைப் போல நின்று அபாயக் குரலில் கத்திக் கொண்டிருந்தான்.

கதவைச் சாத்திவிட்டு வரவேற்பறைக்கு வந்த பாலனால் என்ன நடக்கிறது என்பதைப் பார்க்க முடியவில்லை. கொஞ்ச நேரம் கத்தல் சத்தம் கேட்டது. அதன் பிறகு எதுவும் இல்லை. காதலர்கள் சந்திப்பைப் பார்க்கும் ஆவலால் மீண்டும் பின்கதவு வழியாக வந்து சிறுசந்தடியும் இல்லாமல் சுவரை ஒட்டி நின்று முற்றத்தில் கண் பதித்தான். குர்ருவும் சொனையனும் ஒருவரை ஒருவர் மோந்து பார்த்துக் கொண்டிருந்தார்கள். சொனையனும் கிட்டத்தட்டக் குர்ருவின் அளவே இருந்தான். கடுவன் தானா என்பதை உறுதி செய்து கொள்ள முயன்றான். பாலன் நின்ற இடத்திலிருந்து அந்த அளவு காட்சியாகவில்லை. சரி, எப்படியோ குர்ருவுக்குத் தன் இனத்தைச் சந்திக்க ஏற்பாடு செய்துவிட்ட திருப்தி ஏற்பட்டது.

சொனையன் தரையில் புரள்வதைப் பார்க்க முடிந்தது. அவனைத் தொடர்ந்து குர்ருவும் புரண்டாள். அந்தச் செவ்வக முற்றத்துக்குள் இரண்டும் விளையாடத் தொடங்கின. ஒன்று தரையில் மல்லாந்து படுத்துத் தன் கால்களை மேலே தூக்கி அடிக்க இன்னொன்று நின்றபடி தன் கால்களால் தட்டியது. திடுமென இரண்டும் கட்டிப் புரண்டன. பொய்யடிகள், பொய்க்கவ்வல்கள், பொய் ஆக்ரோசங்கள், பொய்க்கத்தல்கள். விளையாட்டு என்பதே பொய்தானே. அவன் எதிர்பார்த்த விளையாட்டு அதுவல்ல. அவனுக்கு ஏமாற்றமாகப் போயிற்று.

குறிப்பிட்ட பருவத்தில் தானே விலங்குகள் உறவு கொள்ளும் என்பது நினைவு வந்தது. சரி, விளையாடி மகிழட்டும் என்று வீட்டுக்குள் வந்துவிட்டான். ஒருவேளை இரண்டும் உறவுக்கான முன்விளையாட்டில் இருக்கின்றனவோ. எப்படியிருந்தாலும் தொந்தரவு செய்ய வேண்டாம் என்று எண்ணினான். அவர்களை மறந்து தன் வேலையில் ஈடுபட முனைந்தவனுக்குக் கவனம் குவியவில்லை. நிலை கொள்ளாமல் உடல் தவித்தது. மனம் சூடேறிக் கொதித்தது. உடலைக்

கவிழ்த்துக் கண்களை மூடிப் படுத்தான். முற்றத்திலிருந்து சிறுசத்தமும் இல்லை. எவ்வளவு நேரம் கழிந்திருக்கும் என்று தெரியவில்லை. கண்ணசந்து தூங்கத் தொடங்கியபோது இரண்டின் குரல்களும் கேட்டன.

கதவைப் பிராண்டி குர்ரு கத்தினாள். சொனையனின் கத்தலும் கேட்டது. ஒன்றையொன்று அழைக்கும் கத்தலுக்கும் இப்போதைய கத்தலுக்கும் வித்தியாசம் இருந்தது. இரண்டும் பிரியும் நேரம் வந்துவிட்டதோ? முன்கதவைத் திறந்தான். குர்ரு வேகமாக உள்ளே ஓடினாள். முன் போலவே கிரில் மேல் தாவிக்கொண்டு சொனையன் அவலக்குரல் எழுப்பினான். கிரிலைத் திறந்ததும் கீழே குதித்துப் பாலனின் கால் சந்துக்குள் புகுந்து தடுமாறி வெளியே ஓடினான் சொனையன். வைத்த தயிர்ச்சோறு அப்படியே இருந்தது. ஏதோ பெரிய காரியத்தைச் சாதித்துவிட்டது போலப் பாலன் மனதில் சந்தோசம் படர்ந்தது.

அடுத்து அத்தையும் மாமனும் திரும்பி வந்து ஐந்தாறு நாட்களுக்குப் பிறகுதான் பாலன் அங்கே போனான். வெளியில் நின்று 'அத்த' என்று அவன் அழைத்த குரலுக்கு முதல் பதில் குர்குர்ருவிடம் இருந்து வந்தது. ஏக்கம் ததும்பிய அக்குரலைக் கேட்டுப் பாலன் சிலிர்த்துப் போனான். 'குர்ரு... என்னடி குர்ரூஉ...' என்று வெளியிலிருந்தே குரல் கொடுத்தான். குர்ரு இடைவிடாமல் அதே குரலில் கத்தினாள். 'என்னத்துக்கு இந்தக் கத்துக் கத்தற?' என்று திட்டிக்கொண்டே வந்த அத்தை கதவைத் திறந்தார். முற்றத்துக்குள் ஓடிவந்த குர்குர் கம்பிச் சந்துக்கிடையே முகத்தை நுழைக்க முயன்றுகொண்டே அவனைப் பார்த்துக் கத்தினாள். அத்தை அப்படியே நின்று முகமலர்ச்சியோடு அந்தக் காட்சியைப் பார்த்தார்.

'என்னடா பையா... இந்தக் குர்ரு உன்னயப் பாத்து இந்தக் கத்துக் கத்தறா?' என்று கேட்டார்.

'அதான் அத்த எனக்குந் தெரீல. என்னய இந்த அளவுக்கு நெனப்பு வெச்சிருக்கறாளா?' என்று கிரிலுக்குள் நுழைந்தான்.

அவன் முகத்தை அண்ணாந்து பார்த்து இறைஞ்சும் குரலில் கத்திய குர்ரு அவன் கால்களைச் சுற்றிச் சுற்றி உரசினாள். அப்படியே நகர்ந்து வரவேற்பறைச் சோபாவில் உட்கார்ந்ததும் சட்டென அவன் மடியில் ஏறிப் படுத்துக் கொண்டு முகம் பார்த்துக் கத்தினாள். தலையைத் தடவிக் கொடுக்கத் தொடங்கியதும் கத்தல் அடங்கியது. கண்களைச் சொகுசாக மூடி அவன் தடவலை அனுபவித்தாள். அத்தைக்கு இன்னும் சிரிப்பு அடங்கவில்லை. 'பாரேன்' என்பதை அடிக்கடி சொல்லிக்கொண்டே பாலன் மடியில் படுத்திருந்த குர்ருவைப்

பார்த்தபடி நின்றார். அடுத்த முறை போனபோதும் குர்குர் அப்படித்தான் நடந்துகொண்டாள்.

அத்தையின் வியப்பு தீரவில்லை. பெரியமாமனிடம் சொன்னார். பாலனின் அம்மாவிடமும் அப்பாவிடமும் சொன்னார். அப்படித்தான் அவன் நண்பர்களுக்கும் பரவியது. ஒருமுறை அவனுடன் அத்தை வீட்டுக்கு வந்த நண்பன் இந்தக் காட்சியைப் பார்த்துவிட்டு எல்லோருக்கும் பரப்பிவிட்டான். அதை நம்பாத சில நண்பர்களுக்கு நேரில் காட்டுவதற்காக அவர்களையும் அழைத்துக்கொண்டு அத்தை வீட்டுக்குப் போனான். ஒரு நண்பனுடன் போயிருந்த போது புதிய ஆள் ஒருவன் உடன் வந்ததைக்கூடப் பொருட்படுத்தாத குர்குர் அவனைப் பார்த்து ஏங்கிக் கத்தினாள்.

'புதுசா ஆராச்சும் வந்தா ஓடிப்போயி ஒளிஞ்சுக்குவா. இப்பப் பாரேன், இவங்கூட ஆரு வந்தாலும் பயப்படறதில்ல. பயமெல்லாம் போயிருச்சு பாரேன்' என்றார் அத்தை.

இன்னொரு நண்பனுடன் போயிருந்த நாளில் 'நானும் தயிர்ச்சோறும் கறியுந்தான் வெக்கறன். பூங்குட்டியிலிருந்து மடியில வெச்சு வளக்கறன். எங்கிட்டக்கூட இப்பிடி வர்ற தில்லயே. அப்படி நீ என்னதாண்டா அவளுக்குக் குடுத்து மயக்குன?' என்று அத்தை கேட்டார்.

'அன்பக் குடுத்தன் அத்த' என்று பஞ்ச் வசனம் பேச நினைத்து மனதுக்குள்ளேயே அடக்கிக்கொண்டான்.

எல்லோரும் இதைப் பற்றிப் பேசும்போது பாலனுக்குச் சந்தோசமாக இருந்தது. பெரியமாமனின் தொணதொணப்பை யும் பொருட்படுத்தாமல் அத்தை வீட்டுக்கு அடிக்கடி போனான். குர்ருவிடம் எந்த மாற்றமும் இல்லை. அவன் வண்டிச் சத்தம் கேட்கும்போதே கத்தல் தொடங்கியது. அவன் குரல் கேட்டதும் வீரிடுவது போலக் குர்குர் கத்த ஆரம்பித்தாள். உள்ளே நுழைந்ததும் ஓடி வந்து அவன் மேல் தாவினாள். மடியில் படுத்துக்கொண்டு அவனைத் தலை தடவச் சொல்லிக் கேட்டாள். அத்தை இப்போது வியப்பைக் கடந்திருந்தார். அவர் குரலில் கோபம் சேர்ந்திருந்தது. அவன் அடிக்கடி வருவதை அத்தை விரும்பாதது போலவும் தெரிந்தது. என்றாலும் அவனால் அங்கே போவதைத் தவிர்க்க முடியவில்லை. இரண்டு மூன்று நாள் போகவில்லை என்றால் என்னவோ மாதிரி இருந்தது. ஏதும் காரணம் இல்லை என்றாலும் எதையாவது உருவாக்கிக் கொண்டு போனான்.

அன்றைக்கு ஞாயிற்றுக்கிழமை. கறி எடுக்கப் போன அப்பனிடம் தங்களுக்கும் எடுத்து வரச் சொல்லியிருந்தார்

அத்தை. அதைக் கொடுப்பதற்காகப் பாலன் போயிருந்தான். வழக்கம் போலக் குர்குர் பாய்ந்து வந்தாள்.

'குர்ருவப் பாக்க வந்திட்டியா?' என்று பெரியமாமன் சிரித்தார்.

'கறி கொண்டாந்தன் மாமா' என்றான்.

'அவன் நம்மளப் பாக்கவா வர்றான்? இந்தக் குர்ருவக் கொஞ்ச வர்றான்' என்று அத்தை கோபத்தோடு சொன்னார். பெரியமாமன் சிரித்தார்.

'அது கொழந்த மாதிரி. ஆரு கொண்டாடறாங்களோ அவங்ககிட்ட ஆசயாப் போவும்' என்றார்.

'நாங்கெல்லாம் கொண்ட்டாடுலீயா...' என்று நீட்டிய அத்தை கறிப் பொட்டலத்தை அவனிடமிருந்து வெடுக்கென்று பறித்துப் பிரித்து ஒருதுண்டுக் கறியைப் பார்த்துப் பொறுக்கி எடுத்து 'இந்தா... குர்ரு...வா' என்று அவளுடைய தட்டில் வைத்தார். அத்தையின் குரலைக் குர்குர் சட்டை செய்யவில்லை. அவன் கால்களுக்கிடையே புகுந்து உரசியபடி கத்தினாள்.

பெரியமாமன் சொன்னார், 'நீ போயிக் கறி வெய்யி. திங்கறாளான்னு பாக்கலாம்.'

சிரித்துக்கொண்டே அவன் போனான். தட்டினருகே உட்கார்ந்து கறித்துண்டை எடுத்து 'இந்தா தின்னு' என்றான். அவன் கையை மோந்து பார்த்த குர்குர் கறித்துண்டைத் தின்னத் தொடங்கினாள். அத்தையின் முகத்தைப் பார்க்க விரும்பாமல் 'நான் கௌம்பறன்' என்று பொதுவாகச் சொல்லியபடி கதவைத் திறந்தான். கறித்துண்டை அப்படியே விட்டுவிட்டுக் குர்குர் கத்திக்கொண்டே ஓடி வந்தாள்.

அவளுக்குப் பின்னாலேயே வந்த அத்தை 'சனியனே... போய்த் தொல' என்று குர்குர்ருவை எட்டி உதைத்தார். வலுவான உதையில் பந்து போல உருண்டு வந்து கதவுக்கு வெளியே நின்றிருந்த பாலனின் கால்களில் பட்டு விழுந்தாள் குர்குர். 'அவனோடவே போ... நல்லா எடுத்துக் குடுப்பான் போ' என்று கத்திவிட்டுக் கதவை ஓங்கிச் சாத்தினார் அத்தை.

●

மணல் வீடு, இதழ் எண்: 51, ஏப்ரல்-மே-ஜூன் 2024

இளன்

பூனையைக் கவனித்துக்கொள்ளும் வேலை கபிலனுக்குப் புதிது. தயக்கமாய் இருந்தாலும் கூடுதலாகப் பணம் கிடைக்கும் என்பதால் ஒத்துக் கொண்டான். பத்து நாட்கள் அக்குடும்பம் வெளியூர் செல்கிறது. யாருமற்ற வீட்டுக்கு இரவுக் காவல் என்றால் அவனுக்குப் பழக்கமானது. இந்த வீட்டிலோ பூனையையும் பார்த்துக்கொள்ள வேண்டும்.

தன் ஊரிலிருந்து நூறு கிலோ மீட்டருக்கு மேல் தொலைவு கொண்ட அரசு கலைக்கல்லூரியில் இளங்கலைத் தமிழிலக்கியம் மூன்றாமாண்டு படித்துக் கொண்டிருந்தான். நகரத்திலிருந்து தள்ளிக் கிராமத்துப் பொட்டல் வெளியில் அக்கல்லூரி இருந்தது. அதன் வளாகத்தை ஒட்டிய அரசு நல விடுதியில் தங்கல். விடுதியறை மாணவர்களால் நிரம்பி வழியும். சற்றே வெளியே போனால் ஆசுவாசமாகத் தோன்றும். மாலையானதும் கல்லூரி வளாகம் ஆளரவமற்றுப் போகும். அங்கிருக்கும் மின்விளக்குக் கம்பத்தின் அடியில் விடுதி மாணவர்கள் உட்கார்ந்து படிப்பார்கள்.

அப்படிப் படிப்பதாகப் பேர் பண்ணிக் கொண்டு கபிலனும் முன்னிரவு நேரத்தில் அங்கே செல்வான். அப்போது வளாகத்தில் உலாத்திக் கொண்டிருக்கும் இரவுக் காவலரோடு பழக்கம் ஏற்பட்டது. பெரும்பரப்பில் இருந்த கல்லூரிக்கு ஒரே ஒரு இரவுக் காவலர். அவருக்கும் ஏனோ அவனைப் பிடித்திருந்தது. வேலைகளை எல்லாம்

முடித்துவிட்டு அவன் படிக்கும் இடத்திற்கு வந்து தடத்தில் உட்கார்ந்து தன் போசியைத் திறந்து இரவுச் சாப்பாட்டை உண்பார். ஏதேனும் பலகாரம் கொண்டு வந்தால் அவன் மறுத்தாலும் கையில் திணிப்பார். அடிக்கடி தன் கஷ்டங்கள் பற்றிப் புலம்புவார்.

இரவுக் காவலருக்கு இன்னும் இரண்டு காலியிடங்கள் இருந்தும் அரசு ஆள் போடவில்லை. அதனால் விடுப்பு எடுக்கவும் முடியாமல் ஒருவரே தொடர்ந்து பணியாற்ற வேண்டியிருக்கிறது. உடல்நிலை சரியில்லை என்று விடுப்பு கேட்கப் போனால் 'ஒரு மாத்திரயப் போட்டுக்கிட்டு வந்து தூங்குய்யா. இராத்திரி என்ன வெட்டி முறிக்கறியா? தூங்கத்தான வர்ற?' என்று கல்லூரி முதல்வர் எரிந்து விழுகிறார். ஏதேனும் விசேஷத்திற்குப் போக வேண்டும் என்றால் அலுவலக உதவியாளர் பணியில் இருக்கும் ஒருவரைக் கெஞ்சிக் கேட்டு ஏற்பாடு செய்ய வேண்டும். உதவியாளர் மறுத்தால் ஒன்றும் செய்ய முடியாது. 'உஞ் சொந்தக்காரன் எவனயாச்சும் கூட்டியாந்து உட்டுட்டுப் போய்யா. அதுகூட உனக்குச் சொல்லோணுமா?' என்கிறார் முதல்வர்.

இப்படி அவர் கதைகளை எல்லாம் கேட்டுக் கொண்டிருந்த ஒருநாளில் 'எதுனா வேலக்கிப் போறயா?' என்று கேட்டார்.

'அப்பப்ப கல்யாணம் காதுகுத்துன்னு சர்வீசுக்குக் கூப்புடுவாங்க. அதுக்குப் போறதுதாண்ணா. வேறெதாச்சும் வேல இருந்தாச் சொல்லுண்ணா' என்றான் கபிலன்.

'செக்யூரிட்டி வேலைன்னாப் போவியா?' என்றார் அவர்.

அவனுக்குப் புரியவில்லை. தனிவீடுகளில் குடியிருப்போர் வெளியூர் செல்ல நேரும்போது வீட்டுக் காவலுக்கென இரவு மட்டும் போய்த் தங்க வேண்டும். ஒருநாள் முதல் மாதம் வரைக்கும்கூட ஒரே வீட்டைக் காவல் காக்க வேண்டியிருக்கும். நம்பகமான ஆள் தேவை. இரவுக் காவலருக்கு அவன் மேல் நம்பிக்கை வந்திருந்தது. இரவில் போய்ப் படுத்துத் தூங்கிவிட்டுக் காலையில் எழுந்து வர வேண்டியதுதான். ஒருநாளுக்கு இருநூறு ரூபாய். மாலை ஆறு, ஆறரை மணிக்குப் போனால் போதும். காலையில் ஆறு மணிக்கெல்லாம் எழுந்து வந்துவிடலாம். அவர் மூலம் கடந்த இரண்டாண்டுகளில் பல வீடுகளைக் காவல் காத்திருந்தான்.

இப்போது இந்தப் புதிய வீடு. பூனையைப் பார்த்துக் கொள்வதற்காகத் தினம் நூறு ரூபாய் கூடுதல் ஊதியம். காவலரண்ணன் தைரியம் சொன்னார்.

‘பூனைக்கிச் சோறு போட்டு வெக்கறது ஒருவேலையா, போ.’

அதுதானே, செய்ய முடியாதா என்று தோன்றியது. வேலை தொடங்குவதற்கு ஒருவாரம் முன்பே ஆளைப் பார்க்க வேண்டும் என்று அந்த வீட்டார் அழைத்திருந்தார்கள். ஒருமாலை நேரத்தில் போனான். புறநகர்ப் பகுதிக் குடியிருப்பில் வீடு. பெருமளவு வீடுகள் இருந்தன. சில காலிமனைகளும் தெரிந்தன. அந்த வீடு கொஞ்சம் பெரியது. வீட்டம்மா ஒருவர் மட்டுமே இருந்தார். வயது ஐம்பதுக்கு மேலிருக்கும். அவனை வரவேற்பறைக்கு அழைத்துச் சோபாவில் உட்காரச் சொன்னார். தயங்கி உள்ளே நுழைந்தபோது பூனையின் மெல்லிய கத்தல் சத்தம் கேட்டது. அதைப் பின்தொடர்ந்த போது ஓர் அறைக்குள் வேகமாக நுழைந்தோடும் பூனையின் வெள்ளை வாலை மட்டும் கண்டான்.

எந்த வீட்டின் வரவேற்பறைக்குள்ளும் அவன் நுழைந்த தில்லை. வெளியே நிறுத்திப் பேசுவார்கள். வெளியிலிருக்கும் விளக்குகளைப் போட ஸ்விட்சுகளைக் காட்டுவார்கள். முற்றத்தில் அல்லது கார் நிறுத்துமிடத்தில் படுத்துக்கொள்ளப் பாயோ பழைய நாடாக் கட்டிலோ போட்டிருப்பார்கள். மின்விசிறி இருப்பது அபூர்வம். பரிதாபப்பட்டுச் சிலர் மேசை மின்விசிறி கொடுப்பதுண்டு. எதுவும் இல்லையென்றால் கொசுக்கடிக்குப் பயந்து போர்வையை இழுத்துப் போர்த்திக் கொள்ள வேண்டியதுதான். சில வீடுகளில் வெளியில் இருக்கும் கழிப்பறையைப் பயன்படுத்திக்கொள்ளச் சொல்வார்கள். இல்லை என்றால் இரவில் சிறுநீர் கழிக்கத் தெருவோரத்தைத் தான் நாட வேண்டும்.

இந்த வீட்டு வரவேற்பு புதிதாக இருந்தது. குடிக்கத் தண்ணீரும் கொரிக்கக் காராச்சேவும் கொண்டு வந்து வைத்த அம்மா எதிரில் உட்கார்ந்து அவனைப் பற்றி விவரமாக விசாரித்தார். கல்லூரி அடையாள அட்டை, ஆதார் அட்டை உள்ளிட எல்லாம் கேட்பாரோ என்று அவனுக்குச் சந்தேகம் வந்தது. கேட்காமல் உள்ளே போய்த் தேநீர் போட்டுக்கொண்டு வந்தார். கெட்டிப்பாலில் குறைவாகத் தூள் போட்ட தேநீர். வெறும் பாலைக் குடிப்பது போலவே இருந்தது. அவன் குடித்து முடிக்கட்டும் என்று காத்திருந்த அம்மா ‘வாப்பா’ என்றார். பூனை நுழைந்த அறைக்குள் கூட்டிப்போனவர் பரண் மேல் ஓர் அட்டைப்பெட்டிக்குள் படுத்துத் தன் தலையை மட்டும் மேலே வைத்திருந்த பூனையைக் காட்டினார். கண்களில் பயம் மின்ன அது ஒருமாதிரி அவலக்குரல் எழுப்பியது.

‘இளா... பயப்படாத. இந்த அண்ணந்தான் பத்து நாளுக்கு உன்னயப் பாத்துக்குவாரு. நேரத்துக்குச் சாப்புட்டுக்கோணும்.

அவரு உன்னய ஒன்னும் பண்ண மாட்டாரு. உன்னயப் பாத்துக்கத்தான் வர்றாரு... செரியா... தொந்தரவு பண்ணாத இருந்துக்கோணும். பத்து நாளுத்தான். அம்மா வந்திருவன்' என்று பூனையைப் பார்த்து ஏதேதோ சொன்னார். அதுவும் இடையிடையில் பதில் குரல் எழுப்பிக்கொண்டிருந்தது. ஆமோதிக்கிறதா மறுக்கிறதா என்று தெரியவில்லை. வாலையும் தலையையும் பார்த்ததில் தூவெள்ளைப் பூனை என்று அதன் உருவத்தைக் கற்பனை செய்ய முடிந்தது.

'இளன் புதுசா ஒருத்தரப் பாத்தாப் பயந்துக்கிட்டு ஓடி ஒளிஞ்சுக்குவான். ரண்டு நாளுப் பழகிட்டாச் செரியாயிருவான்' என்று அம்மா விளக்கம் சொன்னார்.

தான் ஏதாவது சொல்ல வேண்டுமே என்பதற்காக 'வாவா... புஸ்...புஸ்' என்று அதைப் பார்த்து விரல் சொடுக்கி அழைத்தான். அவன் வீட்டில் பூனை வளர்த்ததில்லை. ஊரில் பூனை வளர்ப்போர் 'புஸ்புஸ்' என்று பொதுவாகக் கூப்பிடுவதைக் கேட்டிருக்கிறான். அம்மா சிரித்தார்.

'அப்படிக் கூப்பிட்டா வர மாட்டான் தம்பி. இளா... இளான்னு கூப்படோணும். அவம் பேரு இளன்' என்று சொன்னார். அதன் பிறகு அவனும் 'இளா... இளா' என்று கிட்டத்தட்டப் பத்து முறை அழைத்த பிறகு 'மியாவ்' என்று ஒருமுறை பதில் கொடுத்தான். அம்மா முகம் ஒளிர்ந்தது. 'உங்கிட்டப் பழகிக்குவான். ஒன்னும் பிரச்சின இல்ல' என்றார். பூனையின் பெயர் அவனுக்குப் பிடித்திருந்தது.

'இளன்னு நல்ல தமிழ்ப் பேரு வெச்சிருக்கறீங்க?' என்றான்.

'அதென்னமோ எம்பொண்ணுதான் வெச்சா. எளான்னு கூப்புட்டாச் சண்டைக்கு வந்திருவா. இளான்னுதான் கூப்படோணும்' என்று சிரித்தார் அம்மா.

வரவேற்பறையின் ஒரு ஓரத்தில் இளன் சாப்பிடுவதற்கான வட்டத் தட்டுக்கள் இரண்டிருந்தன. ஒன்றில் ட்ரைபுட் போட வேண்டும். இன்னொன்றில் வெட்புட். தண்ணீருக்குச் சிறுகுண்டான். வீட்டில் மூன்று படுக்கையறைகள் இருந்தன. இரண்டு அறைகள் பூட்டப்பட்டிருக்கும். திறந்திருக்கும் ஓரறையிலும் சமையலறையிலும் வரவேற்பறையிலும் இளனுக்கான இடங்கள் இருந்தன. சமையலறையை ஒட்டி யிருந்த கழிப்பறை ஓரம் இளன் ஆய் போவதற்கான செவ்வக வடிவத்தில் நீள்டப்பாக்கள். அவற்றில் தவிடு போன்ற ஏதோ கொட்டப்பட்டிருந்தது. அவன் ஆய் போனதும் அந்தத் தவிடு அதில் ஒட்டித் திரண்டுவிடும். அதைச் சிறுமுறத்தில் அள்ளிக்

கழிப்பறை வாங்கியில் போட்டு நன்றாகத் தண்ணீர் ஊற்றிவிட வேண்டும். வரவேற்பறையில் பாய் போட்டுக் கபிலன் படுத்துக் கொள்ளலாம். காலை எட்டு மணி வரைக்கும் கபிலன் தங்க வேண்டும். ஏழரை மணிவாக்கில் தான் இளன் ஆய் போவான். அதை அள்ளிப் போட்ட பிறகு உணவு வைத்துவிட்டுக் கிளம்பலாம்.

ஆய் அள்ள வேண்டும் என்பதுதான் அவனுக்கு ஒருமாதிரி இருந்தது. அவன் முகச்சுழிப்பைக் கவனித்த அம்மா 'அதென்னப்பா... கொழந்த ஆயி போனா அள்ளறதில்ல? அது மாதிரிதான். இளன் பூங்கொழந்த மாதிரிதான்' என்றார். அவன் வெறுமனே சிரித்து வைத்தான். மாலையில் ஆறு மணிக் கெல்லாம் வந்துவிட வேண்டும். காலையில் எட்டுமணி வரைக்கும் அவன் இருக்க வேண்டும் என்பதால் சமையலறையில் தேநீர் மட்டும் போட்டுக்கொள்ளலாம். அதற்கெனப் பாத்திரங்கள் தனியாக இருக்கும். அவற்றைக் கழுவிக் கழுவிப் பயன்படுத்திக் கொள்ளலாம். இளனின் பாத்திரங்களையும் தினம் ஒருமுறை கழுவ வேண்டும். கழுவுதொட்டியைச் சுத்தமாக வைத்திருப்பது முக்கியம். தினமும் கால் லிட்டர் பால் அவன் வரும்போது வாங்கி வரலாம். அதற்கு அவர்கள் பணம் கொடுத்துவிடுவார்கள். பச்சைப்பாலில் இரண்டு தேக்கரண்டி அளவு இளனுக்கு ஊற்றினால் குடிப்பான். இந்தச் சந்தர்ப்பத்தைப் பயன்படுத்திக்கொள்ள நினைத்துக் கேட்டான்.

'ராத்திரிச் சாப்பாடும்மா?'

அந்தம்மா யோசித்தார்.

'ராத்திரி எட்டு மணிக்கின்னா ஹாஸ்டல்ல சாப்பிட்டுட்டு வந்திருவம்மா. ஆறு மணிக்கு வரச் சொல்றீங்களே?'

'அப்படியா? செரி. ராத்திரி டிபனுக்கு ஐம்பது ரூவா குடுத்தர்றன். வர்றப்பா வாங்கிக்கிட்டு வந்து சாப்புட்டுக்கோ. இளன உட்டுட்டு இப்பத்தான் மொதத்தடவ வெளிய போறம். அவன மட்டும் பத்தரமாப் பாத்துக்கோணும். வெளியில மட்டும் போக உட்றவே கூடாது' என்று அம்மா வலியுறுத்திச் சொன்னார்.

அந்தம்மா ஒவ்வொன்றையும் நிதானமாகச் சொல்லி இடத்தைக் காட்டியதை எல்லாம் அவன் திரும்பும்போது நினைவுபடுத்திப் பார்த்தான். சில விஷயங்கள் நன்றாகப் பதிந்திருந்தன. சில மறந்துபோயிருந்தன. அவர்கள் புறப்படுவதற்கு இரண்டு நாள் முன்னர் மீண்டும் வர வேண்டும் என்று சொன்னார். அதே தெருவில் இரண்டு வீடு தள்ளியிருந்த

வீட்டில் சாவி கொடுத்திருப்பார்கள். தினமும் மாலையில் வந்து அவர்களிடம் வாங்கிக்கொண்டு காலையில் கிளம்பும் போது அங்கேயே கொடுத்துவிட வேண்டும். அந்த வீட்டை அறிமுகப்படுத்துவதோடு இளனைப் பராமரிக்கும் வேலைகளைப் பற்றி இன்னொரு முறை சொல்வதாகவும் அவற்றை ஒருதாளில் எழுதித் தருவதாகவும் சொல்லியிருந்தார் அம்மா.

அன்றைக்குப் போனதற்காக ஐம்பது ரூபாய் பணமும் கிடைத்தது. 'பஸ் பாஸ் இருக்குதும்மா' என்று சொன்னான். 'பரவால்ல... வெச்சுக்கப்பா' என்று கைகளில் திணித்தார். எல்லாம் இளனால் கிடைத்தது. 'இளா... நீ வாழ்கடா' என்று சொல்லிக் கொண்டான். அந்தம்மா மீண்டும் மீண்டும் சொன்ன ஒரே விஷயம் இளனைத் தப்பித் தவறிக்கூட வெளியில் விட்டுவிடக் கூடாது என்பதுதான். இளன் வெளியில் போனதேயில்லை. வெளியே விட்டால் திரும்பி வர வழி தெரியாமல் போய்விடலாம். தெருநாய்களிடம் சிக்கி விடலாம். கதவுகளை எப்படி மூட வேண்டும், திறக்க வேண்டும் என்றெல்லாம் விவரமாகச் சொல்லியிருந்தார். அதில் இன்னும் அவனுக்குக் குழப்பம் இருந்தது. ஓரிரு நாள் தங்கினால் தெளிவாகிவிடும் என்று தோன்றியது.

கூகுளில் பூனை வளர்ப்பு பற்றி அவ்வப்போது பார்த்தான். நாய்களைப் போலவே பூனைகளிலும் விதவிதமான வகைகள் இருந்தன. அவற்றுக்கான உணவுகள், பராமரிப்பு முறைகள், பழக்கவழக்கங்கள் என்று அது தனியுலகமாக விரிந்தது. புகைப்படங்களைப் பார்க்க ஆசையாக இருந்தது. சுவாரசியமான ரீல்ஸ்கள் சில வந்து விழுந்தன. எல்லாம் வெளிநாட்டுப் பூனைகள். அவற்றுக்கு ஏகப்பட்ட கவனிப்பு தேவைப்பட்டது. இளன் நாட்டுப்பூனை. ரொம்பவும் கஷ்டப்பட வேண்டியிருக்காது.

பத்து நாள் ஒரு பூனைக்குச் சோறும் தண்ணீரும் வைப்பதற்கு இத்தனை விஷயங்களைத் தெரிந்துகொள்ள வேண்டுமா என்னும் சோர்வு தோன்றத் தேடலைத் தவிர்த்தான். இரண்டாம் முறை போனபோதும் அந்தம்மா மட்டுமே இருந்தார். முதல்முறை போலவே நல்ல கவனிப்பு. மீண்டும் அதே விளக்கம். வெளியில் விட்டுவிடக் கூடாது என்று வலியுறுத்தல். இளனின் தரிசனம் ஓரளவு கிடைத்தது. செலவுக்கென ஐம்பது ரூபாய். தினமும் பாலும் இரவுணவும் வாங்க ஆயிரம் ரூபாய் கொடுத்தார். எல்லாம் திருப்தி.

கொஞ்சம் பதற்றத்தோடுதான் முதல்நாள் போனான். கிட்டத்தட்ட ஏழு மணியாகியும் இருட்டவில்லை. வெயில்

காலப் பகல் நீளமானது என்பது தெரிந்தது. விடுதிச் சமையல்காரர் வேலையை முடித்துவிட்டுச் சீக்கிரமே கிளம்பி விடுவார் என்பதால் இரவுணவுக்குப் பிரச்சினை இல்லை. சிறுபோசியில் போட்டு எடுத்துக்கொண்டு வந்திருந்தான். பக்கத்து வீட்டில் சாவியை வாங்கிச் சுற்றுச்சுவரில் இருந்த இரும்புக் கதவைத் திறந்து உள்ளே பூட்டினான். மூன்று படியேறி கிரில் கதவைத் திறந்ததும் சிறுமுற்றம். அதையும் உடனே சாத்திப் பூட்டினான். பக்கவாட்டில் இருந்த மாடிக்குச் செல்லும் கதவு தாழிட்டிருக்கிறதா என்பதைப் பரிசோதித்துக்கொண்டான். நேராக இருந்த பெரிய தேக்குக் கதவைத் திறந்து உள்ளே தாழிட்டான். நான்கு கதவுகள்; மூன்று சாவிகள். இதெல்லாம் அந்தம்மா எடுத்திருந்த பாடம்.

திரை மூடிய ஜன்னல்களுடன் இருந்த பெரிய வரவேற்பறை அச்சுறுத்தியது. திரைகளை நீக்கி ஜன்னல் கதவுகளைத் திறந்து விட்டான். இரண்டு மின்விசிறிகள் இருந்தன. ஒன்றைப் போட்டு விட்டுச் சோபாவில் சற்றே உட்கார்ந்தான். இளன் எங்கிருக் கிறான் என்று தெரியவில்லை. இளைப்பாறலுக்குப் பிறகு 'இளா... டேய் இளா...' என்று கூப்பிட்டபடி உள்ளே போனான். கடைசியறைப் பீரோவின் மேலிருந்த அட்டைப்பெட்டி தெரிந்தது. இளன் தெரியவில்லை. உள்ளே படுத்திருப்பானோ? சமையலறைக்குள் போனான். அதன் சிறுஜன்னலை ஒட்டி யிருந்த அலமாரியின் மேல்தட்டில் இளன் படுத்திருந்தான். கபிலன் உள்ளே நுழைந்ததும் சட்டென்று அச்சத்தோடு உடலைச் சிலிர்த்துக்கொண்டு எழுந்து கத்தினான். அது ஆபத்துக் காலத்தில் உதவி வேண்டி அழைக்கும் குரல். அவனருகில் போகாமல் நுழைவாயில் அருகிலேயே கபிலன் நின்றுகொண்டான்.

'இளா... உன்னய ஒன்னும் பண்ண வல்லீடா... பயப்படாத... பயப்படாத...' என்று சொல்லியபடி சற்றே நின்றான். அப்போதும் இளனின் அபயக்குரல் நிற்கவில்லை. 'சரி சரி' என்று கபிலன் பின்னகர்ந்தான். அப்போது இளன் வெளியே ஓடிவந்து கடைசியறைக்குள் நுழைந்தான். என்ன செய்கிறான் என்று பார்ப்பதற்காக அவ்வறை வாசலில் கபிலன் போய் நின்றான். அங்கிருந்த சிறுகட்டிலுக்கு ஏறி ஒரே தாவலில் பீரோ மேல் நின்றான். அட்டைப் பெட்டிக்குள் புகுந்து தன் தலையை மட்டும் உயர்த்தினான். மீண்டும் அதே கத்தல். இளன் ஆய் போகும் டப்பாவைப் பார்த்தான். ஆய் போன மாதிரி தெரியவில்லை. அவனது சாப்பாட்டு டப்பா ஒன்றில் ட்ரைபுட் நிறைந்திருந்தது. வெட்புட் டப்பா காலியாக இருந்தது. குண்டானில் தண்ணீர் இருந்தது. எதுவும் செய்ய

பெருமாள்முருகன்

வேண்டியதில்லை. அந்தம்மா எல்லாவற்றையும் செய்துவிட்டுப் போயிருக்கிறார். நாளைக் காலைதான் அவனுக்கு வேலை.

கீழே வைத்திருந்த பாயோடு கிடந்த தலையணையை எடுத்துச் சோபாவில் வைத்து உடலை நீட்டிக்கொண்டு செல்பேசியை நோண்ட ஆரம்பித்தான். செல்பேசி நெஞ்சில் விழ ஏதோ நேரத்தில் அப்படியே தூங்கிப் போயிருந்தான். இளனின் 'மியாவ்' கத்தல் கேட்டுத்தான் விழிப்பு வந்தது. வரவேற்பறைக்குள் வந்து நின்று கத்தினான். தான் புழங்கும் வெளிக்குள் புதிதாக ஒருவன் வந்திருக்கிறான் என்னும் கோபமும் தயக்கமும் அந்தக் கத்தலில் இருக்கிறதோ? அதன் அர்த்தத்தைத் தெளிவாகத் தெரிந்துகொள்ள முடியவில்லை. அசைந்து எழுந்தால் ஓடிவிடுவானோ என்று கண்மூடி அப்படியே படுத்திருந்தான். அதற்குப் பிறகு சத்தமில்லை. மீண்டும் உள்ளே போய்விட்டானோ? படுத்தபடியே கண் திறந்து அறைக்குள் சுழற்றினான். அவன் தலைக்குப் பின்னாலிருந்த பெரிய ஜன்னல் பக்கம் இளனுக்கெனப் போட்டிருந்த ஸ்டூலில் பின்னங்கால்களை வைத்துக்கொண்டு கொசுவலை அடித்திருந்த அடிக்கட்டையில் முன்னங்கால்களைப் பதித்து வெளியே வேடிக்கை பார்த்துக்கொண்டிருந்தான். கபிலன் தன்னுடலை அப்படியே கிடத்திக்கொண்டான்.

கொஞ்ச நேரம் கழித்துக் கண்ணைப் பின்புறம் திருப்பினான். இளனைக் காணவில்லை. வேடிக்கை முடிந்து உள்ளே போய்விட்டான் போல. சட்டென்று எழுந்து உட்கார்ந்தான். அவன் எழும் அரவம் கேட்டதும் சோபாவுக்கு அடியிலிருந்து இளன் வேகமாக உள்ளே ஓடினான். அடடா... இங்கிருப்பதைக் கவனிக்காமல் விட்டுவிட்டோமே என்று வருத்தமாக இருந்தது. வரவேற்பறைக் கடிகாரம் எட்டே முக்கால் மணி காட்டியது. கை கழுவிக்கொண்டு வந்து சாப்பிடலாம் என்று நினைத்துச் சமையலறைக்குள் போனான். கழுவு தொட்டியில் கையை நீட்டியபோது பின்னிருந்து இளன் கத்தினான். மீண்டும் சமையலறை ஜன்னலுக்கு வந்துவிட்டான் போல. இரண்டு ஜன்னல்களில் அவன் வெளியுலகம் அடங்கிப் போயிருக்கிறது. இளனைப் பார்த்து லேசாகச் சிரித்தபடி கை கழுவிக் கொண்டு வந்தான்.

இளன் தன் உணவில் கொஞ்சம் தின்றிருப்பது தெரிந்தது. அவன் மட்டும் இல்லை என்றால் இந்த வீட்டுக்குள் தனித்திருப்பது பெரும் அச்சத்தைக் கொடுத்திருக்கும் என்று தோன்றியது. உண்டு முடித்ததும் சற்றே வெளியில் நடந்துவிட்டு வரலாம் என்று கிளம்பினான். தேக்குக் கதவைப் பூட்டி, கிரிலையும் திறந்து பூட்டினான். சுற்றுச்சுவர் இரும்புக்கதவைத்

திறந்து வெறுமனே சாத்திவிட்டு நடக்கத் தொடங்கினான். ஆள் நடமாட்டம் இல்லை. தெருவோரங்களில் அங்கங்கே கார்கள் நின்றன. இந்த வீட்டில் பூனை இருப்பது போல வேறு சில வீடுகளிலும் பூனையோ நாயோ இருக்கலாம். அவையும் மனிதர்களைப் போலவே வீட்டுக்குள் முடங்கிவிட்டன. இரண்டு மூன்று தெருக்களைச் சுற்றிவிட்டுத் திரும்பி வந்தான். பழையபடி திறப்பும் பூட்டலும்.

வரவேற்பறைக்குள் அவன் நுழைந்ததும் ஜன்னலோர ஸ்டூலில் படுத்தபடி வெளியே பார்த்துக்கொண்டிருந்த இளன் கத்தினான். ஆனால் எழுந்தோடவில்லை. கபிலனும் மெல்ல நடந்து சோபாவில் உட்கார்ந்தான். செல்பேசியில் ஏதாவது படம் பார்க்கலாமா என்று நினைத்தான். அந்தச் சத்தம் இளனை விரட்டிவிடக் கூடும். வாட்ஸப்பில் வந்திருக்கும் எதையாவது படிக்கலாம் என்று தொடங்கினான். இன்னும் ஒருமாதத்திற்குள் பல்கலைக்கழகத் தேர்வு வந்துவிடும். படிக்கலாம் என்று இரண்டு புத்தகங்களை எடுத்து வைத்திருந்தான். அதில் ஒன்றை எடுத்துப் பிரித்தான். கொஞ்ச நேரம் கண்ணோட்டியதில் கொட்டாவி வந்தது. பாயை எடுத்துப் போட்டுப் படுக்க எழுந்தான். இளன் சட்டென்று தாவி உள்ளே ஓடிப் போனான்.

இன்றைக்கே இளனுக்கு ஓரளவு அச்சம் நீங்கிவிட்டது. ஓரிரு நாளில் நன்றாகவே பழகிவிடுவான் என்று நம்பிக்கை வந்தது. விடிவிளக்கைப் போட்டுக்கொண்டு படுத்தவன் ஆழ்ந்து தூங்கிப் போனான். இளனின் நடமாட்டம் பற்றி அவனுக்கு எதுவும் தெரியவில்லை. காலையில் எழும்போது ஏழு மணியாகி விட்டது. உள்ளே போய்ப் பார்த்தான். இளனின் ஆய் டப்பாவி லிருந்து நாற்றம் எழும்பி மூக்கை அடைத்தது. அவன் உணவுத் தட்டு காலியாகியிருந்தது. இரவிலேயே உணவைத் தின்று முடித்திருப்பான். காலையில் ஆய் போகும் வேலையையும் முடித்துவிட்டான். கைக்குட்டையை எடுத்து மூக்கைக் கட்டிக் கொண்டு தவிட்டுத் துகள்களில் சுருண்டிருந்த ஆயைச் சிறுமுறத்தால் அள்ளிக் கழிப்பறையில் போட்டுத் தண்ணீர் ஊற்றினான். பயந்தது போல அந்த வேலை அத்தனை அசூயையாக இல்லை. இளனின் இரண்டு தட்டுக்களிலும் உணவைப் போட்டு வைத்தான். இளன் அட்டைப்பெட்டிக்குள் இருக்கிறான் என்பதை உறுதிப்படுத்திக்கொண்டு கிளம்பினான்.

ஆள் தனித்திருக்கவே அச்சமூட்டும் அத்தனை பெரிய வீட்டில் இளன் மட்டும் பகலெல்லாம் ஒற்றையாக இருப்பான் என்று நினைக்கவே பாவமாக இருந்தது. வைத்த உணவு போதுமா, மதியத்தில் பசித்துக் கிடப்பானோ என்று யோசனை ஓடியது. அந்தம்மா சொன்ன அளவுதான் வைத்திருந்தான்.

என்றாலும் மனதில் ஒரு சந்தேகம் அரிக்கவே மாலையில் சீக்கிரம் கிளம்பி ஐந்தரை மணிக்கெல்லாம் வீட்டுக்குப் போய் விட்டான். சாவி கொடுத்த வீட்டுக்காரம்மா 'என்னப்பா, இன்னக்கிச் சீக்கிரம் வந்துட்ட' என்றார். அவர் குரலில் சந்தேக தொனி இருந்தது. 'ஒருவேலையா டவுனுக்கு வந்தன். அப்படியே இங்க வந்திட்டன். ஆறுமணிக்கு வரணும்னு சொல்லியிருக்கறாங்க' என்று சொல்லிச் சமாளித்தான்.

இளன் தின்றது போக உணவு இன்னும் மிச்சமிருந்தது. கபிலனின் நடமாட்டச் சத்தம் கேட்டதும் சமையலறைக்குள் இருந்து இளனின் கத்தல் வந்தது. தட்டுக்களைக் கழுவக் கொண்டு போனான். கழுவுதொட்டிக்குப் பின்பக்கமிருந்த ஜன்னலை ஒட்டிப் படுத்திருந்த இளன் எழுந்தோடவில்லை. அவனை ரொம்பவும் அருகில் பார்க்க முடிந்தது. மல்லிகைப் பந்தைச் சற்றே கலைத்துப் போட்ட மாதிரி தெரிந்தான். கண்களின் கூர்மை துளைத்தது. அருகில் போய்த் தலையைத் தடவிக் கொடுக்க ஆசையாயிருந்தது. இப்போதுதான் பயம் தெளிந்திருக்கிறது. அதீத உரிமை எடுத்துக்கொண்டால் மீண்டும் ஓடிப் போய்விடலாம். இதற்கு முன்னும் இப்படி யாராவது வந்து இருந்திருப்பார்கள். அதனால்தான் ஒரே நாளில் அவனுக்குப் பயம் தெளிந்துவிட்டது.

வாங்கி வந்திருந்த பால் பாக்கெட்டைக் கத்தரித்து கொஞ்சமாக ஒரு தட்டில் ஊற்றி அவனுக்கு முன்னால் நீட்டினான். கத்திப் பின்வாங்கினான். 'ஒன்னுமில்ல... பாலுத்தான்' என்றான். பாலில் வாய் வைக்காத பூனையும் உண்டோ? தயங்கி மெல்லத் தலையை நீட்டி நாக்கால் பாலைத் தொட்டான். பழுத்த இலை போல நாக்கு வெளிவந்து போயிற்று. மீண்டும் கொஞ்சம் ஊற்றி வைத்தான். அதைச் சீண்டவில்லை. தட்டுக்கள் காய்ந்த பிறகு உணவு போட்டு வைக்கலாம் என்று நினைத்து வரவேற்பறைக்குப் போய் உட்கார்ந்தான். தன் பையில் வைத்திருந்த குறிப்பேட்டை எடுத்து அதில் 'இளன்' என்று தலைப்பிட்டு அவன் தொடர்பான சொற்களை ஒன்றன் கீழ் ஒன்றாக எழுதிப் பட்டியல் போட்டான்.

தமிழ் இலக்கியம் சேர்ந்து வகுப்புக்குப் போனதும் முதலில் வந்த பேராசிரியர் சு. துரை தனித்தமிழிலேயே பேசினார். ஒருமணி நேரமும் அவர் வாயிலிருந்து ஆங்கிலச் சொல் ஒன்று கூட வரவில்லை. அது அவனுக்கு மிகவும் பிடித்திருந்தது. சாதாரணமாகவே அவர் அப்படித்தான் பேசுவார் என்று மூத்த மாணவர்கள் சொன்னார்கள். தனித்தமிழ் அவரைத் தேடிப் போக வைத்தது. அவர் சொல்லித்தான் இப்படி ஒரு குறிப்பேட்டை எப்போதும் கையில் வைத்துக்கொள்ளும்

பழக்கம் ஏற்பட்டது. புதிதாகக் காதில் விழும் சொற்களை எழுதி வைத்து அதைப் பற்றி யோசிக்கும் பழக்கம். பிறமொழிச் சொல்லாக இருந்தால் அதற்குப் பொருத்தமான தமிழ்ச் சொல்லைத் தேடிப் பார்க்க வேண்டும் என்றும் ஆசிரியர் சொல்வார். இளன், வட்டில், தட்டு, டப்பா, தவிடு எனப் பட்டியலிட்டுக்கொண்டே வந்தான். ட்ரைபுட், வெட்புட் இரண்டும் ஆங்கிலச் சொற்கள். அவற்றைத் தமிழ்ப்படுத்த முடியுமா என்று யோசித்தான்.

வரவேற்பறையில் மின்விசிறி ஓடினாலும் தணலுக்குள் இருப்பது போலிருந்தது. கதவைத் திறந்து முற்றத்திற்கு வந்தான். அங்கே இரும்பு நாற்காலி ஒன்று கிடந்தது. சிறுமின்விசிறி ஒன்றும் இருந்தது. அதைப் போட்டுக்கொண்டு உட்கார்ந்தான். வெளிக்காற்றை வாங்கி மின்விசிறி சுழன்றதால் இதமான காற்று வந்து தழுவியது. கண் மூடிக் காற்றை உடலில் வாங்கிச் சுகித்தான். ட்ரைபுட் என்பதை வறண்ட உணவு என்று சொல்லலாமா? வெட்புட் – ஈர உணவு. இது மிகப் பொருத்தமாகத் தோன்றியது. வறண்ட உணவுக்குப் பதிலாக வேறு சொல் அமைந்தால் பரவாயில்லை. சிறுமின்விசிறியின் வேகச்சுழலுக்கு இடையே இளனின் கத்தல் வருவது போலிருந்தது. விசிறியை நிறுத்திவிட்டுக் கேட்டான். கதவுக்குப் பின்னாலிருந்து இளன் கத்துவது கேட்டது. கதவைத் திறந்து அவனையும் கொஞ்ச நேரம் முற்றத்தில் விடலாமா என யோசனை வந்தது.

கிரில் கதவில் (கிரிலுக்குத் தமிழில் என்ன?) பெருக்கல் குறிகளுக்கு நடுவிலிருந்த இடைவெளியில் நுழைந்து இளன் ஓடிவிடுவானோ? மாடிக்குச் செல்லும் மரக்கதவு தாழிட்டிருந் தது. விட்டுப் பார்க்கலாம் என்று நினைத்துத் தேக்குக் கதவைத் திறந்தான். கதவையொட்டி நின்றிருந்த இளன் மெல்லத் தலையை நீட்டிப் பார்த்தான். 'இளா... வாடா...' என்று அழைத்தான். அவன் தயங்கி வெளியே வந்தான். கிரில் பக்கம் கவனத்தை வைத்துக்கொண்டான். இளன் முற்றத்தின் கைப்பிடிச் சுவர் மீது ஏறி அங்கிருந்த கம்பிகளின் வழியாக வெளியே பார்த்தான். சுவர் மீது நடந்தான். அங்கே போட்டிருந்த பழைய அட்டைப்பெட்டியை மோந்து பார்த்தான். நக்கியும் கடித்தும் வைத்தான். பெட்டிக்குள் இறங்கி நின்றான். கிரிலுக்குள் நுழைய முடியாது என்பது ஏற்கனவே அவனுக்குத் தெரிந்திருக்கக் கூடும்.

நாற்காலியில் உட்கார்ந்து அவனையே பார்த்துக் கொண்டிருந்தான் கபிலன். தெருவில் நாய் குரைத்தது. உடனே காதைத் தூக்கி உடலைச் சிலிர்த்தபடி அங்கே பார்த்துக் கத்தினான். இளனுக்கு இரண்டு வயதிருக்குமா? அதிகமாக

பெருமாள்முருகன்

இருக்குமோ? வேகத்தைப் பார்த்தால் நல்ல இளமைப் பருவம் என்றுதான் தோன்றியது. 'இளா... வாடா இங்க' என்று அருகில் போய் மெல்ல உடலைப் பற்றி அணைத்தெடுத்து நெஞ்சோடு சாய்த்துக்கொண்டான். அவன் துள்ளினான். இன்னும் கொஞ்சம் இறுக அணைக்கவும் நகத்தால் சட்டெனக் கீறித் தன்னை விடுவித்துக்கொண்டு உள்ளே ஓடிப் போனான். புறங்கையில் எரிச்சல். திருப்பிப் பார்த்தான். ஒரு வளைகோடு போல இரத்தம் துளிர்த்துத் தெரிந்தது. கொஞ்சம் அதிகமாக அழுத்திவிட்டோமோ? அதற்காக இப்படியா நகத்தைப் பதிப்பான். ஒரு குழந்தை தன்னை விடச்சொல்லித் துள்ளுவது போலத்தான் தெரிந்தது. நொடி நேரத்தில் காயப்படுத்தி விட்டானே. பூனைக்கு இருப்பது வெறும் நகமல்ல; ஆயுதம்.

அவன் வெளியே வராமல் இருக்கத் தேக்குக் கதவை வெளியே தாழிட்டுவிட்டுக் கிரிலைத் திறந்து இறங்கினான். தெருவிளக்கு வெளிச்சத்தில் ஓரத்தில் தேடினான். தாத்தாத்தழை ஓரிடத்தில் சோர்ந்து படர்ந்திருந்தது. ஐந்தாறு இலைகளைக் கிள்ளியெடுத்துக் கொண்டுவந்து வெளிக்குழாயில் கழுவிக் கசக்கிச் சாறுபடும்படி புறங்கையில் வைத்தான். எரிச்சல் மாறிக் குளிர்ச்சி ஏறியது. 'இந்த நாயிடம்... இல்லையில்லை... பூனையிடம் எச்சரிக்கையாக இருக்க வேண்டும்' என்று நினைத்துச் சிரித்துக்கொண்டே உள்ளே போனான். இந்தத் தழை வைத்தியம் போதுமா, ஊசி போட வேண்டுமா என்று குழப்பமாக இருந்தது.

அடுத்தடுத்த நாட்களில் கபிலனோடு இளன் இயல்பாகி விட்டான். வரவேற்பறைக்கு வந்து அவனருகில் படுத்துக் கொள்வதும் கதவருகில் போய் நின்று அதைக் காலால் தட்டித் திறக்கச் சொல்வதும் எனச் செல்லம் கொஞ்சும் அளவு நெருக்கம் வளர்ந்துவிட்டது. தினமும் முற்றத்திற்குப் போய் அரைமணி நேரமாவது உலாத்த வேண்டும். இல்லையென்றால் கத்தித் தொலைத்துவிடுவான். அவனை அங்கே விட்டுவிட்டு புத்தகத்தை விரித்து வைத்துக்கொள்வான். அவனுக்கே போதுமென்று தோன்றி உள்ளே போக அழைக்கும்போது கதவைத் திறந்துவிட்டால் போதும். இரவில் கபிலனுக்கருகில் வந்து படுத்துக் கொள்வான். கத்தி எழுப்புவான். உறங்கி விட்டால் எழும் வழக்கம் கபிலனுக்கில்லை. இடைவிடாமல் அவனைச் சுற்றிக் கத்திக் கத்தி எழுப்பிவிடுவான். உலருணவு பாதிகூடத் தீர்ந்திருக்காது. எதற்குத்தான் எழுப்புகிறான் என்று தெரியாது. கொஞ்ச நேரம் விளையாடினால் திருப்தியாவான்.

ஐந்து நாட்கள் இப்படிப் போயின. அதற்குள் நெடுநாள் உடனிருந்து பழகியவன் போலானான். அவனோடு

போண்டு ✤ 113 ✤

விளையாட்டும் பேச்சுமாய் இரவு கழிந்தது. மடியில் ஏறிப் படுத்துக் கொர்கொர் என்று சத்தம் எழுப்பியபடி தூங்கினான். கபிலனைப் பார்த்துச் சிறிதும் அச்சமில்லை. வரவேற்பறை சோபாவில் கால்களைப் பரத்தியபடியும் மல்லாந்தும் கிடந்தான். பார்ப்பதற்கு ஒரு குழந்தை போலத் தெரிந்தான். ஓடி விளையாடுவதும் ஒளிந்துகொள்வதும் அவனுக்கு விருப்ப மானவை என்பது தெரிந்தது. சிறுசிறு இடங்களில் அவனால் ஒளிந்துகொள்ள முடிந்தது. கண்டுபிடிக்கக் கபிலன் தடுமாறினால் ஒருகட்டத்தில் தானாகக் குரல் கொடுத்து அழைத்தான். என்ன அறிவு, என்ன அறிவு என்று தலை தடவிக் கட்டியணைத்தான். மாலையில் கபிலன் வந்து வெளிக்கதவைத் திறக்கும் சத்தம் கேட்டதும் உள்ளிருந்து கத்தி வரவேற்பு கொடுக்கும் அளவுக்கு இளனுக்கு எதிர்பார்ப்பு வந்துவிட்டது. பாதுகாவலுக்குச் செல்லும் ஒவ்வொரு வீட்டிலும் இப்படி ஒரு ஜீவன் இருந்துவிட்டால் பொழுது போவதும் தெரியாது. பயமும் இருக்காது.

குழந்தை என்றால் சேட்டை இல்லாமல் இருக்காதே. ஆறாம் நாள் அப்படி ஒரு சேட்டையை இளன் தொடங்கினான். முற்றத்தில் விளையாடிக்கொண்டிருந்தவன் திடுமென மாடிப் படிக் கதவுப்பக்கம் போய் நின்றுகொண்டு அதைத் திறக்கச் சொல்லிக் காலால் தட்டித் தட்டிக் கத்தினான். மாடிப்படிக் கதவு எப்போதும் தாழிட்டிருக்க வேண்டும் என்பது கபிலனுக்கு அம்மா போட்டிருந்த கட்டளை. இளனை ஏற்கனவே மாடிக்குக் கூட்டிச் சென்றிருப்பார்களா? அப்புறம் அவனுக்கு எப்படி வழி தெரியும்? அங்கே கூட்டிப் போகலாமா வேண்டாமா? கபிலனுக்குக் குழப்பமாக இருந்தது. மாடிக்குப் போய் ஒருமுறை பார்த்துவிட்டு முடிவு செய்யலாம் என்று நினைத்தான். அங்கே போனது தெரிந்தால் ஏதாவது பிரச்சினை ஆகுமா என்னும் பயமும் உள்ளோடியது. கதவருகில் நின்றுகொண்டு இளன் கத்துவதைப் பார்க்கப் பாவமாக இருந்தது.

இளனை உள்ளே விட்டுத் தேக்குக் கதவைச் சாத்திவிட்டு மாடிக்குப் போனான். கொஞ்சம் படியேறி ஒரு வளைவு. அதன்பின் சில படிகள். ஒரு அறைக்கதவு. அது பூட்டியிருந்தது. உள்ளே ஒரு அறையா இரண்டா என்று தெரியவில்லை. மாடியின் பாதியளவில் அந்த அறை. இன்னொரு பாதி மொட்டை மாடி. அதற்குச் செல்ல ஒருகதவு. அறையின் மேலிருக்கும் மொட்டை மாடிக்குச் செல்ல இன்னும் கொஞ்சம் படிகள் ஏறிச் சென்ற பிறகு ஒருகதவு. இதில் இளனை எங்கே விடுவது? முதல் மொட்டை மாடியை விட இரண்டாம் மொட்டை மாடி பாதுகாப்புப் போலப் பட்டது. அங்கிருந்து

ஓட வாய்ப்பில்லை. நல்ல உயரம் அது. கைப்பிடிச் சுவரும் கொஞ்சம் உயரம் போலத் தெரிந்தது. அங்கிருந்து குதித்தோட வாய்ப்பில்லை. இளனின் ஏக்கக் குரல் அவனை இளக்கியது.

கீழே போய் இளனை அழைத்து மாடிக்கதவைத் திறந்து விட்டான். பாய்ந்து படியேறியவன் வளைவில் இருந்த அரைவட்டத்தில் படுத்துப் புரண்டான். உடலை மலர்த்தியும் சுருட்டியும் அவன் புரள்வதைப் பார்த்தபடி கபிலன் கீழ்ப்படியில் நின்றான். ஒவ்வொரு படியாக மோந்து பார்த்துக்கொண்டே மெல்ல ஏறினான். பின்தொடர்ந்து கபிலனும் போனான். அங்கங்கே நிற்பதும் பார்ப்பதும் புரள்வதுமாக இளன் முன்னேறினான். கதவைக் கண்டால் அதன்முன் நின்று கத்தினான். அங்கே வழி இருக்கிறது என்பது அவனுக்குத் தெரிந்திருந்தது. படிப்படியாக ஏறி மேல் மொட்டைமாடிக் கதவுக்குச் செல்லக் கால்மணி நேரமாயிற்று. அதன்முன் நின்று காலால் தட்டியும் கத்தியும் திரும்பிக் கபிலனைப் பார்த்தும் திறக்கும்படி சொன்னான்.

அதைத் திறக்கலாமா வேண்டாமா எனக் கபிலனுக்குக் குழப்பமாக இருந்தது. வீட்டுக்காரம்மாவின் சொற்கள் மனதில் சுழன்று பின்னிழுத்தன. எதிரில் இளனின் வேட்கைக் குரல் நெகிழ்த்தியது. முன்னும் பின்னும் உழன்ற மனம் இடைவிடாத இளனின் அழைப்பில் இளகி ஒருகட்டத்தில் 'சரி, எங்க போயிருவான்? பாத்துக்கலாம்' எனத் தைரியம் கொண்டு கதவைத் திறந்தான். இரட்டைக் கதவு அது. இரண்டிலும் மேலும் கீழும் தாழ்கள். நடுவில் ஒருதாழ். அதற்கு மேல் இரும்புப் பட்டை ஒன்று குறுக்காக ஓடிற்று. அதன் நுனியில் இருந்த செவ்வக வடிவ ஓட்டையை நிலவில் வைத்திருந்த திருகாணியில் நுழைத்து தாழாக்கியிருந்தார்கள். ஒருகதவுக்கு எத்தனை தாழ்கள். நகரத்தில், பெரிய பெரிய வீடுகள் கொண்ட இத்தெருவில் வசிக்க இவ்வளவு பாதுகாப்பு தேவைப்படுகிறதே என்றெல்லாம் யோசித்துக்கொண்டே ஒவ்வொன்றாகத் திறந்தான்.

ஒற்றைக் கதவைத் திறந்ததும் இளன் சட்டெனப் பாய்ந்து வெளியே ஓடினான். மின்விளக்குகளின் வெளிச்சம் மங்கி நிலவொளி துலங்கித் தெரிந்த பரந்த வானம். வேப்பம்பூ மணத்தை வாரிக்கொண்டு வந்து காற்று தழுவி அணைத்தது. பற்றி இறுக அழுத்திய கைகளில் இருந்து பிதுங்கி வெளியே விழுந்ததைப் போலிருந்தது. செவ்வக வடிவில் பெரிய தொட்டி போலிருந்த அம்மாடியில் கதவுக்கு மேல்பகுதியில் தண்ணீர்த் தொட்டியும் அதற்குச் செல்ல இரும்பு ஏணியும் இருந்தன. கைப்பிடிச் சுவர் ஓரமாக இளன் நடந்தான். அங்கங்கே படுத்துப் புரண்டான். கபிலனைப் பார்த்து அவ்வப்போது மகிழ்ச்சியாகக்

கத்தினான். சுவர் சற்றே உயரமாக இருந்தது. குழந்தைகள் விளையாடப் பாதுகாப்பாக இருக்கட்டும் என்று இப்படிக் கட்டியிருப்பார்கள் என்று நினைத்துக்கொண்டான்.

நல்ல பையனாய் அங்கே சுற்றித் திரிந்த இளன் திடுமென இரும்பு ஏணியில் கால் வைத்து ஏறித் தண்ணீர்த் தொட்டிக்கு மேலே போய் நின்றான். கொஞ்சம் பதற்றமாக இருந்தாலும் எப்படியும் இறங்கி வந்துதானே ஆக வேண்டும் எனத் தணிந்து பார்த்துக்கொண்டு நின்றான். மேலிருந்து சுற்றிலும் நோட்டம் விட்ட இளன் சில நொடிகளில் அங்கிருந்து கைப்பிடிச் சுவருக்குக் குதித்தான். ஒரு பந்து வந்து அடித்து எகிறி நிலைகொள்வது போல அக்காட்சி தோன்றியது. என்ன செய்வது என்று கபிலன் யோசிப்பதற்குள் சுவரிலிருந்து ஜன்னல் ஷேடு மேல் குதித்து மதிலுக்குத் தாவினான். கபிலன் எட்டிப் பார்த்தபோது இளன் பூனையாகத் தெரிந்தான். மதில் மேல் பூனை. உள்ளே குதிக்குமா எதிர்வீட்டில் இறங்குமா பூனை?

வேகமாகப் படியிறங்கி ஓடினான். மதில் மேல் நடந்து கொண்டிருந்தது பூனை. முன்பக்கம் தெரு. இருபுறமும் வீடுகள். பின்பக்கம் காலி மனைகள். எந்தப் பக்கம் போகும்? 'இளா... இளா... வாடா... போதும் வாடா...' என்றெல்லாம் அழைத்தான். தன் குரலில் பதற்றத்தைக் காட்டிக்கொள்ளாமல் இருக்க முயன்றான். வீட்டுக்கும் மதிலுக்கும் இருந்த இடைவெளிக்குள் நுழைந்து பூனை நின்ற இடத்தை அடைய முயன்றான். பூனை ஓரிடத்தில் நிற்கவில்லை. நடந்துகொண்டேயிருந்தது. இளன் என்னும் பெயரை மறந்துவிட்ட மாதிரி தெரிந்தது. ஓரிடத்தில் பூனையைப் பிடிக்கக் கபிலன் கைகளை நீட்டி எகிறிய போது அது கத்திக்கொண்டே நடந்தோடிப் பின்பக்கச் சுவருக்குப் போயிற்று.

வீட்டுக்குப் பின்னால் கபிலன் போனதேயில்லை. ஓடி நின்றபோது அவன் கண்ணெதிரிலேயே சிறுமரங்களும் புதர்களுமாய் அடர்ந்திருந்த மனைக்குள் ஒரு பூச்சரம் நழுவி விழுவதைப் போலப் பூனை குதித்தது. துணி துவைக்கும் கல் மேல் ஏறி நின்று மனையைப் பார்த்தான் கபிலன். புல்பூண்டுகள் எல்லாம் அசைவற்றுச் சமைந்துவிட்ட மாதிரி தெரிந்தது. அவனுக்கு வேர்த்து வடிந்தது. 'இளா... இளா...' என்று அழைத்தான். அவன் அழைப்பு அவனுக்கே எதிரொலித்தது. சத்தம் கேட்டுப் பக்கத்து வீட்டுக்காரர்கள் வந்துவிடுவார்களோ என்று பயமாகவும் இருந்தது.

வந்து கேட்டால் என்ன சொல்வது? பூனை காணாமல் போய்விட்டது என்று சொன்னால் உடனே வீட்டுக்காரம்மா வுக்குத் தகவல் போய்விடும். என்ன சொல்வார்கள்? பயணத்தை

முடித்துவிட்டுத் திரும்பி வருவார்களா? என்ன பதில் சொல்வது? அண்டை வீடுகளைப் பார்த்தான். எந்தச் சலனமும் இல்லை. ஜன்னல் கதவுகளைச் சாத்திய குளிர்சாதன அறைக்குள் எந்தச் சத்தமும் கேட்காது என்பது நினைவுக்கு வந்தது. 'இளா... இளா...' என்று அழைக்கும் குரல் அவனுக்கு மட்டுமே கேட்கிற மாதிரி இருந்தது.

புதருக்குள் இறங்கிப் பார்க்க வாய்ப்பே இல்லை. ஒன்றன் பின் ஒன்றாய் இரண்டு மனைகள். பக்கவாட்டு மனைகளும் காலிதான். அடுத்த தெருவின் எதிர்ப்புறத்தில் ஒன்றிரண்டு வீடுகள். இப்போது பார்க்க வீடுகள் குறைவாகவும் காலி மனைகள் மிகுந்தும் தெரிந்தது. ஒருவனத்திற்குள் நுழைந்து பூனை காணாமல் போய்விட்டது. எப்படித் தேடுவது? நெஞ்சடிப்பு கடிகார ஒலி போலக் கேட்டது. வேர்வையில் சட்டையும் டவுசரும் நனைந்தன. முன்பக்கம் ஓடி வந்து முற்றத்தில் வைத்திருந்த செல்பேசியை எடுத்தோடி மனைக்குள் விளக்கை அடித்துப் பார்த்தான். நிலவொளியில் தெரியாத பூனை செல்பேசி விளக்கொளியில் தெரியலாம். அந்த அகண்ட வெளியில் வெளிச்சம் கரைந்து மின்மினி ஆயிற்று. புதருக்குள் சரசரப்புச் சத்தம், செடிகொடிகளில் சலனம் என எதுவுமே இல்லை.

'இளா...' என்று எப்படிச் சத்தம் கொடுத்தாலும் எதிர்வினை வரவில்லை. அவன் குரலில் தோய்ந்த அழுகையை உணர்ந்தான். அதற்கும் மேல் குரல் எழவில்லை. நெஞ்சைத் தடவிக்கொண்டு முற்றத்திற்கு வந்து தண்ணீர் குடித்தான். மின்விசிறியைப் போட்டு உட்கார்ந்தான். இன்னும் நான்கு நாட்கள் இருக்கின்றன. அதற்குள் பூனையைக் கண்டுபிடித்து விட்டால் போதும். பகலில் இங்கேயே தங்கிக் காலி மனை களுக்குள் தேடித் திரிய வேண்டியதுதான். யாரிடமும் சொல்லக் கூடாது. சாவி கொடுத்து வாங்கும் வீட்டில் என்ன சொல்வது? தேர்வுக்குப் படிப்பதால் பகலிலும் இங்கேயே தங்குவதாகச் சொல்லலாமா? ஒத்துக் கொள்வார்களா? பூனை ஓடிப் போனது அவர்களுக்குத் தெரிந்துவிடுமா? யோசனைகள் ஓட அப்படியே கீழே படுத்தவன் சோர்வில் கண்களை மூடிக்கொண்டான்.

பூனை கத்துவது போலச் சத்தம் கேட்டு விழித்தான். காதைக் கூர்மைப்படுத்தினான். மெல்லிய குரலில் பூனை கத்தியது. சட்டென்று எழுந்து மதில் பக்கம் போனான். முன்விளக்குகள் எரிந்தன. பக்கவாட்டு விளக்குகளுக்கு ஸ்விட்ச் எங்கிருக்கிறதென்று தெரியவில்லை. நிலவொளிக்குக் கண் பழகியதும் 'இளா... இளா...' என்று அழைத்தான். மதிலுக்கும் வீட்டுச் சுவருக்கும் இடையில் பூனை படுத்திருப்பது

போண்டு

தெரிந்தது. ஆவலோடு ஓடினான். அவன் வருகை இத்தனை வேகமாக இருக்கும் என்று பூனை எதிர்பார்க்கவில்லை. அது எழுந்து ஓடுவதற்குள் பாய்ந்து பிடித்துக் கட்டிக்கொண்டான். அது தன் நகங்களால் கீற முயன்றது. ஆவேசத்தோடு இறுக்கிக் கொண்டவன் தன் பிடியை விடவில்லை. அவன் கையைக் கடிக்கப் பார்த்தது. அவனுக்கும் பூனைக்கும் சிறுபோர். நான்கு கால்களையும் அசைக்க முடியாதபடி இருகைகளாலும் அழுத்தியிருந்தான். தன் ரப்பர் உடலை உருவிக்கொள்ள பூனை முயன்றது. நகங்களை எடுக்க முடியவில்லை என்றதும் கடித்தது. திறந்திருந்த முற்றத்துக் கிரில், தேக்குக் கதவு எல்லாம் கடந்து உள்ளே போய்த்தான் பிடியை விட்டான். சட்டென்று தேக்குக் கதவையும் மூடித் தாழிட்டான்.

கீழே குதித்த பூனை வரவேற்பறையில் அப்படியே கீழே படுத்து கெஸ்கெஸ் என்று மூச்சு வாங்கிற்று. அவன் இடக்கையில் வலி தெரிந்தது. மடக்கிப் பார்த்தான். முன்கையில் இரத்தம் மூடிச் சொட்டியது. சமையலறைக்கு ஓடி பாத்திரம் கழுவும் தொட்டியில் கையைக் கழுவினான். நீருடன் கலந்து போகப் போக மேலும் இரத்தம் வந்துகொண்டேயிருந்தது. களிம்பு ஏதும் இருக்குமா என்று சமையலறை அலமாரிகளைக் கண்களால் தேடினான். அடுப்பை ஒட்டியிருந்த அலமாரித் தட்டில் வெண்ணிறத்தில் களிம்பு ட்யூப் ஒன்று தெரிந்தது. தாவி எடுத்துப் பிதுக்கிக் காயத்தில் வைத்தான். நன்கு தடவி இரத்தத்தை நிறுத்திய பிறகே அது என்ன களிம்பு என்று பார்த்தான். பெயர் அவனுக்குப் பரிச்சயமில்லை என்றாலும் காயத்திற்குத் தடவுவதுதான் என்பது தெரிந்தது.

தடவியபடி வந்து வரவேற்பறை சோபாவில் அமர்ந்தான். நகக் கீறல்கள் அங்கங்கே இலை நரம்புகள் போலத் தெரிந்தன. அவற்றுக்கும் களிம்பு தடவினான். பல் பட்ட காயம் எத்தனை ஆழம் என்று தெரியவில்லை. ரொம்ப ஆழமிருந்தால் இரத்தம் நின்றிருக்காது என்று தோன்றியது. நிமிர்ந்தபோது எதிரே தொலைக்காட்சிப் பெட்டிக்கருகே இளன் படுத்தபடி இவனையே பார்த்துக் கொண்டிருந்தான். இவன் பார்ப்பது தெரிந்ததும் 'என்ன ?' என்பது போல் குரல் கொடுத்தான். பிறகு எதுவுமே நடக்காதது போல மெல்ல நடந்து வந்து கபிலனின் மடிமேல் ஏறிச் சுருண்டு கொண்டான். இளனுக்கு மூச்சிரைப்பது நன்றாகக் கேட்டது.

●

***வாசகசாலை*, 16 ஏப்ரல் 2024**

பொங்கி

என் பாட்டி சில சம்பவங்களைக் கதை போலச் சொல்வார்; சில கதைகளைச் சம்பவம் போலச் சொல்வார். இது கதையா சம்பவமா என்று எனக்குத் தெரியவில்லை. ஒரு சந்தர்ப்பத்தில் பாட்டி சொன்னதுதான்.

அப்போது எனக்கு எட்டு, ஒன்பது வயதிருக்கும். எங்கள் குலசாமிக் கோயிலுக்குச் செல்லத் திட்டமிட்டு வெகுநாள் தள்ளிப் போய்க் கொண்டேயிருந்தது. நேர்ந்துவிட்டிருந்த வெள்ளாட்டுக் கிடா கிழடு தட்டிவிட்டது. 'வெள்ளாட்ட ஏறி முதிக்கச் சமுத்துக் கெட்டுப் போறதுக்குள்ளயாச்சும் கொண்டோயி வெட்டீட்டு வாங்கடா' என்று சலித்தபடி மகன் களிடன் தாத்தா சொல்லியபடியே இருந்தார். இரண்டு பெரியப்பாக்கள், மூன்று அத்தைகள், நாங்கள் என ஆறு குடும்பங்களை இணைத்து ஒருநாள் பயணம் போய் வருவது ஏனோ சாத்தியப் படவே இல்லை.

உழவுக் குடும்பத்தில் வேலைக்குக் குறைவேது? ஒருநாளை முடிவு செய்தால் கன்று ஈனும் நிலையில் இருக்கும் மாட்டை விட்டுவிட்டு வர முடியாது என்று ஒருகுடும்பம் சொல்லும். இன்னொரு நாளை முடிவு செய்தால் 'அன்றைக்குத் தான் கிணற்றில் எங்களுக்குத் தண்ணீர் இறைக்கும் முறை' என்று ஒருகுடும்பம் சொல்லும். விதைப்பு இருக்கும். அறுவடை வரும். ஒருநாளும் விடுமுறை இல்லாத, விடுப்பு எடுக்க முடியாத தொழில் என்றால் அது

உழவுதான். ஆறு குடும்பத்தில் ஒருவரைக்கூட விட்டுவிட்டுச் செல்ல எங்கள் பாட்டிக்கு விருப்பமில்லை. 'என்னய உட்டுட்டுப் போயிக் கெடா வெட்டித் தின்னுட்டு வந்தீங்கல்ல' என்று ஒருசொல் காலத்திற்கும் வரும் என்று பாட்டிக்குப் பயம். ஆடுமாடுகளுக்கான பொறுப்பைப் பக்கத்துக் காட்டுக்காரர்கள், ஆள்காரர்கள் என்று பார்த்துப் பார்த்து ஒப்படைக்கும் ஏற்பாடுகளை ஒருங்கிணைத்து அந்தப் பயணத்தைத் தாத்தாவே ஒருநாள் சாத்தியமாக்கினார்.

கிராமங்களுக்குப் பேருந்து வாசம் எட்டாத காலம். நான்கு மாட்டுவண்டிகளில் ஆறு குடும்பங்களும் சென்றோம். கிடாயை ஒருவண்டியின் மேலே இருமுளைக்குச்சிகளில் இறுகக் கட்டி நிறுத்தியிருந்தோம். இணைகளைப் பிரிந்த அது கத்திக்கொண்டேயிருந்தது. அதனருகில் உட்கார்ந்து அதட்டியும் அன்போடும் பாட்டி பேசிக் கொண்டு வந்தார். வண்டிகளில் அடிக் கோதானம் கட்டிப் பொங்கல் பானை, விறகு, மாட்டுத் தீனி, கட்டுச்சோற்றுப் பானை, கொடுவாள், கறி வெட்டும் கட்டை, வேடு கட்டிய தண்ணீர்க்குடம் என எல்லாவற்றையும் ஏற்றிக் கொண்டு பெரும்பயணம் போனோம். அவரவர்களுக்குப் பிரியமானவர்களோடு வண்டிகளில் உட்கார்ந்தோம். எதற்காவது நிறுத்தினால் உடனே சிறுவர்களாகிய நாங்கள் இறங்கி ஓடி வண்டி மாறினோம். மாறுவதற்காக 'அவசரமா மல்லு வருது' என்று பாவனை செய்தோம். கொண்டாட்டமான அந்தப் பயணம் என் நினைவில் அப்படியே தங்கியிருக்கிறது.

எங்கள் ஊரிலிருந்து கிட்டத்தட்ட இருபது கல் தொலைவில் குலசாமிக் கோயிலூர் இருந்தது. எங்கள் கோயில் இருந்த ஊர் என்பதால் 'கோயிலூர்' என்றே நாங்கள் பெயர் வைத்திருந்தோம். இருள் பிரிகையில் கிளம்பிய வண்டிகள் அங்கே போய்ச் சேரும்போது பொழுது நெற்றிக்கட்டைக் கடந்து மேலேறியிருந்தது. சோற்றுக்கென்று இடையில் நிறுத்தவே யில்லை. பசி பொறுக்காத குழந்தைகளுக்கு மட்டும் தின்பண்டங்கள் கிடைத்தன. கோயில் முன்னால் தலை விரித்து நின்றிருந்த வேம்பின் அடியில் உட்கார்ந்து வேகவேகமாகக் கட்டுச்சோற்றைக் காலி செய்தோம்.

வறண்டு கிடந்த ஏரியோரம் அநாதியாய்த் தெரிந்த கோயில் பூட்டி இருந்தது. மண்ணாலான நான்கடி சுற்றுச்சுவர். நுழைவாயிலில் பட்டிப்படல் கட்டிச் சங்கிலி பிணைத்துப் பெரிய பூட்டு போட்டிருந்தது. பூசாரியை அழைத்து வரச் சின்னப் பெரியப்பா ஊருக்குள் போனார். பெரியத்தை மகனும் அவரோடு பேச்சுத் துணையாகக் கிளம்பினார். கோயிலிருக்கும் இடத்திலிருந்து வெகுதூரம் தள்ளி ஊர்

இருந்தது. பொங்கலுக்கான வேலைகளைப் பெண்கள் தொடங்கினார்கள். மாடுகளை மேய்ச்சலுக்குக் கட்டவும் தண்ணீர் வைக்கவும் ஒருபிரிவு வேலை செய்தது.

வேம்பினடியில் சிறுவர்கள் விளையாட்டைத் தொடங்கினோம். பெரியவர்களாகி விட்டவர்களும் பெரியவர்களாகப் பாவித்துக் கொண்டவர்களும் போக நாங்கள் கிட்டத்தட்டப் பத்துப் பேர் இருந்தோம். 'இன்னக்கி ஒருநாளக்கி அவுத்துவுட்ட கழுதைகளாட்டம் குதிக்கட்டும்' என்று பெரிய பெரியம்மா சொன்னார். எப்படியோ எங்களுக்கு அனுமதி கிடைத்து விட்டது. விளையாட்டு மும்மரமாக நடந்துகொண்டிருந்தபோது தூரத்தில் சடக்சடக் சடக்சடக் என்னும் ஓசை மென்மையாகக் கேட்டது. கைத்தறி இழுக்கும் சத்தமோ? காற்று எதிர்த்திசையில் வீசியதால் காதைத் தீட்டிக்கொண்டு கேட்டோம். காற்று வேகம் குறையும்போது சத்தம் கூடியது. கைத்தறிக்காரர்கள் சிலர் எங்கள் ஊரில் உண்டு. காதுக்குப் பழக்கமான அந்தச் சத்தம் இதுவல்ல. வேறு என்ன சத்தமென்று எங்களுக்குத் தெரியவில்லை.

திடுமென்று என் அண்ணன் கத்தினான், 'இது ரயிலுச் சத்தம். இங்கருந்து கொஞ்ச தூரம் நடந்தம்னா ரயில் ரோடு வந்துரும்.'

அவனுக்கு அந்த விவரம் எப்படியோ தெரிந்திருந்தது. ரயிலை மட்டுமல்ல, ரயில் ரோட்டையும்கூட நாங்கள் யாரும் பார்த்ததில்லை. அண்ணன் சொன்னதும் ரயிலைப் பார்க்க வேண்டும் என்று ஆவல் கொண்டோம். ஆனால் கோயிலை விட்டு ரயிலைத் தேடிச் செல்வதற்குப் பெரியவர்கள் அனுமதிக்க மாட்டார்கள். என் அண்ணன் 'ஆயா கிட்டக் கேளுங்க' என்று சொன்னான். பாட்டியிடம் கூட்டமாகப் போய் 'ரயிலப் பாக்கப் போலாமாயா' என்று கேட்டோம். அத்தை வீட்டுப் பிள்ளைகள் பாட்டியின் புடவைத் தலைப்பைப் பற்றிக்கொண்டு 'அம்மாயி அம்மாயி' என்று கொஞ்சியும் சிணுங்கியும் கேட்டார்கள். எங்களுக்கு இல்லாத செல்லம் அவர்களுக்கு இருந்தது. எத்தனையோ முறை இந்தக் கோயிலுக்கு வந்திருக்கும் பாட்டி ஏற்கனவே ரயிலைப் பார்த்திருக்கக் கூடும். ஒருவழியாகப் பாட்டி மனம் இசைந்தது.

'இந்த வெயில்ல நண்டுசிண்டுவள இழுத்துக்கிட்டு அத்தன தூரம் போவோணுமா?' என்று பெண்கள் கூட்டத்திலிருந்து ஒரு தடுப்புக் குரல் வந்தது. அதை ஆமோதிப்பது போல மேலும் சில குரல்கள் எழுந்தன. அம்மாக்களை நாங்கள் ஒருசேர வெறுத்த கணம் அது. எல்லோருக்கும் சேர்த்துத் தாத்தா பதில் சொன்னார்.

'பூச முடிஞ்சு கெடா வெட்டிச் சோறுங்கறதுக்கு இன்னம் நேரமாவும். அதுவரைக்கும் பிள்ளைவ இந்த மரத்தடியிலயே வெளையாடுமா? நீதான் கூடப் போயி ரயிலக் காட்டிக் கூட்டிக்கிட்டு வாவேன்' என்று பாட்டியைப் பார்த்து அவர் சொன்னதும் யாரும் மறுத்துப் பேசவில்லை.

'இந்நேரத்துக்கு ரயிலு வருமோ என்னமோ. ரயில் ரோட்ட வேணுமின்னாப் பாத்துட்டு வரலாம்' என்றார் என் அப்பா.

'அதக்கூடப் பிள்ளைவ பாத்ததில்லயே. போயிட்டு வரட்டும்' என்று தாத்தா மீண்டும் அழுத்தமாகச் சொன்னார்.

பாட்டி தலைமையில் பத்துப் பேருக்கு மேல் கிளம்பினோம். நாங்கள் போகும் நேரத்தில் ரயில் வர வேண்டும் என்று மனதிற்குள் வேண்டிக்கொண்டோம். கோயிலிலிருந்து ரயில் ரோட்டைச் சென்றடையும் குறுக்குவழியைத் தாத்தா சொன்னார். மேட்டாங்காட்டுக்குள் அங்கங்கே இருக்கும் வீடுகளை அடையாளம் சொல்லித் 'தாகம் எடுத்தால் தண்ணீர் வாங்கிக் குடித்துக் கொள்ளலாம்' என்றார். அப்போது தாய்மார்களுக்கெல்லாம் பிள்ளைப் பாசம் பொங்கிப் 'பத்தரம் பத்தரம்' என எச்சரிக்கை செய்தார்கள். பாட்டி மேல் அவர்களுக்கு அத்தனை நம்பிக்கை இல்லை. உடன் வந்த பெரிய பையன்களிடம் பொறுப்பாகப் பார்த்துக் கொள்ளச் சொன்னார்கள். குதியாளம் போட்டுக்கொண்டு பாட்டியோடு கிளம்பினோம்.

ரயில் பார்க்கச் சென்ற அந்த வழிநடைப் பயணத்தில் பிள்ளைகளை ஒருசேரக் கூட்டி வைத்திருக்கப் பாட்டி கதை சொல்ல ஆரம்பித்தார். பாட்டி சொன்ன கதையை இத்தனை காலம் கழித்து அப்படியே சொல்வது இயலாத காரியம். அது மனதுக்குள் ஊறிக் கிடந்து வெவ்வேறு புரிதல்களை உருவாக்கித் தந்தது. எல்லாமும் சேர்ந்து இப்போது எனக்குள் இருக்கும் கதையைத்தான் சொல்லப் போகிறேன்.

அந்தக் கோயிலூர் வழியாகப் புதிதாக ரோடு போட்டு ரயில் விட்ட காலம் அது. ரயில் ரோட்டை ஒட்டி மாராசுரர் காடு இருந்தது. வானம் பார்த்த மேட்டுக்காடுகளின் பெரும்பரப்பு அவருக்குச் சொந்தம். ரயில் ரோட்டுக்கென்று கொஞ்சம் நிலத்தை அரசாங்கம் எடுத்துக்கொண்டது. ஆனாலும் நிலப்பரப்பு பெரிதாகக் குறையவில்லை. முற்பகலில் ஒருரயிலும் முன்னிரவில் ஒருரயிலும் அவ்வழியாகப் போகும். அதே போலப் பிற்பகலில் ஒருரயிலும் விடிகாலையில் ஒருரயிலும் வரும். அவை எங்கிருந்து கிளம்பிப் போகின்றன, எங்கிருந்து கிளம்பி வருகின்றன என்பதெல்லாம் அந்த ஊர்க்காரர்களுக்குத்

தெரியாது. அருகில் எந்த ரயில் நிலையமும் கிடையாது. வேகத்தோடு செல்லும் ரயில் ஜன்னல்களில் கரும்புள்ளிகளாய் மனிதத் தலைகள் தெரியும். அவை பயணிகள் ரயில் என்பதற்கு அதுதான் சாட்சி.

வாரத்தில் ஓரிரு முறை வெகுநீளமான சரக்கு ரயில்கள் போவதுண்டு. அவை செல்லும்போது நிலநடுக்கம் வந்தது போலக் காடு அதிரும். காதுகளைக் கிழிக்கும் சத்தம் வரும். தூக்கம் கலைந்து போகும். அதுவும் போகப்போகப் பழகி விட்டது. முன்னிரவில் ரயில் போகும் நேரத்தைக் கணக்கு வைத்துத் தூங்கப் போவார்கள். விடிகாலை ரயில் வரும் நேரத்தில் விழித்தெழுவார்கள். 'வடக்கால ரயிலு போயிருச்சா?' 'தெக்கால ரயிலு வர இன்னம் நேரமிருக்குதா?' என்று ஒருவரை ஒருவர் கேட்டு நேரம் தெரிந்து கொள்வார்கள். பகல் நேர ரயில் செல்லும் நேரத்தில் ஆடுமாடுகள் அந்தப் பக்கம் போகாமலிருக்கும்படி பார்த்துக்கொள்ள வேண்டும். ஊரில் சிலருடைய ஆடுகள் அடிபட்டதுண்டு. ஒரே ஒருமுறை மாடு அடிபட்டுப் போயிற்று. அதன் பிறகு ஊரார் எச்சரிக்கையாக இருந்தார்கள். முதலிலிருந்தே மாராசுரர் வெகுகவனமாக அத்தகைய விபத்துகள் தம் ஆடுமாடுகளுக்கு நேராமல் பார்த்துக் கொண்டார். வீட்டிலிருந்து எட்டிப் பிடிக்கும் தூரத்தில் இருந்த ரயில் ரோட்டில் எப்போதும் ஒருகண் இருக்கும். அப்படி இருக்கும்படி எல்லோரையும் பழக்கிவிட்டிருந்தார்.

மேட்டாங்காட்டில் ஆடுமாடுகளுக்குத் தீனியாகும் சோளம் விதைப்பார்கள்; நிலக்கடலை போடுவார்கள். சோற்றுக்கென வரகும் கம்பும் விதைப்பார்கள். நிலத்திற்குள் அங்கங்கே கிணறுகள் இருந்தன. சில கிணறுகள் பயன்பாட்டில் இருந்தன; சில தூர்ந்து போய்விட்டன. குனிந்து கிணற்றுக்குள் பார்த்தால் தலைப்பாகை கழன்று உள்ளே விழுந்துவிடும்; ஆழத்தைக் கண்டுபிடிக்க முடியாது. அந்த ஆழக் கிணறுகளில் குருவி குடிக்கும் அளவுக்குத்தான் தண்ணீர் இருக்கும். குடும்பத்திற்கும் ஆடுமாடுகளுக்கும் போக மீத நீரில் ஒருசெரவு மிளகாய்ச் செடி நடுவார்கள். காய்கறி, தக்காளி என்று வீட்டுத் தேவைக்கு விளைவித்துக்கொள்வார்கள். ஒருகிணற்று நீரில் மழைக்காலத்தின்போது ஆரியப்பயிர் நடுவார்கள்.

எப்படியோ அந்த மேட்டுக்காட்டில் குடும்பமே வேலை செய்து சாப்பிட்டுக் காலத்தைக் கழித்துக்கொண்டிருந்தது. இரண்டு பட்டி நிறைய ஆடுகள் இருந்தன. வெள்ளாடு பத்து உருப்படி இருக்கும். பால்மாடுகளும் எருதுகளும் கட்டுத்தரை நிறைந்திருந்தன. உதவிக்கு இருந்த பண்ணையாட்கள் சிலரைத் தவிர எந்த வேலைக்கும் வெளியாட்களைக் கூப்பிடுவதில்லை.

மாராசுரரின் தந்தையும் தாயும் அவர் இளவயதாக இருக்கும் போதே கொள்ளைநோயில் செத்துப் போனார்கள். ஒண்டி ஆளாக அத்தனை நிலத்தையும் பராமரித்துக் குடும்பத்தைக் கொண்டு வந்து சேர்த்திருந்தார் மாராசுரர்.

மாராசுரர் – தங்காசுரி தம்பதியருக்கு மூன்று மகன்கள். அவர்களுக்குப் பிறகு பிறந்த ஒரே ஒரு மகள் பூவாசுரி. அவர்கள் பரம்பரையில், பங்காளி வீடுகளில் திகட்டத் திகட்டப் பையன்களே பிறந்து கொண்டிருந்தார்கள். வெகுகாலத்திற்குப் பிறகு மாராசுரருக்கு மகள் பிறந்தாள். மகள் மீது அத்தனை பாசம். மகள் பிறந்த பிறகுதான் வீட்டுக்கு வெளிச்சம் வந்தது என்பார். கிணற்றில் ஓரடி நீர் மட்டம் உயர்ந்தால் மகள் வந்த நேரம்தான் என்பார். கட்டுத்தரை மாடு காளைக்கன்று ஈன்றால் மகள் வந்த யோகம். பட்டிச் செம்மறி இரண்டு குட்டி போட்டால் மகள் கைபட்ட மாயம். எல்லா நல்ல விஷயத்திற்கும் மகளை நோக்கி விரல் நீட்டுவார். ‘அம்மா… மவராசி’ என்றுதான் அழைப்பார். அம்மாவும் அண்ணன்களும் காட்டிய பாசத்திற்கும் குறைவில்லை.

நாளொரு மேனியும் பொழுதொரு வண்ணமுமாகப் பூவாசுரி வளர்ந்து பத்தாம் வயதை எட்டிய காலத்தில் ஒருநாள் பங்காளி வீட்டுக் கோயில் நோம்பிக்காகப் பக்கத்து ஊருக்குப் போயிருந்தார்கள். அது மாசி மாதத் தொடக்கம். அவர்கள் வீட்டிலிருந்த பெட்டை நாய் மூன்று குட்டிகளை ஈன்றிருந்தது. பொதுவாகப் பெட்டை நாய்களை உழவர்கள் வளர்ப்பதில்லை. கடுவன் குட்டி கிடைக்காததால் ‘சரி, இதுவாவது இருக்கட்டும்’ என்று அவர்கள் வளர்த்திருக்கலாம். சில குடும்பங்களில் கடுவன் நாய்கள் நிலைக்காது என்னும் நம்பிக்கை உண்டு. அதனாலும் பெட்டை நாயை வளர்ப்பதுண்டு. அப்படி என்னவோ காரணத்தால் அந்த வீட்டில் பெட்டை நாய் இருந்தது.

அது போட்டிருந்த மூன்று குட்டிகளில் கடுவன் இரண்டு; பெட்டை ஒன்று. இன்னும் கண் விழிக்காத பூங்குட்டிகள் தாய்முலை தேடித் தவிப்பதைப் பூவாசுரி கண்டாள். உள்ளங் கைக்குள் அடங்கிவிடும் சிறுகுட்டிகள் வாயருகே காதைக் கொண்டு போய் வைத்தால் மட்டுமே கேட்கும் கீச்சுக்குரலில் கத்துவதையும் கேட்டாள். அருகில் சென்றால் தாய் நாய் உருமியது. தூர நின்றே அவற்றைப் பார்த்துக்கொண்டிருந்த பூவாசுரிக்கு ஒருகுட்டியைக் கொண்டு போய் வளர்க்கலாம் என்று தோன்றியது.

தன் ஆசையை அப்பனிடம் சொன்னாள். வீட்டுநாய் ஒன்றும் பட்டி நாய் ஒன்றும் இருந்தன. இரவு ஒருவேளைச்

சோறுதான் என்றாலும் இரண்டு நாய்களுக்கும் ஒருசட்டி நிறையக் கூழ் காய்ச்ச வேண்டியிருந்தது. இரண்டும் முயலைத் துரத்திப் பிடிக்கும் ஆற்றலோடு நல்ல இளமைப் பருவத்தில் இருந்தன. வெதரெடுத்து விட்டதால் மினுங்கும் மேனி பெற்று எங்கும் செல்லாமல் உள்ளடங்கிக் காவல் புரிந்தன. இப்போது இன்னொரு நாய் என்பது கூடுதல் சுமை. 'மவராசி... வேண்டாம்மா' என்று மெல்லச் சொன்னார். பூவாசுரி கேட்க வில்லை. தன் நீண்ட கூந்தலைத் தூக்கி முன்பக்கம் போட்டுக் கொண்டு ஓரமாகப் போய் உட்கார்ந்தாள். நோம்பிக்கு வந்துவிட்டுச் சோறுண்ணவும் மறுத்துவிட்டாள். அப்பனுக்கு என்ன செய்வதென்று தெரியவில்லை.

அந்த வீட்டுக்காரி 'கருப்புக்குட்டி அதோட அப்பனாட்டம். செம்மிக்குட்டி அம்மாளாட்டம். ரண்டும் கடுவனுங்க. வளக்கறதுக்கு வேணுமின்னு அதுவள ரண்டு பேரு சொல்லி வெச்சிருக்கறாங்க. கண்ணு முழிச்சதும் வந்து எடுத்துக்கிட்டுப் போயிருவாங்க. கருஞ்செம்மிக் குட்டி பொட்ட. அது அப்பனும் அம்மாளும் கலந்த நெறம். அதத்தான் ஆரும் கேக்கல. எங்களாட்டம் பொட்டக்குட்டிதான் ராசின்னு இருக்கறவங்க ஆராச்சும் கேட்டாத்தான் உண்டு. இல்லீனா பாழுங்கெணத்துல கொண்டோயிப் போட வேண்டியதுதான்' என்று சொன்னார்.

செம்மியும் கருப்பும் கலந்த நிறம் கொண்ட அந்தப் பெட்டைக்குட்டி மீது பூவாசுரியின் கண் விழுந்திருந்தது. அது பாழுங்கிணற்றுக்குப் போகப் போகிறது என்பதை அவளால் தாங்க முடியவில்லை. எப்படியாவது மகளைச் சோறுண்ண வைக்க முயன்று கொண்டிருந்த அப்பனிடம் அந்தப் பெட்டைக் குட்டியை எடுத்துப் போய் வளர்க்கலாம் என்று அடம் பிடித்தாள். பெட்டை நாயை வளர்த்தால் பருவகாலத்தில் தேடி வரும் கடுவன் நாய்களைக் கட்டுப்படுத்த முடியாது. அது போடும் குட்டிகளை என்ன செய்வதென்று தெரியாமல் தவிக்க வேண்டும். உழவுக் குடும்பத்திற்குப் பெட்டை நாய் ஒத்துவராது என்று அப்பன் சொல்லிப் பார்த்தார். பூவாசுரி விட்டுக் கொடுக்கவேயில்லை. வேறு வழியில்லாமல் நாய்க்குட்டி வீட்டுக்கு வந்தது.

கண் விழிக்காத அந்தக் குட்டியின் கண்களைச் சுற்றிப் பீழை கட்டியிருந்தது. அதைத் துடைத்த பூவாசுரி 'அட... உனக்குக் கண்ணுப் பொங்குதா? ரண்டு கண்ணும் பொங்குதா? ஏண்டி பொங்கி... அடி பொங்கி... அடி பொங்கி' என்று கொஞ்சினாள். 'பொங்கி' என்று வாயில் வந்த வார்த்தையே அதன் பெயராக நிலைத்துவிட்டது. பூவாசுரியின் பராமரிப்பில் பூரித்து வளர்ந்தாள் பொங்கி. பூவாசுரிக்கு இணை பிரியாத தோழிப்

பிள்ளை பொங்கிதான். வீட்டில் வேறு பெண்பிள்ளைகள் இல்லை. அண்ணன்களுக்கும் அவளுக்கும் வயது வித்தியாசம் அதிகம். அவர்கள் எப்போதும் வேலை வேலை என்று இருப்பவர்கள். காட்டுக்குள் தனியாக இருக்கும் வீடு. பூவாசுரியின் விளையாட்டுக்கும் பேச்சுக்கும் பொங்கி துணையானாள்.

வீட்டுக்குள் நுழையப் பொங்கிக்கு அனுமதியில்லை. அதனால் பூவாசுரி வெளியே வந்துவிட்டாள். சோறுண்ணும் போதும் வட்டலில் போட்டு எடுத்துக்கொண்டு வெளியே வந்து உட்கார்ந்துகொள்வாள். குளிர்காலத்திலும் வீட்டுக்குள் படுப்பதில்லை. வாசல் பந்தலில் கட்டில் போட்டு இரண்டு போர்வையைப் போர்த்திக்கொள்வாள். கட்டில் அடியில் பொங்கி படுத்திருப்பாள். பூவாசுரியுடன் பழகியதாலோ என்னவோ நல்ல புத்திசாலியாக இருந்தாள் பொங்கி. காட்டிலிருந்து வெள்ளெலிகளைப் பிடிப்பதில் அவள் கெட்டி. பல் பதிந்து காயம் ஏற்படாமல் எலிகளைக் கொல்லும் வித்தை தெரிந்திருந்தாள். அவள் எலி பிடிப்பது பூவாசுரிக்குப் பிடிக்கவில்லை. அந்த விஷயத்தில் மட்டும் பூவாசுரியின் பேச்சைக் கேட்க மாட்டாள். உடனிருந்துகொண்டே எந்நேரம் போய் எலிப் பிடித்து வருகிறாள் என்பதைப் பூவாசுரியால் கண்டுபிடிக்க முடியவில்லை. ‘திருடி... பொங்கித் திருடி’ என்று செல்லமாகக் கோபித்துத் திட்டுவாள்.

வாரத்திற்கு இரண்டு மூன்று நாட்கள் வீட்டில் வெள்ளெலிக் கறி மணக்கும். அண்ணன்கள் கொண்டாட்டத்தோடு கறிக்குச் சண்டை போட்டுக்கொள்வார்கள். மிளகாய் கிள்ளிப் போட்டுச் சிறுசட்டியில் வறுத்த எலிக்கறியை வைத்துக் கொண்டு ஆளுக்கொரு முட்டி கள் குடித்துவிடுவார்கள். ஆளுக்கு நான்கு துண்டுக் கறிதான் வரும். ஆனாலும் அதன் ருசி அம்மாதிரி இருக்கும். அடியில் தங்கியிருக்கும் சாற்றைத் தொட்டுத் தொட்டு நாக்கில் வைத்துச் சப்புக் கொட்டுவார்கள். வீட்டில் நெல்லஞ்சோறு ஆக்கியிருந்தால் கைப்பிடி சோற்றைக் கொண்டு வந்து அதில் போட்டுப் புரட்டி ஆளுக்குத் துளியாய்த் தின்பார்கள். கள் போதையில் ‘நீ மவராசியில்ல போ... ஊட்டுக்கு வந்த மவராசி இவதான்’ என்று நடுஅண்ணன் பொங்கியின் கழுத்தைக் கட்டிக்கொண்டு அவளுக்கு உச்உச்சென்று முத்தமிடுவான். அதைப் பார்த்துப் பூவாசுரி சிரிப்பாள். ‘மொதல்ல இந்த நாய்க்கு ஒரு பொண்ணப் பாத்துக் கட்டி வெய்ங்க’ என்று அம்மா கோபத்துடன் கத்துவார்.

ஒருமுறை முயலைக் கொண்டு வந்தாள் பொங்கி. நல்ல நெடிக்கமான முயல். விடிகாலை நேரத்தில் அதைக் கவ்விக்

கொண்டு வந்து வாசலில் போட்டுவிட்டு ஆளை எழுப்புவதற்கு மெல்லக் குரைத்தாள். பொங்கியின் குரல் ஒவ்வொன்றுக்கும் அர்த்தம் தெரிந்திருந்த பூவாசுரி சட்டென்று எழுந்தாள். அத்தனை பெரிய முயலைப் பார்த்ததும் முதலில் என்னவென்று புரியவில்லை. எதையோ பொங்கி கொண்டு வந்து விட்டாள் எனப் பயந்து வீச்சென்று கத்தினாள். ஆளாளுக்குப் பதறி எழுந்து வந்தார்கள். எல்லோர் முகத்திலும் அப்படியொரு பிரகாசம். 'மொசலு' என்று வாரியெடுத்தான் சின்னண்ணன். எலியைப் பிடிப்பது போலப் பல்தடம் இல்லாமல் முயலைக் கொல்ல முடியவில்லை. குரல்வளையில் இரண்டு இடங்களில் பல்தடங்கள் ஆழப் பதிந்திருந்தன. அவற்றைப் பார்த்துக் கொஞ்சம் தயங்கினார்கள்.

பெரியண்ணன் 'நாய்ப்பல்லு வெசமில்லயா?' என்றான்.

'ஊட்ட உட்டு வெளியப் போவாத நாயி இதுடா. நம்ம மவராசி பொறத்தாண்டயே சுத்திக்கிட்டுத் திரியுது. உங்களாட்டம் தெல்லவேரித் தனமா பண்ணுது? அதுக்கு எங்கிருந்து வெசம் வரும்? நாயி கொதறுனத எல்லாம் எடுத்தாந்து திங்கறாங்க. ஒரே ஒரு எடத்துல பல்லுப் பட்டா என்னாயிருது? அப்படி எதுனாச் சொந்தப் பல்லு வெசம் இருந்தாலும் கறி வெந்தா எல்லாம் செரியாயிரும்' என்று அப்பன் சொன்னார்.

பிறகென்ன? அன்றைக்குக் கிடாவெட்டுப் போல வீடே குதூகலித்தது. 'இங்க பாருடா வெதுர' என்று முயலின் பெருத்த வெதரை விரலால் வருடிக்கொண்டு சின்னண்ணன் சிரித்தான். பெராலச்சட்டி நிறையக் கறி வந்தது. குடும்பத்துக்கே வரும்படி சாறு காய்ச்சி வட்டல் வழியச் சோறு போட்டு எல்லோரும் தின்றார்கள். இதிலெல்லாம் பங்குக்குப் போவதில்லை பூவாசுரி. முயல் கறியையும் தின்ன மறுத்து விட்டாள். அப்பன் எவ்வளவோ சொல்லியும் கறியைத் தொட்டுக்கூடப் பார்க்க மாட்டேன் என்று பிடிவாதமாக இருந்துவிட்டாள். பொங்கியைத்தான் திட்டினாள்.

'உன்ன மாதிரி அதும் ஒருயிர் தானே? உனக்கு அறிவில்லையா?' என்று தொடங்கிப் பூவாசுரி திட்டும்போது அவளுக்கு எதிரில் படுத்துக்கொண்டு ஒன்றுமே தெரியாதது போலத் தரையில் முகத்தை வைத்துக் கேட்டபடியே இருந்தாள் பொங்கி.

'மூஞ்சியப் பாரு. ஒன்னுந் தெரியாத பிள்ளையாட்டம். ஆனா வெடிய வெடிய வேட்டைக்குப் போ' எனச் செல்லமாக அடித்தாள் பூவாசுரி.

'அடிக்காத கன்னு. உன்னாட்டமே நம்மூட்டுக்கு வாழ வந்திருக்கற மவராசி பொங்கி' என்று பெரியண்ணன் சொல்லிக் கொண்டே நடுஅண்ணனைப் பார்த்துச் சிரித்தான்.

நடுஅண்ணன் 'போடா' என்று வெட்கப்பட்டுச் சிரித்தான். 'அடடா... பையனுக்கு வெக்கம் வந்து இக்கத்துல ஏறிக்கிருச்சு. பொங்கியவே கட்டி வெச்சிருவம்' என்று அப்பன் சொல்ல எல்லோரும் சிரித்தார்கள். நடுஅண்ணன் அவ்வப்போது பொங்கியின் தலை மேல் கை வைத்து நீவிக் கொடுப்பான். அன்றைக்கு எதுவுமே செய்யவில்லை. பொங்கியை அப்படியே தூக்கி அந்தரத்தில் ஒரு சுழற்றுச் சுழற்றி இறக்கிவிட்டான் சின்னண்ணன். பொங்கியின் வேட்டைக்குணம் பூவாசுரிக்குப் பிடிக்கவில்லை என்றாலும் அண்ணன்கள் எல்லாம் அவளிடம் அன்பு காட்டுவதற்கு அதுதான் காரணம் என்பது பூவாசுரிக்குப் புரிந்திருந்தது. அதனால் திட்டுவதைக் குறைத்துக்கொண்டாள்.

பொங்கிக்கு இரண்டு, இரண்டரை வருசம் முடிவதற்குள் வீட்டில் எத்தனையோ காரியங்கள் நடந்துவிட்டன. பூவாசுரி பெரியவளானாள். எல்லோரையும் அழைத்து ஒருநாள் இரவு 'தெரட்டி' சுற்றி ஊருக்கே சோறு போட்டார்கள். பெரியண்ணனுக்குத் திருமணம் முடிந்த ஆறு மாதத்திற்குள் நடுஅண்ணனுக்கும் திருமணம் நடந்தது. வீட்டில் இடம் போதவில்லை என்று காட்டின் வெவ்வேறு பகுதிகளில் இரண்டு கொட்டாய் போட்டு அண்ணன்களைக் குடி வைத்தார்கள். பையன்கள் அங்கங்கே குடியிருந்தால் பாதுகாவலாகவும் இருக்கும், ஆட்டுப்பட்டியைப் பெருக்கலாம் என்றும் அப்பன் திட்டமிட்டார். அவர் நினைத்தது போலவே ஆடுகளும் மாடுகளும் கட்டுத்தரையில் பெருகின. அந்த வருசம் மழையும் நன்றாகப் பொழிந்தது. கிணறுகளில் தண்ணீர் கண்ணுக்குத் தெரிந்தது. மாற்றி மாற்றி ஏற்றம் இறைத்தார்கள். இரு அண்ணன்களின் மனைவிகளும் ஒரே சமயத்தில் கருவுற்றார்கள்.

எப்போதும் இல்லாத வகையில் அந்த வருசத் தைப்பொங்கல் குதூகலமாக நடந்தது. சம்பந்தி வீட்டாரும் வந்திருந்தார்கள். பகல் முழுக்க ஆடுமாடுகளைக் குளிப்பாட்டவும் கொம்புகளுக்குச் சாயம் பூசவும் என ஆளாளுக்கு ஒவ்வொரு வேலை செய்தார்கள். பொங்கலுக்கான ஏற்பாடுகளைப் பெண்கள் செய்தார்கள். மூன்று பெரிய பானைகளில் பட்டிப்பொங்கல் வைத்துப் படைத்து மாடுகளுக்குச் சோறூட்டி பின் எல்லோரும் உண்டு முடிக்கவே வெகுநேரம் ஆகிவிட்டது. அன்றைக்கு நிலா இல்லை. மிஞ்சிய சோற்றைப் பண்ணையாட்கள் துண்டில் வாங்கிக்கொண்டு அவசரமாகக் கிளம்பினார்கள். மறுநாள் கறிநாள். மதிய

உணவுக்குக் கோழிக்கறியை வயிறு பிடிக்கத் தின்றுவிட்டு வெயில் பொழுதில் ஆசுவாசமாகக் கரும்புக்கட்டை அவிழ்த்தார்கள்.

'இப்பத்தான் கரும்பு கடிக்கோணும். கோழிக்கறிய எல்லாம் கரும்புச்சாறு செரிக்க வெச்சிரும்' என்றார் மாராசுரர்.

வேம்பின் பெருநிழலில் மாராசுரர் குடும்பத்தார் அங்கங்கே உட்கார்ந்து கரும்புக் கரணையைக் கடித்துக்கொண்டிருந் தார்கள். பண்ணையாட்கள் ஐந்தாறு பேர் எதிரில் இருந்த பனைநிழலில் ஒடுங்கி உட்கார்ந்தும் நின்றுகொண்டும் கரும்பைக் கடித்தார்கள். முதல்நாள் பொங்கியைக் குளிக்க வைத்து வயிறு நிறையச் சோறும் போட்டிருந்தாள் பூவாசுரி. எல்லோருக்கும் நடுவில் சாவதானமாகப் படுத்துக்கொண்டு ஒன்றிரண்டு கரும்புச் சக்கைகளை மென்று துப்பிக் கொண்டிருந்தாள் பொங்கி.

அவளையே உற்றுப் பார்த்த அப்பன் 'பொங்கி ஒடம்பு மினுமினுப்புத் தட்டீட்டாப்பல இருக்குது' என்றார்.

எல்லோர் கண்களும் பொங்கியின் மேல் பதிந்தன. அப்படித் தான் எல்லோருக்கும் தெரிந்தது. பொங்கி உடல் புரளும்போது சுரந்த முலைக்காம்புகள் கண்ணுக்குப் பளிச்செனப் பட்டன.

'ஆமா. வேட்ட கொண்டாந்து மாசமிருக்கும்' என்றான் சின்னண்ணன்.

'நாய்க்கின்னா கூழுகஞ்சி, பழசுகிழசுன்னு போடுவாங்க. உம்பிள்ள தனக்கில்லைன்னாலும் நாய்க்குச் சோத்த அள்ளி யள்ளிப் போடறா. தின்னுபுட்டு ஒடம்பேறி மினுங்குது. இப்பிடி நாய்க்கு ஊட்டி ஊட்டி வளக்கறத நாம எங்க கண்டிருக்கறம்' என்று பூவாசுரியைத் திட்டினார் அம்மா.

பனைநிழலில் உட்கார்ந்திருந்த பண்ணையாள் கொனக்கன் ஒருமாதிரி சிரித்தபடி 'இது வேற மினுமினுப்பு சாமி' என்றான் சத்தமாக.

'என்னடா மினுமினுப்பு' என்றார் மாராசுரர்.

'பொங்கி ஆத்தாளாவப் போறா சாமி. செனையாயிட்டா சாமி.'

'ஒனக்கு எப்பிடீடா தெரியும்?'

'கார்த்திமாசம் கடசீல ஒருமழ பேஞ்சுதுங்களே, மாமனாரு ஊட்டுல எதோ வேலைன்னு மூத்தசாமி அங்க

போயிட்டாருல்ல, அன்னைக்குப் பட்டிகாவலுக்கு நாந்தான் வந்து படுத்திருந்தன். என்னோட எங்கூட்டு நாயி கருவனும் வந்தான். அப்ப ராத்திரி பூரா குளுருக்கு எதமா பொணையல் போட்டுக்கிட்டுக் கருவனும் பொங்கியும் மோனகிக்கிட்டே கெடந்தாங்க. அதான் ஒடம்பு மினுமினுப்புத் தட்டியிருக்குது. ஒருமாசம் முடிஞ்சிருச்சு சாமி. மாசி தொடக்கத்துல குட்டி போட்டிருவா பொங்கி' என்று கொனக்கன் விவரித்தான்.

அவன் சொல்லச் சொல்ல உடனிருந்த ஆட்கள் வெட்கத்தோடு சிரித்தார்கள்.

'என்னன்னு மொனவுனாங்க?' என்றான் ஒருவன்.

'அந்த மொனவுலுக்கு அர்த்தம் சொல்ல முடியுமா?' என்று கேட்டான் இன்னொருவன்.

அவர்கள் மறுபடியும் சிரித்தார்கள். உட்கார்ந்திருந்த கல்லை விட்டு எழுந்து அதன் மேல் கரும்புக் கரணையை வைத்து விட்டுப் பொங்கியிடம் போய் அவளை அணைத்துக்கொண்ட பூவாசுரி 'அடி பொங்கி... நீ ஆத்தாளாவப் போறயா?' என்று கொஞ்சத் தொடங்கிவிட்டாள்.

வேம்பின் நிழலிலிருந்து வெளியில் வந்தார் மாராசுரர். பனைநிழலில் இருந்த பண்ணையாட்கள் எழுந்து நின்றார்கள்.

'உந்நாய்க்கு வெதரெடுத்து உடலியா நீ?' என்று கேட்டார் மாராசுரர்.

'சாமீ... அதென்னமோ மறந்தாப்பல அப்படியே உட்டுட்டஞ் சாமி' என்று கொனக்கன் தடுமாற்றத்தோடு சொன்னான்.

'இதென்னடா பழக்கம்? இன்னைக்கே போயி மொத வெதரெடுத்து உட்டுட்டு வேற வேலயப் பாரு' என்றார் மாராசுரர்.

'ஆவட்டுஞ் சாமி' என்றான் கொனக்கன்.

இது நடந்து ஒருவாரம் இருக்கும். அன்றைக்குக் காலையிலிருந்து பொங்கியைக் காணவில்லை என்று பூவாசுரி தேடிக் கொண்டிருந்தாள். அவள் கருவுற்றிருக்கிறாள் என்று தெரிந்த பிறகு பூவாசுரியின் கவனிப்பு அதிகமாகியிருந்தது. வெயிலில் போய் அலையாமல் பார்த்துக்கொண்டாள். இரவிலும் அவ்வப்போது விழிப்பு வரும்போது முதலில் பொங்கியைத்தான் தேடுவாள். கட்டிலுக்கு அடியில் படுத்திருக்கிறாளா என்று பார்த்து அவளிடம் இரண்டு வார்த்தை பேசிவிட்டுத்தான் மறுபடி தூங்குவாள். 'வேட்டைக்குக் கீது போனீன்னு வெச்சுக்க.

அப்பறம் அவ்வளவுதான் நீ' என்று அன்றைக்குச் சாமத்தில் எழுந்தபோது மிரட்டுவது போலச் சொன்னாள். அப்படியிருந்தும் விடிகாலை நேரத்தில் வேட்டைக்குப் போய் விட்டாளா? போயிருந்தாலும் வந்திருக்க வேண்டுமே?

வீட்டைச் சுற்றித் தேடினாள் பூவாசுரி. கட்டுத்தரை, ஆட்டுப்பட்டி என்று ஓரிடம் விடாமல் தேடிச் சலித்தாள். யாரைக் கேட்டாலும் 'நாய் எங்க போயிருக்கும்? இங்கதான் எங்காச்சும் சுத்திக்கிட்டுக் கெடக்கும். சோத்து நேரத்துக்கு வந்திரும் போ' என்றார்கள். பெரியண்ணன் மட்டும் 'வேட்டையத் தொரத்திக்கிட்டு நெகா சிக்காத ஓடிக் கெணத்துல கீது உழுந்திருப்பாளோ?' என்று சந்தேகம் கிளப்பினான். அப்படி நினைக்கவே பூவாசுரிக்குத் திகிலாக இருந்தது. அண்ணன் சொன்னதைக் கேட்டதும் அழத் தொடங்கிவிட்டாள்.

'இல்லடா கன்னு... சும்மா பேச்சுக்குத்தான் சொன்னன். எதுக்கும் கெணறுவள ஒருக்காச் சுத்திப் பாத்தரலாம்' என்று சொல்லி அவளையும் அழைத்துக்கொண்டு போனான். முதலில் கிணற்றுக்குள் எட்டிப் பார்த்தான். எந்தச் சுவடும் இல்லை. கிணற்றைச் சுற்றிச் சுற்றி இரண்டு மூன்று முறை வந்தான். மண் சரிந்த மாதிரி ஒன்றும் தெரியவில்லை. எல்லாக் கிணற்றையும் பார்த்தார்கள்.

'வேட்டயத் தொரத்திக்கிட்டு ஓடறப்ப இருட்டுல கெணறு தெரியாத போயிரும். நாயி கெணத்துக்குள்ள தாவீரும். ஆனா பொங்கி கெணத்துப் பக்கம் வர்ல. கால்தடங்கீது எதுமில்லையே' என்று பெரியண்ணன் சொன்னான்.

அன்றைக்கெல்லாம் பொங்கி வரவில்லை. பூவாசுரி சோறே உண்ணவில்லை. ஏங்கியேங்கி அழுது கொண்டேயிருந்தாள். மறுநாள் மதியத்தில் பக்கத்துக் காட்டுக்காரரிடமிருந்து ஒரு சேதி வந்தது. அவர் காட்டுக்கு நேராக ரயில் ரோட்டில் ஒருநாய் அடிபட்டுச் சிதறிக் கிடக்கிறது என்றும் காக்காக் கூட்டம் கொத்தி இழுத்துக்கொண்டிருக்கிறது என்றும் சொன்னார். சேதி கேட்டதும் ஆட்களைக் கூட்டிக்கொண்டு மாராசுரர் ஓடினார். முதலில் ஏதும் புரியாதிருந்த பூவாசுரி பின் விவரம் தெரிந்து பின்னால் ஓடினாள். அநாதியாகக் கிடந்த தண்டவாளத்தில் ஆட்கள் ஓட அவர்களை விரட்டுவது போலப் பூவாசுரியும் ஓடினாள். கூட்டம் கூடியிருந்த இடத்திற்கு அருகில் போனதும் சின்னண்ணன் ஓடிவந்து பூவாசுரியின் கையைப் பற்றி நிறுத்தினான்.

'நீ பாக்க வேண்டாம்' என்றான். விடுவித்துக்கொள்ள அவள் இழுத்த போதும் அவன் விடவில்லை. ஓங்கிக் கதறினாள்

பூவாசுரி. அப்படி ஒரு கதறலை எப்போதும் கேட்டறியாத ஊரார் 'ஒருநாய்க்கா இப்பிடி அழுவாங்க' என்று அதிசயமாகப் பேசிக்கொண்டார்கள். இரண்டு மூன்று பேர் சேர்ந்து பூவாசுரியை வீட்டுக்குக் கூட்டி வந்தார்கள்.

'எம்மவராசி... அழுவாதம்மா. எப்பிடிப் போனாளோ பொங்கி... கூத்துவன் ரயிலேறி வந்திருக்கறான்' என்று ஆறுதல் சொல்ல முயன்றார் அப்பன்.

'இன்னொரு நல்ல குட்டி... பொங்கியாட்டமே எடுத்தாந்து வளத்தலாம்' என்றாள் அம்மா.

யார் சொன்னதும் காதில் விழாத பூவாசுரி மயங்கிப் போனாள். சோறு ஓரன்னம்கூடச் செல்லவில்லை. அம்மா வற்புறுத்தித் தண்ணீர் குடிக்க வைத்தாள். மகளுடனே எந்நேரமும் அம்மா இருந்தாள். அந்தக் கண்ணில் எங்கிருந்து தான் அத்தனை கண்ணீர் வருகிறதோ என்று எல்லோரும் பேசும்படி ஊற்றுப் போல வடிந்துகொண்டேயிருந்தது. ஊர்ச்சனமே வந்து பார்த்துவிட்டு ஆறுதல் சொல்லிப் போனது.

'நாய் செத்ததுக்கு ஒரு பொட்டப்பிள்ள இப்பிடியா அழுதவண்ணமா இருப்பா? இந்தக் கங்காட்சிய எங்கயும் பாத்ததில்ல போ' என்று சனம் பேசியது.

'ஒரு ரண்டு நாளைக்கி அப்படி இப்படி இருப்பா. அப்பறம் அன்னந்தண்ணி குடிக்காதயா போயிருவா?' என்று அம்மாவுக்கு ஆறுதல் சொன்னார்கள்.

பொங்கியின் உடலை அடக்கம் பண்ணி முடித்த மூன்றாம் நாள் விடிகாலை ரயில் சத்தம் கேட்டு அம்மா விழித்தாள். கட்டிலில் பூவாசுரியைக் காணவில்லை. 'ஐயோ... பிள்ளயக் காணாமே' என்று அம்மா கத்தவும் அப்பனும் விழித்தெழுந்து ஓடி வந்தார். ரயில் சத்தம் மிகுந்தது. ஏதோ தோன்றவும் ரயில் ரோட்டை நோக்கி அவர் ஓடினார். அம்மாவும் மற்றவர்களும் ஓடினார்கள். ரயில் ரோட்டுக்கு அருகில் போகப்போகத் தண்டவாளத்தில் நடந்து செல்லும் தலைவிரித்த பூவாசுரியின் உருவம் தெரிந்தது. ரயில் விளக்கு வெளிச்சத்தில் உருவம் துலங்கிக் கொண்டே வந்தது.

'அம்மா... மவராசி' என்று அப்பன் கதறிக்கொண்டு ஓடினார். 'பூவு பூவு' என்று யார் யாரோ கத்தினார்கள். எதுவும் காதில் விழாத பூவாசுரி நேராக ரயிலை நோக்கிப் போய்க் கொண்டிருந்தாள். டப்பென்ற சத்தம் எல்லோருக்கும் நன்றாகக் கேட்டது.

அதன் பிறகு கதையைப் பாட்டி வளர்க்கவில்லை.

‘மவ செத்ததத் தாங்கிக்க முடியில. நெலத்தயெல்லாம் வித்துப்புட்டு நம்மூருக்கு வந்தவந்தான் பூவாசுரியோட அப்பன் மாராசுரன். உங்க தாத்தனோட தாத்தனோட தாத்தன். ஊரு சனமே பயந்து போயி இங்க ஒரு கோயிலு கட்டுனாங்க’ என்றார் பாட்டி.

‘அந்தக் கோயிலு எங்கயாயா?’ என்று நான் கேட்டேன்.

‘பொங்கிக்காவ ரயில்ல உழுந்து செத்துப் போன பூவாசுரிதான் நம்ம கொலசாமி. இப்ப அவளுக்குத்தான் பூச பண்ண வந்திருக்கறம். கோயில்ல போயிப் பாத்தீங்கன்னா பக்கத்துல பொங்கி நாயோட பூவாசுரி கருகருன்னு தலய விரிச்சுக்கிட்டு நிப்பா.’

அப்போது நாங்கள் ரயில் ரோட்டை அடைந்திருந்தோம். ரயிலையோ ரயில் ரோட்டையோ பார்க்கும் ஆர்வம் தீர்ந்து போயிருந்தது. கோயிலுக்குப் போய்ப் பூவாசுரியையும் பொங்கியையும் பார்க்க வேண்டும் என்னும் ஆவல் எங்களுக்கு மிகுந்தது.

●

உயிர்மை, டிசம்பர் 2024

முனி

எதிர்வீட்டுக்கு ஒருநாயோடு அவர்கள் குடிவந்திருந்தார்கள். முதல்நாள் பால் காய்ச்சுவதற்கே முருகேசையும் லட்சுமியையும் அழைத்தார்கள்.

'சொந்த வீடா கட்டிப் பால் காய்ச்சறாங்க? வாடக வீட்டுக்கு அழப்பு வேறயா? அதுக்குப் போவோணுமா?' என்று கேட்டான் முருகேசு.

'சொந்த வீட்டுல இருக்கறமுன்னு பீத்தாதீங்க. வர்றவங்க அலுப்பசிலுப்பமான ஆள் கெடையாது. பெரிய மாளிக மாதிரி ஊடு இருக்குதாம். ஏதோ நேரஞ் செரியில்ல, ஊடு மாத்திக் கொஞ்ச நாளுக் குடியிருங்கன்னு சோசியகாரன் சொன்னானாமா. அதுக்காவ வந்திருக்கறாங்க' என்றாள் லட்சுமி.

பால் காய்ச்சிய ஞாயிற்றுக்கிழமை காலையில் இருபது முப்பது பேருக்கு மேல் வந்து நிறைந்திருந் தார்கள். வாடகை வீட்டிற்குக் குடிவர இப்படி ஒரு ஆடம்பரமா என்று முருகேசுக்குத் தோன்றியது. லட்சுமியின் வற்புறுத்தலால் 'சரி, தலையைக் காட்டிவிட்டு வருவோம்' என்று தயக்கத்தோடே போய் ஒருவாய்க் காப்பி குடித்துவிட்டுக் கொஞ்ச நேரம் நாற்காலியில் தனியாக உட்கார்ந்திருந்தான். பேசுவதற்கு ஒருமுகமும் தெரிந்ததாக இல்லை. தெருவில் வேறு யாரையும் அவர்கள் அழைக்க வில்லை. நேரெதிர் வீடு என்பதால் இவர்களுக்கு மட்டும் அழைப்பு போல. பொதுப்பணித்துறையில் பொறியாளராகப் பணியாற்றும் ஒருவரின் வீடு

அது. பங்களா வடிவத்தில் அமைந்த அந்த வீடு எழுந்ததைக் கண்முன் முருகேசு பார்த்திருந்தான்.

குழந்தைகள் ஓடித் தாராளமாக விளையாடும்படி சுற்றிலும் ஐந்தடி அகல இடைவெளி. அகண்ட முற்றம். பெருவரவேற்பறை. நவீனச் சமையலறை. விரிந்த உணவறை. இணைப்புக் கழிப்பறைகள் கொண்ட மூன்று படுக்கையறைகள். தலையுயரம் சுற்றுச்சுவர். ஒரே ஒரு அறை மட்டும் கொண்ட முதல் மாடி. மீதப் பகுதியெல்லாம் மொட்டை மாடி. 'அடேங்கப்பா' என்று ஒவ்வொரு நாளும் தோன்றும். அவ்வீடு வளர வளரத் தன் வீடு சிறுத்துப் போனதையும் உணர்ந்திருந்தான். பொதுப்பணித் துறைப் பொறியாளர், பெரிய பதவி என்பதால் கட்டுமானப் பொருட்களை எல்லாம் ஒப்பந்ததாரர்கள் இலவசமாகக் கொண்டு வந்து போடுகிறார்கள் என்று தெருவில் பேச்சிருந்தது. அதைக் கேட்கும் போது முருகேசுக்கு உவப்பாக இருந்தது.

அப்போது 'லஞ்சப் பணத்துல மாளிக எழும்புது. இதெல்லாம் நெலைக்குமா?' என்று சொல்லிக்கொண்டிருந்தான்.

'எந்தப் பணமோ? இருக்குது, கட்டறாங்க. உட்டுட்டு உங்க வேலயப் பாருங்க' என்று லட்சுமி கோபித்துச் சத்தம் போடுமளவு அதைப் பற்றித் தன்னையறியாமல் பேசியிருந்தான்.

அவன் சாபம் பலித்ததோ என்னவோ. வீடு கட்டியதோடு சரி, பொறியாளர் குடும்பம் குடியிருக்க வரவில்லை. அவருக்குப் பதவி உயர்வு கிடைத்து இடமாறுதலில் சென்றுவிட்டார். 'லஞ்சம் வாங்குனதால மாத்தியிருப்பாங்க' என்றான் முருகேசு. புதுவீட்டை வாடகைக்கு விட வேண்டியதாயிற்று.

'அவனுக்கென்ன, போற எடத்துல எல்லாம் இது மாதிரி ஒவ்வொரு வீடு கட்டுவான். ஊராங் காசப் புடுங்கிச் சொத்துச் சேக்கறதுதான' என்று முருகேசு சொன்னான். அத்தனை பெரிய வீட்டுக்குச் சாதாரணர்கள் குடிவர முடியுமா? பெரிய கைகள்தான் வருவார்கள். ரொம்ப நாள் யாரும் வராமலே காலியாகக் கிடந்தது. அப்போதெல்லாம் 'மாளிகையில மனுச நடமாட்டமே இல்ல. பேய் பங்களா மாதிரி இருக்குது' என்று முருகேசு சொல்லிக்கொண்டிருந்தான்.

சில மாதங்கள் ஆகியும் யாரும் வரவில்லை என்றதும் இரவுக் காவலர் ஒருவரை வேலைக்கு வைத்தார்கள். சாயங் காலத்திலேயே அவர் வந்துவிடுவார். வீட்டைப் பெருக்குவதும் விளக்கைப் போட்டுவிட்டு முற்றத்தில் படுத்துறங்குவதும் அவர் வேலை. இப்படிச் சில மாதங்கள் கழிந்தன. அப்போது 'இதுக்கு வாடக குடுக்கச் சமுத்துள்ளவன் சொந்த வீடு கட்டிக்க

மாட்டானா? எவனும் வர மாட்டான்' என்றான் முருகேசு. 'அதுக்கும் ஆளு இருப்பாங்க' எனப் பதில் சொன்னாள் லட்சுமி. அவள் சொன்ன மாதிரியே ஒருகுடும்பம் வந்தது.

கிட்டத்தட்ட மூன்று வருசம் குடியிருந்தார்கள். வீட்டில் யார் இருக்கிறார்கள் என்பதே தெரியாத அளவு ரகசியமாக இருந்தது. அவர்கள் முகம் எதுவும் மனதில் பதியவேயில்லை. ஏதேனும் சட்டவிரோதச் செயலில் ஈடுபடுகிறார்களோ என்று முருகேசு நினைத்தான். பிரச்சினை என்றால் நம்மையும் விசாரிப்பார்களே எனப் பயமாகவும் இருந்தது. அரசுப் பள்ளியில் இடைநிலை ஆசிரியர் பணி என்பதால் நமக்கு எதுவும் இடைஞ்சல் வராது என்று சமாதானமும் கொண்டான். ஆசிரியர் சங்கம் நடத்தும் வேலைநிறுத்தப் போராட்டத்தில்கூட அவன் இதுவரை பங்கேற்றதில்லை. சந்தா மட்டும் தவறாமல் கொடுத்துவிடுவான். அதனால் சங்கமும் அவனை எதுவும் சொல்வதில்லை. அப்படி இருக்கும்போது என்ன பிரச்சினை வந்துவிடும்?

அதற்குப் பிறகு இன்னொரு குடும்பம் வந்தது. அப்போதும் அமைதிதான். நான்கைந்து பேர் இருந்த குடும்பம். ஆனால் பேச்சுச் சத்தம்கூட வெளியே வராது. குடும்பத்தில் சிறுசண்டை கூடவா வராது? கதவு எப்போதும் சாத்தித்தான் இருக்கும். ஜன்னல்களையும் மூடிவிட்டுச் சண்டை போடுவார்களோ? வாசலுக்கு வரும்போது எதேச்சையாக எதிர்ப்பட்டால் புன்னகைப்பார்கள். பெரிய கார் வைத்திருந்தார்கள். டிரைவரும் இருந்தார். நுழைவாயில் கதவைத் திறந்ததும் காரில் ஏறி விடுவார்கள். எதிர்வீடு என்பதற்கான அங்கீகாரமாகப் புன்னகை கிடைத்ததே தவிர ஒருவார்த்தையும் பரிமாறிக் கொண்டதில்லை. அவர்கள் புதிய வீடு கட்டுகிறார்கள் என்றும் முடியும்வரை அதைப் பார்த்துக்கொள்வதற்கு வசதியாக வாடகைக்கு வந்திருக்கிறார்கள் என்றும் லட்சுமி சொல்லித்தான் தெரிந்தது. புதுமனைப் புகுவிழாவுக்குக்கூட அழைக்காமலே ஒருநாள் காலி செய்துகொண்டு போய்விட்டார்கள். அவர்கள் இரண்டு வருசத்துக்கு மேல் இருந்தார்கள்.

இப்போது வந்திருப்பது மூன்றாம் குடும்பம். அழைப்பெல்லாம் வருகிறது. சகஜமாகப் பழகுவார்கள் என்று தோன்றியது. கொஞ்ச நேரம் உட்கார்ந்து பராக்குப் பார்த்துக்கொண்டிருந்தான். சொந்தக்கார ஆண்கள் வெள்ளை வெளேரென்று வேட்டி சட்டை போட்டிருந்தார்கள். அலங்காரப் புடவைகளில் கழுத்து நிறைய நகைகளோடு பெண்கள் நடமாடினார்கள். பெரிய கை என்பதற்கான அடையாளங்கள் எல்லாம் இருந்தன. அந்நியமாகத் தெரிந்தாலும் ஒருவரோடு

ஒருவர் சிரித்துப் பேசிக்கொண்டு இயல்பாக இருந்தார்கள். கார் நிறுத்துமிடத் தூணில் நாய் கட்டியிருந்தது. எல்லோரையும் கண்களைச் சுழற்றிப் பார்த்துக்கொண்டு அமைதியாகப் படுத்திருந்தது. உடல் முழுக்கச் செம்மி நிறம். வாய்ப் பகுதி அடர்கருமை கொண்டிருந்தது. கண்களைச் சுற்றிலும் மையை இழுக்கிவிட்டது போலக் கறுப்பு. காது நுனிகளும் கறுத்திருந்தன. எழுந்து நின்றால் மூன்றடிக்கு மேல் உயரம் இருக்கும். ஆணா பெண்ணா என்று தெரியவில்லை. அது எழுந்தால் பார்க்கலாம் என்று நினைத்தான். அது எழுகிற மாதிரி தெரியவில்லை. தெரிந்தவர் வந்தால் படுத்தபடியே வாலை மட்டும் ஆட்டியது.

அவன் பார்ப்பதை அதுவும் கண்டுகொண்டது. அவன் பார்வையோடு மோதும்படி அதுவும் பார்த்தது. கருவிழியும் அதைச் சுற்றியிருந்த மஞ்சள் நிறமும் நன்கு தெரியும்படி கண்களை விழித்து அவனையே பார்த்தது. கூர்மை தாங்க முடியாமல் தன் கண்களை வேறுபுறம் திருப்பிக்கொண்டான். அங்கிருப்பவர்கள் எல்லோரையும் ஏதோ ஒரு சந்தர்ப்பத்தில் அது பார்த்திருக்கும். அவன் ஒருவனே அதற்குப் புதியவன். அதனால்தான் அப்படி உற்றுப் பார்க்கிறது. அதனிடம் என்னவாவது பேசி அறிமுகமாகிக்கொள்ளலாமா என்று நினைத்தான். அதன் பெயர்கூடத் தெரியாது. இப்போது யாரிடமும் கேட்பது உசிதமில்லை. நாய்களோடு அப்படிப் பழகிய அனுபவமும் இல்லை. கிளம்பிவிடலாம் என்று தீவிரமாக நினைத்தான்.

லட்சுமி உள்ளே போய்ப் பெண்களுடன் கலந்துவிட்டாள். அவள் வருவாள் என்று எதிர்பார்த்துக் கொஞ்ச நேரம் இருந்தான். காலை உணவும் முடித்துத்தான் வருவாள் போலிருந்தது. எழுந்து வாசலுக்கு வருவது போலப் பாவனையோடு வந்து அப்படியே தன் வீட்டுக்குள் புகுந்தான். தெற்கு வடக்கில் நேராக வரும் தெரு இடப்பக்கம் வளைந்து பிறகு உடனே வலப்பக்கம் திரும்பிவிடும். முருகேசுவின் வீட்டில் மேற்குத் திசையில் ஒரு வாசல் உண்டு. தெரு வளைவில் எதிர்வீடு இருந்ததால் இரண்டு வீட்டு நுழைவாயிலும் நேருக்கு நேர் அமைந்திருந்தன. இரண்டு வீட்டுக்கும் நடுவில் தெரு. நுழைவாயில் நேராக இருந்தாலும் வீட்டின் பிறபகுதிகள் எதிரெதிர்த் திசையில் இருந்தன. எதிர்வீட்டிலிருந்து சத்தமே இல்லாமல் தன் வீட்டுக்குள் நுழைந்தான் முருகேசு. பிள்ளைகள் இருவருமே இல்லை. ஒருத்தி கல்லூரியில் முதலாம் ஆண்டு. இன்னொருத்தி பத்தாம் வகுப்பு. இருவரும் விடுதியில் இருந்தார்கள். பெரிய டம்ளரில் குடித்த காப்பி வயிறு முட்ட இருந்தது. அப்படியே படுக்கையில் விழுந்து விடுமுறை நாள்

போண்டு

தூக்கத்தைத் தொடர்ந்தான். வெகுநேரம் கழித்து வந்து எழுப்பிய லட்சுமியிடம் பல தகவல்கள் இருந்தன.

'இன்னங் கொஞ்ச நேரம் இருந்திருந்தா டிபன் சாப்புட்டுட்டு வந்திருக்கலாமுல்ல? இப்ப உங்க ஒருத்தருக்காவ நான் செய்யோணும். அங்க விதவிதமா டிபன் இருக்குது. ஓட்டல்ல இருந்து ஆர்டர் பண்ணியிருக்கறாங்க. இப்பப் போனாக்கூடச் சாப்படலாம். நீங்க கெவுரவம் பாக்கற ஆளு. போவீங்களா? செரி, பசிச்சாச் சொல்லுங்க. ராத்திரி அரச்ச சட்னி இருக்குது, ரண்டு தோச ஊத்தித் தர்றன்' என்றவள் அவன் கேட்கிறானா இல்லையா என்பதைப் பற்றிக் கவலைப்படாமல் படபடவென்று விவரங்களைச் சொன்னாள்.

கிராமத்தில் பெரிய மாடி வீடும் தோட்டமும் அவர்களுக்கு இருந்தன. அதற்குள்ளேயே ஒருலட்சம் கோழிகளுக்கு மேல் கொண்டிருந்த பெரிய கோழிப்பண்ணையும் வைத்திருந்தார்கள். ஒருமகள்; ஒருமகன். மகள் தம் குடும்பத்துடன் பெங்களூருவில் வசிக்கிறார். மருகனுக்குப் பன்னாட்டு நிறுவனத்தில் ஐடி வேலை. மகனுக்கும் திருமணமாகி விட்டது. ஐந்தாறு முட்டை வண்டிகள் ஓடுகின்றன. நாமக்கல் பண்ணைகளில் முட்டை எடுத்து அவற்றைச் சில நகரங்களுக்குக் கொண்டு சென்று விநியோகிக்கும் 407 வண்டிகள். நாமக்கல் – மோகனூர் சாலைப் புறநகர்ப் பகுதியில் சொந்த வீடு ஒன்று இருக்கிறது. அது அலுவலகமாகப் பயன்படுகிறது.

பத்துப் பதினைந்து ஆட்கள் வேலை செய்யும் கோழிப் பண்ணையை அப்பனும் அம்மாவும் பார்த்துக் கொள்கிறார்கள். முட்டை வண்டிகள் மகன் பொறுப்பு. எல்லோரும் கிராமத்துத் தோட்ட வீட்டில்தான் குடியிருந்தார்கள். மகனுக்கு ஐந்து வயதில் ஒருபையன். மகன், மருமகள், பேரன் ஆகியோர்தான் இப்போது எதிர்வீட்டுக்குக் குடி வந்திருக்கிறார்கள். பேரனைச் சேர்த்திருக்கும் பள்ளிக்குப் போவதற்கு நகரத்தில் குடியிருப்பது தான் சரிவரும் என்பதால் இந்த மாற்றம். அலுவலகம் இருக்கும் சொந்த வீட்டிலேயே மாடியில் கட்டிக் குடியிருக்கலாம் என்றால் மருமகளுக்கு அது பிடிக்கவில்லை. அலுவலகத்திற்கு யார்யாரோ வருவார்கள், அங்கே எப்படிக் குடியிருப்பது என்று சொல்லிவிட்டாள்.

'ஒல்லிப் பிச்சானா இருந்தாலும் பொம்பள கெட்டி. பாத்தாலே தெரீது' என்று மருமகளைப் பற்றிய தன் அனுமானத்தை லட்சுமி சொன்னாள்.

வியாபாரத்தில் கொஞ்சம் நஷ்டம் வந்துவிட்டது என்றும் அதனால் சொந்த வீட்டில் கொஞ்ச நாளுக்குக் குடியிருக்க

வேண்டாம் என்றும் ஜோசியகாரன் சொல்லிவிட்டதாகவும் ரகசியமாகச் சொந்தக்காரப் பெண்ணொருத்தி சொன்னதையும் லட்சுமி கேட்டு வந்திருந்தாள்.

'நஷ்டமுன்னா இவங்களுக்கு என்ன தெரீமா? லாபத்துல கொஞ்சம் கொறஞ்சா அது நஷ்டம்' என்றாள் லட்சுமி. யாராவது அதைச் சொல்லிக் கேட்டு வந்திருப்பாளா, அவர்கள் சொன்னதை வைத்து அவளே ஊகித்திருப்பாளா என்று தெரியவில்லை. எப்படியோ தங்களுக்குப் பழக ஏற்றவர்கள் இல்லை என்று முருகேசு நினைத்தான்.

அன்றைக்கு இரவே பிரச்சினை தொடங்கிவிட்டது. நாயை அவிழ்த்துச் சுற்றுச் சுவருக்குள் திரியும்படி விட்டிருந்தார்கள். புதுஇடம் என்பதால் சுற்றுச்சுவர் இரும்புக் கதவுக்கு அருகில் நாய் வந்து நின்றுகொண்டு தெருவில் சிறுசத்தம் கேட்டாலும் கத்திக் குரைத்து ஆர்ப்பாட்டம் செய்தது. இரும்புக் கதவின் மேல் கால்களைத் தூக்கி வைத்துக்கொண்டு பரபரவென்று சத்தம் எழுப்பியது. வீட்டைச் சுற்றிலும் ஓடி ஓடி வந்தது. இரவில் அது மூச்சிரைக்கும் ஒலி பயங்கரமாகக் கேட்டது. அது கோடைகாலம் என்பதால் கொசுவலை அடித்த ஜன்னல்களைத் திறந்து வைத்துவிட்டு வரவேற்பறையில் கட்டில் போட்டுப் படுத்திருந்த முருகேசுக்கு நாயின் இரைச்சல் பெரும் தொந்தரவாக இருந்தது.

புரண்டு புரண்டு படுத்துப் பார்த்தான். தூக்கத்தில் கண் கிறங்கும்போது லொள்லொள் சத்தம் மண்டைக்குள் திடுமெனப் புகுந்து எழுப்பியது. காலையில் பள்ளிக்குப் போக முடியுமா என்று பயமாகிவிட்டது. ஜன்னல்களைச் சாத்திவிட்டு மின்விசிறியை அதிவேகமாக வைத்துப் படுத்தான். அப்போதும் புழுக்கம் தாங்க முடியவில்லை. மின்விசிறிச் சத்தம் மிகுதியாக இருந்தால் அதுவும் அவனுக்குப் பிடிக்காது. மனைவி படுத்துத் தூங்கிக் கொண்டிருந்த அறைக்குள் போய்ப் படுத்துப் பார்த்தான். சுவர்கள் நெருங்கி அழுத்துவது போலிருந்தது.

வெளியே வந்து தன் வீட்டு நுழைவாயில் அருகில் நின்று எதிர்வீட்டைப் பார்த்தான். அவன் வந்த அரவம் கேட்டு வாய் திறந்து கெஸ்கெஸ்ஸென்று மூச்சிரைத்துக் கொண்டு இரும்புக் கதவின் சந்துகளில் நாய் அவனைப் பார்த்துக் குரைத்தது. ஒரு குரைப்பு; சிறுஇடைவெளி. மறுபடியும் குரைப்பு; இடைவெளி. இப்படித் தொடர்ந்தது. திருடனைக் காட்டிக் கொடுக்கும் குரைப்பாக அது இருக்குமோ என்று சந்தேகம் வரச் சட்டென்று வீட்டுக்குள் வந்துவிட்டான். படுக்கையறையில் இருந்த ஏசியைப் போட்டதும் கொஞ்ச நேரத்தில் அறை முழுவதும் குளுமை கூடியது. இப்படியே இரவு முழுவதும் ஓடினால் மின்கட்டணம்

எகிறிவிடும். பொறுத்திருந்து குளுமை அழுந்தப் படிந்ததும் ஏசியை நிறுத்திவிட்டுத் தூங்க முயன்றான். கொஞ்ச நேரத்தில் தூங்கிவிட்டான். வெகுநேரம் கழித்துக் குளுமை இறங்கியதும் ஒருமுறை விழிப்பு வந்தது. எழுந்து ஏசியைப் போட்டுக் குளுமை யூட்டி நிறுத்திவிட்டு மீண்டும் தூங்கினான். இப்படி மூன்று முறை செய்ய வேண்டியிருந்தது.

ஏதோ ஒருவகையில் தூங்கினாலும் காலையில் கண் எரிச்சல் போகவில்லை. மனைவியிடம் விவரம் சொன்னான்.

'உள்ள வந்து படுக்காத அதென்ன ஹால்ல படுத்துத் தூங்கற பழக்கம்? இனியாச்சும் உள்ள வந்து படுங்க' என்றாள்.

'நாய்த்தொல்லைன்னு நாஞ் சொல்றது உங்காதுல கொஞ்சங்கூட ஏறலயா?' என்று கோபத்துடன் கேட்டான் முருகேசு.

'நாயிருந்தா நல்லதுதானே? நாய்க்குப் பயந்துக்கிட்டுத் திருடனெல்லாம் வர மாட்டானில்ல?' என்றாள் அவள்.

'ஆமா. இதுக்கு முன்னால வாராவாரம் திருட்டு நடந்துச்சா?'

'அப்பத் தெருவுல கம்மியாத்தான் வீடுங்க இருந்துச்சு. இப்பச் சனம் பெருத்துப் போகப்போகப் பயமாயிருக்குதில்ல?'

மனைவியிடம் பேசிப் பிரயோசனம் இல்லை என்று வெளியே போய்ப் பல் துலக்கினான். அங்கே ஒரு குளியலறையும் கழிப்பறையும் இருந்தன. காலார நடந்துகொண்டு பல் துலக்குவது அவனுக்குப் பிடிக்கும். அப்போது நாயைப் பிடித்துக்கொண்டு தெருவில் அவன் வந்தான். முருகேசைப் பார்த்து லேசாகச் சிரித்தான். நடைப்பயிற்சிக்கான உடையோடு ஒருகையில் நாய்ச் சங்கிலியைப் பிடித்தபடி அவன் நின்று முருகேசுவிடம் பேச்சுக் கொடுத்தான்.

'காலையில நாயப் புடிச்சிக்கிட்டு ஒருநட போயிட்டு வந்திருவீங்களா?' என்று பேச்சைத் தொடங்கினான் முருகேசு.

'முனியச் சொல்றீங்களா? ஆமா, அவனக் காலையில வெளிய கூட்டிக்கிட்டுப் போயே ஆவோணும். நாள் முழுக்க அப்பத்தான் பேசாத இருப்பான்' என்றான் அவன்.

அது ஆண் நாய், பெயர் முனி எனத் தெரிந்துகொண்ட முருகேசு அதை உற்றுப் பார்த்தான். வாலை மேலே தூக்கி வட்டம் போலச் சுருட்டிக்கொண்டு தலையை உயர்த்தி நின்றது அது. அகலத் திறந்த வாயிலிருந்து நாக்கு நீளத் தொங்கியது.

முனியப்பன் சாமியின் தொங்கும் நாக்கு நினைவுக்கு வந்தது. சுற்றிலும் அலைபாய்ந்த நாயின் பார்வை அவன் மேல் ஒருகணம் நிலைகொண்டு மீண்டும் வெளியே பாய்ந்தது. விட்டால் எதையாவது பாய்ந்து பிடித்துவிடும் வேட்கையுடன் இருப்பதாகத் தோன்றியது.

‘முனியா? நாய்க்கு இப்படிக்கூடப் பேரு வெப்பாங்களா?’ என்றான் முருகேசு.

‘நம்ம வசதிக்கு வெச்சிக்கறதுதான பேரு? எங்க காட்டுல ஒரு முனியப்பன் கோயில் உண்டு. அதுக்கு ஒரு வேட்ட செஞ்சு வெச்சிருந்தாங்க. தலய ஒசத்திக்கிட்டு அது நிக்கறதப் பாத்தா நெச நாயாட்டமே இருக்கும். முனியப்பன் அதக் கையில புடிச்சுக்கிட்டுத் தெனமும் ராத்திரி வேட்டைக்குப் போவாருன்னு எங்க பாட்டி கத சொல்லும். அந்த ஞாபகமா இவனுக்கும் முனின்னு பேரு வெச்சம்’ என்று அவன் விளக்கிச் சொன்னான்.

அதற்குள் முனி ஓரிடத்தில் நிற்காமல் இழுக்கவும் ‘செரி, வர்றங்க’ என்று சொல்லிவிட்டு நகர்ந்தான் அவன். நாய்ப்பெயரைச் சொன்னானே அவன் பெயர் என்ன? நாய்க்காரன் என்று வைத்துக்கொள்ளலாம். இரவெல்லாம் முனி செய்யும் அழிம்பைப் பற்றிப் பேச வாய்க்காமல் போய்விட்டது. தன் கஷ்டத்தை அவனுக்குத் தெரிவித்துவிட்டால் நல்லது என்று தோன்றியது. முதல் நாளே புகார் சொல்வதும் நன்றாக இருக்காது. எதிர்வீடு தானே இன்னொரு முறை பார்க்கும்போது சொல்லிவிடலாம் என நினைத்துக்கொண்டு பள்ளிக்குப் புறப்படத் தொடங்கினான். அவனிடம் பேசியதையோ நாயின் பேர் முனி என்பதையோ மனைவியிடம் சொல்லவில்லை.

இனி எப்படித் தூங்கப் போகிறோம் என்று அவ்வப்போது யோசனை ஓடியதோடு சரி. இரவு உணவின் போது அவன் கேட்காமலேயே லட்சுமி சொன்னாள்.

‘அது ரொம்ப நல்ல நாயிங்களாம். சத்தமெல்லாம் நாலஞ்சு நாள்ல பழகிப் போயிருமாம். ரம்யா சொன்னா.’

நாய்க்காரியின் பெயர் ரம்யா போல.

‘எம் புருசன் ரொம்பப் பயந்து போயிட்டாருன்னு சொன்னயா?’

‘நான் போயிச் சொல்லிக்கிட்டுத் திரியறனா? சும்மா பேசறப்ப ராத்திரியெல்லாம் இப்படிக் கொலைக்குதே, எப்பிடித் தூங்கறீங்கன்னு கேட்டன். அவளே அப்பிடிச் சொன்னா.’

'நாயி வெச்சிருக்கறவங்க பழகிக்கிட்டும். நாம எதுக்குப் பழகிக்கோணும்?'

'இப்பிடி எல்லாம் கேட்டா எனக்குப் பதில் சொல்லத் தெரியாதப்பா.'

லட்சுமி வேகமாகச் சொன்னாள். அத்துடன் இருவருக்கும் பேச்சு முறிந்தது.

அடுத்தடுத்த நாட்களில் நாய்க்காரனைச் சந்திக்க வாய்க்க வில்லை. முருகேசு பல் துலக்கும் நேரமும் அவன் வரும் நேரமும் பொருந்தவில்லை. அவனிடம் சொல்லித்தான் என்னவாகப் போகிறது? அவன் பொண்டாட்டி சொன்னது போலப் 'பழகிரும்' என்று அவனும் சொல்வான். எப்படியும் வரவேற்பறையில் படுக்கை இனி இல்லை என்றாகிவிட்டது. இந்த நாயால் மின்கட்டணம் அதிகரிக்கும். தண்டச்செலவு.

தூங்கப் போகும் முன் முன்னிரவில் அந்த நாய் போடும் விதவிதமான சத்தங்கள் கேட்டுக்கொண்டுதானிருந்தன. பதிலுக்குத் தெருநாய்கள் குரல் கொடுப்பதும் உண்டு. வேறு எதற்கெல்லாம் குரைக்கிறது என்பதை அவனால் சொல்ல முடியவில்லை. லட்சுமி அவ்வப்போது நாயைக் குறிப்பிடாமலே அதன் குரலொலியை இனம் பிரித்துச் சொன்னாள்.

'எலியோ பெருக்கானோ ஓடுதாட்டம் இருக்குது.'

'தெருநாய்ங்க வந்து சும்மா சும்மா நின்னுக்கிதுங்க.'

'ஆரோ ஆளுங்க போறாங்க.'

'பூன எதோ ஓடுது.'

நாய்க்காரர்களுக்குக் கூட இந்த விவரமெல்லாம் தெரிந்திருக்காது. லட்சுமிக்கு எப்படித் தெரிகிறது? அவளிடம் கேட்கவில்லை. நாயின் குரலொலி கேட்கும்போதெல்லாம் ஏதாவது ஒரு காரணத்தைச் சொல்வதை அவளும் நிறுத்த வில்லை. அது மட்டுமல்ல. நாய்க்கு என்ன உணவு கொடுக்கிறார்கள், எப்படிக் குளிக்க வைக்கிறார்கள், எப்போ தெல்லாம் மருத்துவமனைக்குக் கூட்டிப் போகிறார்கள் என்னும் விவரங்களை எல்லாம் லட்சுமி தந்துகொண்டே யிருந்தாள். அடிக்கடி அந்த நாய்க்காரியுடன் பேசிப் பழகுகிறாள் என்பது தெரிந்தது.

வீட்டுச் சுற்றுச்சுவருக்கும் தார்ச்சாலைக்கும் இடையே மூன்று நான்கடி தூரம் இருக்கும். செடி வளர்த்தால் அவ்வப்போது சுத்தம் செய்யத் தோன்றும் என்று அவ்வப்போது

பெருமாள்முருகன்

ஏதாவது செடி வைப்பான். ஒருசில நாட்கள் அதைப் பராமரிப்பான். பிறகு மறந்து போய்விடும். புற்கள் அடந்தேறி விட்டால் விடுமுறை நாளில் அவனே சுத்தம் செய்வான். பலமுறை லட்சுமி சொல்ல வேண்டியிருக்கும். தேள், பூரான் வந்து அண்டிக்கொள்ளும். புறகளுக்குள் புதைந்து கிடக்கும் தவளைகளைப் பிடித்துண்ணப் பாம்பும் வரலாம். லட்சுமியின் அனத்தல் தாங்காமல் அந்த வேலையைச் செய்வான்.

அன்று மாலை பள்ளியிலிருந்து வீட்டுக்கு வந்தபோது சுற்றுச்சுவரோரப் புற்களின் மேல் காய்ந்து கிடந்த நாய்விட்டை கண்ணுக்குப் பட்டது. எதிர்வீட்டு நாயாகத்தான் இருக்கும். அது தானாக வந்து பேண்டிருக்காது. வெளியே பிடித்துச் செல்ல நாய்க்காரனுக்கு நேரம் இருந்திருக்காது. இங்கேயே பேழட்டும் என்று விட்டிருப்பான். எதிர்வீட்டைப் பார்த்தான். முதல்மாடி ஒற்றை அறைக்கு மேல் தண்ணீர்த் தொட்டிக் கூரை காவி ஓடு வேய்ந்த வடிவமைப்பில் கூம்பு போல நீண்டு வானைத் தொட்டுக் கொண்டிருந்தது. ‘த்தூ. இந்த நாயூட்டுக்கு இது ஒரு கேடு’ என்று முணுமுணுத்துக்கொண்டு இரும்புக் கதவுக்குள் பார்த்தான். ஆட்கள் இருக்கும் அசைவு தெரியவில்லை. நாய்ச் சுவடும் காணோம். நாய்ப்பீ அப்படியே கிடக்கட்டும். அவனிடம் காட்டி அள்ளிப் போடச் சொல்ல வேண்டும் என்று நினைத்துக் கொண்டான். நாய்க்காரனிடம் சொல்ல வேண்டியவை கூடிக் கொண்டே போவதாகத் தோன்றியது.

இரண்டு நாளுக்குப் பிறகு ஒரு மதிய வேளையில் வீடு திரும்பினான். அவன் பணியாற்றும் பள்ளி நகரத்திலிருந்து பதினைந்து கிலோ மீட்டர் தள்ளியிருந்தது. முதன்மைக் கல்வி அலுவலர் அலுவலகத்தில் அவசரமாகக் கொடுக்க வேண்டிய கடிதத்தை அவனிடம் கொடுத்தனுப்பினார் தலைமையாசிரியர். அவன் வீடு இருக்கும் சாலையிலேயே அலுவலகமும் இருந்தது. கடித்தத்தைக் கொடுத்துவிட்டு வீட்டுக்குச் செல்லலாம், பள்ளிக்குத் திரும்ப வேண்டியதில்லை எனத் தலைமையாசிரியர் அனுமதி வழங்கினார். சீக்கிரம் வீட்டுக்கு வந்து செய்ய வேண்டிய வேலை எதுவுமில்லை என்றாலும் அப்படி வருவதில் ஒரு மகிழ்ச்சி இருந்தது.

வண்டியை வாசலில் நிறுத்தினான். தெரு இரண்டாம் வளைவின் ஓரத்தில் இருந்த வேம்படியில் நான்கைந்து பெண்கள் உட்கார்ந்து பேசிச் சிரித்துக்கொண்டிருந்தது காதில் விழுந்தது. திரும்பிப் பார்த்தான். அவன் வந்ததைக் கண்டு லட்சுமி எழுந்து வருவது தெரிந்தது. பெண்களின் சிரிப்பு ஓயவில்லை. ஏதோ அவர்களுக்குள் சொல்லிச் சிரித்தார்கள். அவனுக்கு எரிச்சலாக

வந்தது. எதிர்வீட்டு நாய்க்காரியும் அக்கூட்டத்தில் இருப்பாள் என்று நினைத்துச் சத்தமாகக் கத்தினான்.

'நாய் வளக்கறாங்களாம் நாயி. செவத்தோரத்துல தான் தெனமும் பேழ்றதுக்குக் கொண்டாந்து உடுவாங்களாம். இந்தப் பீய இன்னக்கிச் சாய்ந்தரத்துக்குள்ள அள்ளி எடுக்கலீன்னாத் தெரியும். அப்பறம் காம்பவுண்டுக்குள்ளதான் பீ கெடக்கும்.'

சொல்லிக்கொண்டே கதவைத் திறந்து வண்டியை உள்ளே தள்ளி நிறுத்தினான். அதுவரைக்கும் பெண்கள் கூட்டத்திலிருந்து சத்தம் வரவில்லை. 'உங்களுக்குப் பித்துப் புடிச்சிருச்சா?' என்று பல்லைக் கடித்தபடி சொல்லிக்கொண்டே உள்ளே வந்தாள் லட்சுமி. அதற்குள் கூட்டத்திலிருந்து ஒரு பெண்குரல் ஓங்கி வந்தது. அவன் என்ன சொல்கிறான் என்பது தாமதமாகத் தான் புரிந்திருக்கும் போல.

'தெருவுல கண்ட நாயும் திரியுது. எது வந்து பேண்டு வெச்சுதோ? எங்க முனியத்தான் அப்பபடித் திரிய உடறமா? பில்லேறிச் சீன்றமாக் கெடக்கற அந்த எடத்தப் பாத்தாலே ச்சீன்னு துப்பீட்டுப் போயிருவான் அவன். மனசனுக்குத் தராதரம் தெரிய வேண்டாம்?'

பதில் பேசுவதற்குள் லட்சுமி வந்து தன் கையால் அவன் வாயை மூடி 'பேசாத போங்க. நாஞ் சொல்லிக்கறன்' என்றாள். அவள் கையை இழுத்தெறிந்துவிட்டு 'வாடக ஊட்டுல மனசன் இருக்கலாம். நாயெல்லாமா வெச்சிருப்பாங்க. ராத்திரி முழுக்க வள்ளு வள்ளுன்னு கத்தித் தொலைக்குது. தூங்கவா முடியுது?' என்று சொன்னான்.

நாய்க்காரி தெருவில் நின்றுகொண்டு ஏதோ கத்தினாள். லட்சுமியும் கத்திக்கொண்டு அவனை வீட்டுக்குள் தள்ளினாள். 'வாடவ ஊட்டுல இருந்தா அலுப்பமாப் போயிருவமா?' என்ற வார்த்தை மட்டும் கேட்டது. அவனுக்கு மூச்சிரைத்து வேர்த்துப் போயிற்று. சோபாவில் உட்கார்ந்து மூச்சு வாங்கினான். மின்விசிறியைப் போட்டுவிட்டுத் தண்ணீர் கொண்டு வந்து கொடுத்தாள் லட்சுமி. அவன் குடித்த முடித்துத் தேறிய பிறகு 'ஒரு நாய்க்காவ நீங்க எதுக்கு நாய் மாதிரி கத்தறீங்க?' என்று சொன்னாள். நாய்க்காரனிடம் சொல்லியிருக்க வேண்டும். பெண்ணிடம் சண்டைக்குப் போனது தப்போ? எதுவும் பேசாமல் அப்படியே சோபாவில் படுத்துத் தூங்கிப் போனான்.

அவன் கோபம் மாறவில்லை என்பதைத் தெரிந்து இரவில் லட்சுமி ஒன்றும் பேசவில்லை. இருவரும் மௌனமாக உண்டார்கள். அவர்கள் உண்ணும்போது எதிர்வீட்டு

நாய்ச்சத்தம் பலமாகக் கேட்டது. அது இரும்புக் கதவில் கால்களை வைத்து உடலை உயரவாக்கில் தூக்கி நிற்கும் காட்சியை உணர முடிந்தது. பரபரவென்று கதவின் ஒருபக்க மிருந்து இன்னொரு பக்கம் வரை அப்படியே நகர்ந்து செல்லும் சத்தமும் கேட்டது. பாதிக் கதவு வரைக்கும் சந்து இல்லை. அதற்கு மேல் ஓரடிக்கு மெல்லிய சந்து இருக்கும். அதையடுத்து வளைந்து நெளிந்த டிசைன் கொண்ட பகுதி. அதில் முகத்தைத் தூக்கி வைத்துக்கொண்டு நாய் சத்தமிடுகிறது.

நாய்ச்சத்தம் அதிகமாகத்தான் இருக்கிறதோ என்னும் சந்தேகம் முதன்முதலாக லட்சுமிக்கு வந்தது. பெருங்கல்லில் இரும்பை உரசுவது போன்ற நாராசமான சத்தம். இன்னும் கொஞ்ச நேரமானால் மற்ற சத்தங்கள் அடங்கி இது மட்டுமே பூதாகரமாகக் கேட்கும். ஜன்னல்களை எல்லாம் சாத்தி ஏசியை ஓடவிட்டிருப்பவர்களுக்குப் பிரச்சினையில்லை. அவனோ வெயில் நாளில் மொட்டை மாடியில் படுத்துத் தூங்குபவன். கஷ்டம்தான் என்று நினைத்தாள். இதை எப்படிச் சரிசெய்வது என்று அவளுக்குத் தெரியவில்லை. பணம் பெருத்தவர்களோடு மோத முடியுமா? சகித்துக்கொண்டு போக வேண்டியதுதான். அவனுக்குச் சொல்ல முடியாது. தானாக உணர்ந்தால்தான் உண்டு. எப்படியோ எதிர்வீட்டோடு பகை தொடங்கிவிட்டது. இனி மதிய நேரத்தில் பெண்கள் கூட்டத்தோடு போய் உட்கார முடியாது என்னும் கவலையில் அடிக்கடி பெருமூச்சு விட்டாள்.

தொலைக்காட்சிப் பெட்டி முன் உட்கார்ந்ததும் எல்லாம் மறந்துவிட்டது. படுக்கையறைக்குள் போய்ப் படுத்து மின்விசிறியைப் போட்டுக்கொண்டு கையில் செல்பேசியைப் பிடித்தபடி ஒரு திரைப்படத்தைப் பார்க்கத் தொடங்கியவன் பாதியிலேயே தூங்கிவிட்டான். லட்சுமி வந்து விளக்கை அணைத்துவிட்டுப் படுத்தாள். தூக்கப் பிசாசு பிடித்தவன் அவன். எந்த நேரம் படுத்தாலும் தூங்குவான். சிறுசத்தம் பிரச்சினையில்லை. பெருஞ்சத்தத்தால் திருப்தியாகத் தூங்க இயலாத எரிச்சல்தான் அவனை இப்படிக் கோபப்பட வைக்கிறது. தன்னால் என்ன செய்ய முடியும் என்பதை யோசித்துக்கொண்டு வெகுநேரம் கழித்தே தூங்கினாள்.

வழக்கமாக எழும் நேரத்திற்கே அவள் எழுந்து வேலைகளைத் தொடங்கினாள். இரவு நேரமாகவே தூங்கியதால் காலையில் சீக்கிரம் எழுந்து வெளியே வந்தான். இருள் இன்னும் முழுதாகப் பிரியவில்லை. அவன் அரவம் கேட்டு எட்டிப் பார்த்து 'பல்லு வெளக்கிட்டு வாங்க. டீ வெக்கறன்' என்றாள். பதில் சொல்லாமல் சாவியை எடுத்துக்கொண்டு போய் வராந்தாவில் இருந்த கிரில் கதவைத் திறந்தான். மேற்குப் பக்கம்

போண்டு 145

இருந்த இரும்புக் கதவுப் பூட்டைத் திறந்தபோது வித்தியாசமான சத்தம் கேட்டது. வெளியே போய்ப் பார்த்தான். அவன் வீட்டுச் சுவரோரம் எதிர்வீட்டு நாய் கட்டியிருந்தது. அவன் கதவைத் திறக்கும் சத்தம் கேட்டு உடலை நிமிர்த்தி நின்றபடி கத்த ஆரம்பித்திருக்கிறது. சுவரோரம் வைத்து முழங்கால் அளவு வளர்ந்திருந்த மல்லிகைச் செடியைச் சுருட்டிக் கட்டியிருந்த சங்கிலியை நாய் இழுப்பது நிழல் இருளிலும் அவனுக்கு நன்றாகத் தெரிந்தது. அதே சமயம் தன் வீட்டுப் பெரிய இரும்புக் கதவைத் திறந்துகொண்டு நாய்க்காரன் வெளியே வந்தான். முருகேசுக்குக் கோபத்தைக் கட்டுப்படுத்த முடியவில்லை.

'மல்லீப்பூச் செடிதான் நாயக் கட்டறதுக்கு உனக்குக் கெடச்சுதா?' என்று கத்தினான்.

அவன் வேகமாக நாயிடம் போனான். 'அடடா... இருட்டுல கவனிக்கல' என்றபடியே சங்கிலியைக் கழட்டினான். 'செடிக்கு ஒன்னும் ஆவுல' என்று முருகேசுவைப் பார்த்துச் சொல்லிக் கொண்டு நடக்கத் தொடங்கினான்.

'நேத்துப் பீ பேண்டு வெச்சிருந்திச்சு. இன்னக்கி இங்கயே கட்டி ஆரம்பிச்சிட்டியா? மொதல்ல அந்தப் பீய அள்ளிப் போட்டுட்டுப் போ' என்று முருகேசு கத்தினான்.

சத்தம் கேட்டு வெளியே வந்த நாய்க்காரி தன் புருசனிடம் கேட்டாள்.

'என்னங்க ஆச்சு?'

'முனியோட வாக்கிங் போவ வெளிய வந்தன். பாத்தா மொபைல மறந்து உள்ளயே வெச்சிட்டன். செரி, ஒரு நிமிசந்தான எடுத்துக்கிட்டு வந்தரலாமின்னு எதுத்தாப்பல ஒரு செடியில கட்டீட்டு உள்ளே போயிட்டு வர்றதுக்குள்ள இந்த ஆளு பீபீன்னு என்னமோ கத்தறாரு.'

'ஆமாங்க, இந்த ஆளு நேத்துலருந்து பீபீன்னு ஊதிக்கிட்டே இருக்கறான்.'

'உன்னோட நாய் பேழாம நீயா வந்து பேண்டு வெச்ச?' என்று சொன்ன முருகேசு நாய்ப்பீ இன்னும் கிடக்கிறதா என்று பார்க்க அந்தப் பக்கம் போனான். சத்தம் கேட்டு லட்சுமி வெளியே ஓடி வந்தாள்.

'வாத்தியானுக்குக் கொழுப்பப் பாத்தியா? நான் போயி அவனூட்டுல பேழ்றனாமா.'

'உன்னோட நாயில்லன்னா ஆரு வந்து பேண்டு வெச்சிருப்பா?'

முருகேசுவின் பக்கம் இழுத்துக்கொண்டு காதுகளை விறைத்தபடி குரைத்த முனியைத் தன் மனைவியின் கையில் கொடுத்தான். அவள் இரும்புக் கதவின் மேல் பக்கக் கம்பியில் சுற்றி முடி போட்டாள். நாய்ப்பீ கிடந்த இடத்திற்கு அவன் வந்தான். நின்றவாக்கில் அதைப் பார்த்தான். பின் ஒருகாலை மடக்கிக் கீழே உட்கார்ந்து பார்த்தான்.

'கண்டதையும் தின்னுட்டு தெருநாயி எதுவோ வந்து பேண்டு வெச்சிருக்குது. எங்க முனியோடது இல்ல' என்றான்.

'உன் நாய்ப்பீ மணக்குமா?' என்றான் முருகேசு.

'சண்ட வேண்டாம். பேசாத இருங்க' என்றாள் லட்சுமி.

தெருவில் வாசல் கூட்டிக் கொண்டும் தண்ணீர் தெளித்துக் கொண்டுமிருந்த பெண்கள் சிலர் சத்தம் வந்த திசையில் பார்த்தார்கள். அதிகாலைப் பேச்சு வெகுதூரத்திற்குத் தெளிவாகக் கேட்டது. முருகேசுவின் கையைப் பிடித்து லட்சுமி உள்ளே இழுத்தாள்.

'எங்க முனி என்ன சாப்பிடுவான், அவன் ஆயி எப்படி இருக்குமின்னு எனக்குத் தெரியாதா?' என்றான் நாய்க்காரன்.

'முனியக் கட்ட எடமில்லாதயா கெடக்கறம்? உன்னூட்டுச் செவுத்தோரம் கொண்டாந்து கட்டறதுக்கு?' என்றாள் நாய்க்காரி.

'இப்ப என்னூட்டோரத்துலதான கட்டுன?' என்று கேட்டான் முருகேசு.

'முனிக்காவத்தான் இத்தாப் பெரிய ஊட்ட வாடவைக்கு எடுத்தம். ஒருநிமிசம் கட்டீட்டு உள்ள போயி வந்தன். அதுக்குள்ள என்னாயிருச்சி? அப்படியே செடி போயிருந்தாலும் புதுச்செடி வாங்கிக் குடுத்தர்றன்' என்றான் அவன்.

'நான் கஷ்டப்பட்டு வளப்பன். நீ நாயக் கட்டி ஒடிப்ப. அப்பறம் புதுசு வாங்கிக் குடுக்கறன்னு உம்பவுசுக் காட்டுவியா?' என்றான் முருகேசு.

'தெருவுல கொண்டாந்து செடி வெச்சிட்டு என்ன ஏறிக்கிட்டு வர்ற?'

'உங்காம்பவுண்டுக்குள்ளயா கொண்டாந்து கட்டுனாங்க?'

இருவரும் மாறி மாறிப் பேசினார்கள். முருகேசு கோபத்தில் என்ன செய்வானோ என்ற பயத்தில் 'பேசாத வாங்க' என்று அவனைப் பிடித்து உள்ளே இழுத்தாள் லட்சுமி.

‘உடு நாயே’ என்று லட்சுமியிடம் இருந்து விடுவித்துக் கொண்ட முருகேசு ‘இந்த நாய இன்னைக்கிக் கொல்லாத உட மாட்டன்’ என்று சொல்லிக்கொண்டே ஏதாவது கட்டையோ தடியோ கைக்குக் கிடைக்குமோ என்று பார்த்தான். ஒன்றும் கிடைக்கவில்லை. அங்கே கிடந்த சிறுகற்களை எடுத்து அந்த நாயைப் பார்த்துச் சரமாரியாக இட ஆரம்பித்தான். ஒன்றிரண்டு கற்கள் நாய் மீதும் பட்டன. அவன் அதிர்ந்து தன் மேல் கல் படாமல் ஒதுங்கி நின்றான். அவள் சட்டெனக் கதவுக்குள் நுழைந்து மேல் கம்பியில் கட்டியிருந்த சங்கிலியை அவிழ்க்கத் தொடங்கினாள்.

‘டேய் முனி… கல்ல எறிஞ்சவன் கையக் கடிச்சு எடுத்துக் கிட்டு வாடா’ என்று நாயை உசுப்பெருத்தினாள். அவசரத்தில் சங்கிலி அவிழ மறுத்தது. என்ன நடக்கிறது என்று புரிந்த லட்சுமி பதறி அவனை இழுத்தாள்.

‘நாயக் கடிக்க உடப் போறாங்க அவ’ என்று லட்சுமி சொன்னதும் நிலைமை உணர்ந்து நாய் வருவதற்குள் சட்டென்று உள்ளே நுழைந்து கதவைச் சாத்தினான் முருகேசு.

‘இன்னக்கித் தப்பிச்சிட்ட. முனிகிட்ட மாட்டுவீடா நீ’ என்று உள்ளேயிருந்த கத்தினாள் அவள்.

‘உள்ள வாங்க நீங்க. நாயி ஆருன்னே தெரீல’ என்று அவன் கையைப் பற்றிக் கொண்டு போய் வீட்டுக்குள் விட்டுக் கதவை ஓங்கிச் சாத்தினாள் லட்சுமி.

●

வல்லினம், **1 மார்ச் 2024**

புடுக்காட்டி

அரசு கலைக்கல்லூரி 'தமிழ் இலக்கியத் துறைத் தலைவர் பேராசிரியர் முனைவர் து. மாணிக்காசுரர், எம்.ஏ.,எம்.பில்.,பி.எட்., பிஎச்.டி.' அவர்களுக்கு அன்றைய கல்லூரிப் பணியின் கடைசி மணி நேரம் சோதனையாக அமைந்துவிட்டது. இளங்கலை இலக்கியம் மூன்றாமாண்டு மாணவர்களுக்குத் தாம் நடத்தும் இலக்கணப் பாடத்தில் சிறுதேர்வு வைக்கப் போவதாகச் சொல்லிப் பலநாட்கள் ஆயிற்று. இப்படிச் சொல்வது ஆசிரியர்களுக்கு வழக்கம்தான். சொன்னதை மறந்துவிடுவதும் வழக்கமே என்பதால் மாணவர்கள் அலட்டிக் கொள்ளவில்லை. ஆனால் பேராசிரியர் அவர்கள் அப்படி எளிதாக மறந்துவிடுபவர் அல்லர். மாணவர்களோ புத்தகத்தைப் புரட்டிக்கூடப் பார்க்காமல் இருந்தனர். தேர்வு நடக்கையில் பார்த்துக்கொள்ளலாம் என்னும் அசட்டை. 'நாளைக்கு வைத்துக்கொள்ளலாமா?' என்று அவர் கேட்கும்போதெல்லாம் ஏதாவது காரணம் சொல்லித் தள்ளிப்போட்டார்கள்.

வெள்ளிக்கிழமை என்றால் 'ஐயா ஊருக்குப் போகணுங்கையா' என்று நான்கு பேர் எழுந்து நிற்பார்கள். 'இன்னம் முழுசாப் படிக்கலீங்கையா. ரண்டு நாள் வேணுங்கையா' என்பார்கள் சிலர். 'விளையாட்டுப் போட்டிக்குப் போறங்கையா' என்று கொஞ்சம் பேர் எழுந்து நிற்பார்கள். வகுப்பில் குறைவான மாணவியரே இருந்தனர்.

அவர்களிலும் ஓரிருவர் ஏதாவது காரணத்திற்காக விடுப்பு எடுத்துக்கொண்டிருப்பார்கள். பொதுவாக மாணவியர் நன்றாகப் படிப்பவர்கள் என்னும் எண்ணம் இருந்ததால் அவர்களை விட்டுவிட்டுத் தேர்வு நடத்துவதைப் பேராசிரியர் அவர்களும் விரும்ப மாட்டார்.

அதனால் எல்லாவற்றுக்கும் 'சரிசரி' என்று ஒத்துப் போன பேராசிரியர் அவர்கள் அன்றைக்கு அடாவடிப் பேர்வழி ஆனார். 'எப்படி எழுதுனாலுஞ் செரி. இன்னைக்குத் தேர்வு எழுதீட்டுத்தான் வீட்டுக்குப் போகணும்' என்று கறாராகச் சொல்லிவிட்டார். கால அட்டவணையில் ஐந்தாம் மணிப் பாடவேளை அவருடையது. அவ்வகுப்பைப் புறக்கணித்து ஓடிப் போகவும் முடியாது. துறைத்தலைவர் என்பதால் எதற்காவது கையொப்பம் வாங்க அவர் முன்னால்தான் போய் நிற்க வேண்டும். நல்ல நினைவாற்றல் கொண்டவர். ஒருமுறை தப்பு செய்து மாட்டிக்கொண்டால் அம்மாணவர் பெயரைப் பட்டியலில் அதற்குரிய இடத்தில் சேர்த்துவிடுவார்.

காவல்துறை அறிவிப்புப் பலகையில் பொதுமக்களை எச்சரிக்கை செய்வதற்காகக் குற்றவாளிகளின் படங்களோடு எவ்வகைக் குற்றம் செய்வார்கள் என்பதையும் குறிப்பிட்டுப் பட்டியல் ஒட்டப்பட்டிருக்குமோ அதுபோல வெவ்வேறு தலைப்புகளின் கீழ் மாணவர்களின் பெயர்களைப் பதிந்த பெரிய பட்டியலைப் பேராசிரியர் அவர்கள் தம் மனதில் ஒட்டி வைத்திருந்தார். தம் முன்னால் ஒரு மாணவர் வந்து நின்றதும் சில நொடிகளில் பட்டியலில் எந்த இடத்தில் அம்மாணவர் இருக்கிறார் என்பதை இனம் கண்டு அதற்கேற்ப முகபாவத்தை மாற்றிக்கொள்ளவும் சொற்களைப் பயன்படுத்தவும் அவரால் முடியும். பட்டியலில் எவ்விடத்தில் ஒரு மாணவர் இருக்கிறார் என்பதைப் பொறுத்து அணுகுமுறை அமையும். அதனால் தேர்வைத் தவிர்த்து ஓடிப் போக இயலாத நிர்ப்பந்தத்தில் எல்லா மாணவர்களும் இருந்தனர்.

நான்காம் மணிநேரப் பாடவேளைக்கு வந்தவர் தற்காலிகப் பணியில் இருக்கும் ஆசிரியர் மேகாஸ். அவருக்கு வயது குறைவு. மாணவர்களிடம் இறங்கிப் பேசுவார். அவரிடம் விவரம் சொல்லி அந்த வகுப்பைப் படிப்பதற்குப் பயன்படுத்திக் கொள்ள அனுமதிக்குமாறு மாணவர்கள் கேட்டனர். அவரும் ஒப்புக்கொண்டார். 'இன்னக்கித் துறைத்தலைவர் ஐயா ரொம்பக் கோவமா இருக்கறாரே, ஏங்கையா?' என்று அவரிடம் கேட்டார்கள். மேகாஸ் சிரித்து மழுப்பினார். அவருக்குக் காரணம் தெரிந்திருந்தது. அதை மாணவர்களிடம் சொல்லக் கூடாது என்று நினைத்தார் போல.

பேராசிரியர் அவர்களின் மனைவி வேறொரு அரசு அலுவலகத்தில் பணியாற்றிக்கொண்டிருந்தார். மனைவியைக் காரில் அழைத்துச் சென்று அலுவலகத்தில் விட்டுவிட்டுக் கல்லூரிக்கு வருவது அன்றாட வழமை. அதனால் தினமும் பதற்றத்தோடுதான் கல்லூரிக்கு வந்து சேர்வார். அன்றைக்கும் அப்படித்தான் நூறு கிலோ மீட்டர் வேகத்தில் காரை ஓட்டிவந்து இரண்டாம் மணியடித்து முடித்த சமயத்தில் ஒரு மரத்தடியில் நிறுத்தினார். நிழலில் இரண்டு மூன்று நாய்கள் படுத்திருந்தன. கார் சத்தம் கேட்டும் அவை எழவில்லை. ஒலிப்பானை வேகமாக அழுத்திப் பார்த்தார். அவை நகரவில்லை. சில மாணவர்கள் தான் திரும்பிப் பார்த்தனர். 'சனியனுங்க. எந்திரிக்குதா பாரேன்' என்று தனக்குத்தானே சொல்லிக்கொண்டவர் காரை இன்னும் கொஞ்சம் சத்தத்தோடு முன்னகர்த்தினார். ஒலிப்பானையும் அடித்தார். தம்மைத் தொந்தரவு செய்பவரைப் பார்த்து முறைத்துக்கொண்டே அவை சோம்பலாக எழுந்து நகர்ந்தன. அவற்றில் இரண்டு நாய்கள் கடுவன்கள் என்பது தெரிந்தது.

'இந்தப் புடுக்காட்டி நாய்வளப் புடிச்சுக்கிட்டுப் போயி வெதரெடுத்துடணும்' என்று சற்று சத்தமாகவே சொல்லிக் கொண்டே காரை நிறுத்தினார்.

திரும்பக் காரை எடுக்கும்போதும் எச்சரிக்கையாக எடுக்க வேண்டும். அவை போக்குக் காட்டிவிட்டுக் காரடியில் வந்து மீண்டும் படுத்துக்கொள்ளும். 'எங்க பாத்தாலும் நாய்க தொந்தரவுதான்' என்றவர் விரைந்து துறைக்கு நடந்தார். சோற்றுப் பையை ஒருகையில் பிடித்தபடி கையொப்பம் இட்டு வருகைப் பதிவேட்டு வேலைகளை எல்லாம் முடித்தார். அறையை ஒரு நோட்டம் விட்டார். பல ஆசிரியர்களைக் காணவில்லை. எல்லோரும் வகுப்புக்குப் போய்விட்டனர் என்றுணர்ந்தார். மேகாஸ், முருகேஸ், லிங்கேஷ் மூவர் மட்டும் இருந்தனர். மூவரும் தற்காலிக விரிவுரையாளர்கள். அவர்களுக்கு வகுப்பு இல்லை போல.

பேராசிரியர் அவர்களின் நாற்காலிக்கு எதிர்ச் சுவரோரம் ஒருநாய் படுத்திருந்தது. உடலில் ஒருபொட்டுக்கூட இடமில்லாமல் முழுக்கறுப்பு. 'நாய்ங்க நாய்ங்க நாய்ங்கதான்' என்று முனகினார். அந்த நாய்க்கு அந்த இடம் எப்படியோ பிடித்துப் போயிருந்தது. இரவுக் காவலர் தினமும் காலையில் இந்த அறைக்கதவைத் திறந்ததும் வந்து இந்த இடத்தில் படுத்துக் கொள்ளும். அவரிடம் விரட்டிவிடச் சொல்லியும் பார்த்தாயிற்று. 'முடுக்கி உட்டுட்டு நான் அந்தப் பக்கம் போனன்னா, இந்தப் பக்கம் வந்து படுத்துக்குதுங்கையா' என்று காவலர் புகார் சொல்வார். ஆசிரியர்களும் அவ்வப்போது விரட்டுவார்கள்.

போண்டு ❋ 151 ❋

ஆனால் எப்படியோ போக்குக் காட்டிவிட்டு வந்து அதே இடத்தில் படுத்துக்கொள்ளும்.

'போன பிறவியில ஆசிரியராப் பொறந்திருக்குமோ?' என்று சொல்லிச் சிரிப்பார்கள்.

வேறு துறை ஆசிரியர்கள் 'அதுவும் தமிழாசிரியராத்தான் பொறந்திருக்கும்' என்பார்கள்.

அந்த நாயைக் கண்டாலே பேராசிரியர் அவர்களுக்குப் பிடிக்காது. கண்ணை உறுத்துகிற மாதிரி இப்படி ஒருகறுப்பா என்று அவர் உடல் சிலிர்க்கும். 'தூய்... எந்திருச்சு ஓடு' என்று வாயால் விரட்டினார். அது உடலைக் குறுக்கி முறுக்கிப் படுத்திருந்தது. எந்த அச்சமும் இல்லாத இடத்தில் எவ்வளவு சுதந்திரமாக இருக்க முடியுமோ அப்படி உணர்ந்து தூங்கிக் கொண்டிருந்தது. அவர் சத்தத்துக்குக் காதுகளை உயர்த்தி லேசாகக் கண் விழித்துப் பார்த்தது. அவ்வளவுதான். இது வழக்கம்தானே என்று மீண்டும் கண்களை மூடிக்கொண்டது. இன்றைக்கு அவர் விடுவதாயில்லை. 'உனக்கு இதுதான் எடமா? தெனமும் இதே எழவாப் போச்சு' என்று கத்தினார். அறையில் சில ஆசிரியர்கள் இருந்தனர். அவர்களில் இளவயதாக இருந்த மேகாஸ் தம் நாற்காலியில் இருந்து எழுந்தார்.

'நீங்க இருங்க மேகாஸ். இன்னைக்கு அதுவா நானான்னு பாத்தர்றன்' என்று சொன்ன பேராசிரியர் அவர்கள் ஒடிந்து கீழே கிடந்த பெஞ்சுக் காலாகிய மரக்கட்டையை எடுத்து ஓங்கிக் கொண்டு அந்த நாயை நோக்கிச் சென்றார். அவர் கையில் தடியைப் பார்த்ததும் நாய் எழுந்து வெளியே ஓட வந்தது. குறுக்காட்டி அதை அடிக்கப் பார்த்தார். வாலை ஒடுக்கிக் கொண்டு அவர் காலுக்குள் புகுந்து அடியிலிருந்து தப்பித்து ஒருநிழல் நகர்வதைப் போல வெளியோடியது. நல்லவேளையாக அவர் கீழே விழவில்லை. குறி தவறித் தரையை ஓங்கி அடித்தார்.

'கரும்புடுக்க ஆட்டிக்கிட்டுப் போவுது பாரு. இந்தப் பக்கம் இன்னமே வந்து பாரு, இடுப்ப முறிச்சிர்றன்' என்று கத்தினார்.

பேராசிரியர் அவர்கள் காலை உணவை எடுத்து வந்து கல்லூரியில் தான் உண்ணுவார். கணவன் மனைவி இருவரும் வேலைக்குச் செல்வதால் காலை, மதியம் இருவேளைக்கும் சேர்த்துச் சாப்பாடு செய்வார்கள். வீட்டில் சாப்பிட நேரமிருக்காது. சாப்பிட வேண்டும் என்பதற்காகவே முதல் மணிநேரம் அவருக்கு வகுப்புப் போட்டுக்கொள்ள மாட்டார். சாப்பிட உட்கார்ந்து சோற்றைக் கையில் எடுத்து ஒருவாய் வைத்ததும் 'த்தூ' என்று சத்தமாகத் துப்பினார். மேசை முழுக்கவும் பருக்கைகள் இரைந்தன. புரையேறி விட்டதோ

என்று அப்போது அறையிலிருந்த ஆசிரியர்கள் எல்லோரும் எழுந்து ஓடி வந்தனர்.

அப்படியே வேகமாக எழுந்து வெளியே கொண்டு போய்ச் சோற்றை நாய்க்குக் கொட்டினார். கல்லூரி வளாகத்தில் ஏராளம் நாய்கள் சுற்றிக்கொண்டிருந்தன. ஆசிரியர்களும் மாணவர்களும் போடும் எச்சில் சோற்றில் வளர்ந்து தம் சந்ததியையும் பெருக்கிக்கொள்பவை அவை. விலங்கியல் துறையைச் சார்ந்தவர்கள் ஒருமுறை கணக்கெடுத்து 'நாற்பத்தி ரண்டு நாய்கள்' வளாகத்தில் இருப்பதாகக் கணக்குச் சொன்னார்கள். இப்போது இன்னும் பெருகியிருக்கலாம். அத்துறையைச் சேர்ந்த ஆசிரியர் ஒருவர் விலங்கு நல ஆர்வலர். நாய்களைப் பாதுகாக்க ஏதேதோ செய்துகொண்டிருந்தார். அவரால்தான் நாய்கள் பெருகுகின்றன என்று மற்றவர்கள் சொல்வார்கள். அவரோ 'உயிரோட அரும தெரியாத மூடங்க' என்று மற்றவர்களைத் திட்டுவார். அவரது திருவாக்கு ஒன்று மிகவும் பிரபலமானது.

'மனுசங்க பூமிக்குப் பாரம்; மிருகங்க பூமிக்குப் பலம்.'

கல்லூரி விடுமுறை நாட்களில் உணவுக்கு நாய்கள் படும் பாடு பெரிது. பக்கத்து ஊர் வீடுகளை நோக்கியும் எங்காவது போட்டிருக்கும் கோழிக் கழிவுகளைத் தேடியும் ஓடிவிடும். மிச்சச் சோற்றை நாய்களுக்குக் போடுவதற்கெனவே இருந்த ஒரு கல் மேல் பேராசிரியர் அவர்கள் சோற்றைக் கொட்டியதும் ஐந்தாறு நாய்கள் ஓடி வந்தன. அவற்றில் குட்டிகள் சிலவும் இருந்தன. மூன்று மாதக் குட்டிகளாக இருக்கும். தாய்ப்பால் குடிப்பதாலோ என்னவோ அவை புஷ்டியாக இருந்தன. 'சோத்தத் தின்னுட்டு எல்லாம் கொழுப்புக் கட்டிக் கெடக்குதுவ' என்று முணுமுணுத்தார். அக்குட்டிகள் வாலை இடுக்கிக் கொண்டு சோற்றைத் தின்றதால் பின்னிருந்து பார்க்கப் பெட்டையா கடுவனா என்பது தெரியவில்லை. 'புடுக்கு மொளச்சிருச்சின்னா இதுவளயும் கைல புடுக்க முடியாது' என்று சொல்லிக்கொண்டார். பெரிய நாய்கள் பல்லைக் காட்டித் தமக்குள் முறைத்துக்கொண்டிருந்த தருணத்தைப் பயன்படுத்திக் குட்டிகள் சோற்றில் புகுந்தன.

'இங்கயும் அடிதடி தானா? இந்தச் சோத்துக்கா இப்படி அடிச்சுக்கறீங்க?' என்று சத்தமாக நாய்களைப் பார்த்துக் கேட்டார்.

பேராசிரியர் அவர்களின் பேச்சுக்குப் பணிந்தோ சண்டை வேண்டாம் என்று நினைத்தோ சோற்று வாசனை பிடிக்காத தாலோ ஒன்றிரண்டு பின்வாங்கின. அதைப் பார்த்ததும்

கொஞ்சம் திருப்தியாக இருந்தது. அருகில் இருந்த குழாயில் பாத்திரத்தைக் கழுவினார். அவருக்குப் பிடிக்காத வேலை பாத்திரம் கழுவுவது. ஆனால் கழுவாமல் வீட்டுக்குக் கொண்டு போக முடியாது. 'சும்மா ஒரு அலசு அலசி வெக்க முடியாதா? நாத்தமெடுத்துத்தான் கொண்டாருவீங்களா?' என்று மனைவி யிடம் திட்டு வாங்க வேண்டியிருக்கும். கிளம்பிய அதே வேகத்தில் அறைக்குத் திரும்பியவரைப் பார்த்து ஓர் ஆசிரியர் கேட்டார்.

'என்னங்கையா ஆச்சு?'

'நாய்கூடத் திங்காதுங்க இந்தச் சோத்த. வெளிய போயிப் பாருங்க. வந்து வந்து மோந்து பாத்துட்டுப் போவுதுங்க' என்று வெறும் பாத்திரத்தை மேலும் கீழும் உதறிக் காட்டிவிட்டு நாற்காலியில் அமர்ந்தார்.

'யாராச்சும் பையன அனுப்பி எதாச்சும் வாங்கிக்கிட்டு வரச் சொல்லட்டுமாங்கையா?' என்று ஒருவர் கேட்டார்.

'கொஞ்ச நேரம் கழிச்சு நானே போய்க்கறன்' என்று சொல்லிவிட்டார்.

உணவகம் சற்று தூரத்தில் இருந்தது. இந்நேரம் வடையும் போண்டாவும் போட்டிருப்பார்கள். சூடாகவும் மணக்க மணக்கவும் இருக்கும் அவற்றைத் தின்பதற்கு ஆசிரியர்கள் குழுக்குழுவாகப் போவதுண்டு. பேராசிரியர் அவர்கள் போனாரா ஏதாவது சாப்பிட்டாரா என்பது ஒன்றும் தெரிய வில்லை. மனைவி மீதான சலிப்பும் பசியால் ஏற்பட்ட வருத்தமும் அவரது கோப மனநிலைக்குக் காரணமாக இருக்கலாம். அதை எப்படி மாணவர்களிடம் சொல்ல முடியும்? மேகாஸ் ஒருமாதிரி சிரித்துச் சமாளித்தார்.

'சத்தம் போடாமல் படிக்க வேண்டும்' என்று கட்டளை யிட்ட மேகாஸ் வகுப்பறைக் கதவையொட்டி வெளியில் நின்று கொண்டு வருவோர் போவோரிடம் பேசிக்கொண்டிருந்தார். ஒருகண் உள்ளேயும் மறுகண் வெளியேயும் இருந்தன. மாணவர்கள் வாசிக்கும் முணுமுணுப்பு சற்றே கூடும்போது உள்ளே திரும்பி 'டேய்' என்பார். சத்தம் அப்படியே அடங்கி விடும். கொஞ்ச நேரத்தில் மீண்டும் பேச்சுச் சத்தம் வரும். 'டேய்' என்று கத்தி அடக்குவார். இப்படியே ஒருமணி நேரமும் கழிந்தது. ஏதோ படித்தார்கள். இலக்கணப் பாடம் புரிந்தும் புரியாமலும் இருந்தது. மேகாஸிடம் ஐயம் கேட்கவும் முடியாது. அவர் ஏற்கனவே 'எனக்கே இலக்கணம் வராதுப்பா. அடிச்சுப் புடிச்சுப் பார்டர்ல பாஸ் பண்ணி வந்திருக்கறன்' என்று சொல்லியிருக்கிறார்.

மணி அடித்ததும் பேராசிரியர் அவர்கள் வகுப்புக்கு வந்தார். வெளியில் நின்றிருந்த மேகாஸ் 'தேர்வுக்குப் படிக்கணும்னு கேட்டாங்கையா. அதான் சரின்னு விட்டன்' என்று சொன்னார்.

'உங்க வகுப்பப் புடிங்கிக்கிட்டானுங்களா? எத்தன வகுப்பு குடுத்தாலும் படிக்க மாட்டானுங்க' என்று வருத்தப்படுபவர் போலச் சொல்லிவிட்டு உள்ளே நோக்கி 'எழுதலாமா?' என்று மாணவர்களைக் கேட்டார்.

ஆசிரியர் நின்று பாடம் நடத்தும் வகுப்பறை மேடையில் கரும்பலகைக்குக் கீழே சுவரை ஒட்டிச் சுருண்டு படுத்திருந்த நாய் ஒன்று அவர் கண்ணுக்குப் பட்டது. சட்டென்று கோபம் மிகுந்தது. உயரத்தில் இருந்த விளக்கு, மின்விசிறி ஸ்விட்சுகளைத் தட்டிப் போடுவதற்காக வகுப்பறைக் கதவோரத்தில் சாத்தி வைத்திருந்த நீளக்குச்சியை எடுத்தார். அவரது பருத்த உடலுக்குப் பொருந்தாத விரைவோடு போய் நாயை ஓங்கி அடித்தார். அதை எதிர்பார்க்காத நாய் 'வாள்வாள்' என்று கத்திக்கொண்டே வெளியே ஓடியது. 'புடுக்காட்டி நாய்வ' என்று முனகிக் கொண்டே திரும்பினார். பேராசிரியர் அவர்கள் வகுப்பறைக்குள் நுழைந்ததால் மாணவர்கள் எல்லோரும் எழுந்து நின்றனர்.

'வகுப்புல நீங்க படிக்கறீங்களா? நாய் படிக்குதா? உள்ள வந்தா முடுக்க மாட்டீங்களா?' என்று கத்தினார்.

உள்ளே ஒரே அமைதி. வெளியே பார்த்தார். மாணவர்கள் மீதான கோபம் அடுத்துத் தன் மேல்தான் பாயும் என்பதால் மேகாஸ் சொல்லிக் கொள்ளாமலே போய்விட்டார். வகுப்பறை அமைதியைப் பொருட்படுத்தாமல் இறுகிய முகத்தோடு கரும்பலகையில் வினாக்களை எழுதிப் போட ஆரம்பித்தார். உட்காரச் சொல்வார் என்று எதிர்பார்த்து நின்ற மாணவர்கள் ஒவ்வொருவராகத் தாமாகவே உட்கார்ந்தனர். இனித் தப்பிக்க வழியில்லை என்பதை உணர்ந்து தாளை எடுத்து எழுதத் தொடங்கினர். தாள் இல்லாதவர்கள் குறிப்பேட்டில் கிழித்தெடுத்து எழுதினார்கள். ஒருமணி நேரத் தேர்வுக்கான வினாக்களைக் கரும்பலகையில் எழுதி முடித்ததும் மேடையிலிருந்து கீழிறங்கி மாணவர்களை இடைவெளி விட்டு அமரச் சொல்லி ஒழுங்குபடுத்தினார்.

எல்லோரும் அமைதியாக எழுத ஆரம்பித்துச் சில நிமிடங்கள் கடந்திருக்கும். வெளியே இரைச்சல் எழுந்தது. வகுப்பறைக்கு வெளி வராந்தாவில் வேறு ஏதோ வகுப்பு மாணவர்கள் சிரிப்பும் கும்மாளமுமாய்ச் சத்தமிட்டுக் கொண்டே போனார்கள். 'இது ஒரு எழவு' என்று

முணுமுணுத்தார். நான்காம் மணி நேரமும் ஐந்தாம் மணி நேரமும் பல வகுப்புகள் நடக்காது. மாணவர்கள் வெளியேறிச் செல்வார்கள். அந்த வகுப்பைக் கடந்துதான் போயாக வேண்டும். தேர்வெழுதும் மாணவர்களுக்கு அந்தச் சத்தம் இடைஞ்சலாக இருக்குமோ என்னவோ. அவருக்கு எரிச்சலாக இருந்தது.

என்ன செய்யலாம் என்று ஒருகணம் யோசித்தார். அந்த வரிசையில் ஆறு வகுப்பறைகள் இருந்தன. இதுதான் முதலாவது. இதையடுத்து ஒன்று. அதுவும் இலக்கியத்துறை வகுப்பறைதான். அதற்கப்புறம் ஒரு வாயில் இருந்தது. அதிலும் போகலாம்; வரலாம். ஆனால் மாணவர்கள் பெரும்பாலும் அதைப் பயன்படுத்துவதில்லை. பேராசிரியர் அவர்களின் மனதில் சட்டென ஒரு திட்டம் உருவானது. 'பேச்சுச் சத்தம் வரக் கூடாது. இங்கதான் இருக்கறன்' என்று சத்தமாக எச்சரித்துவிட்டுப் பக்கத்து வகுப்பறைக்குப் போனார். அங்கே வகுப்பு நடக்கவில்லை. இரண்டு மாணவியர் பெஞ்சில் உட்கார்ந்திருந்தனர். அவர்களைச் சூழ்ந்து அருகிலும் டெஸ்க் மீதும் உட்கார்ந்து நான்கைந்து மாணவர்கள் பேசிக் கொண்டிருந்தனர். சிரிப்பும் சத்தமுமாய்க் கலகலப்பாய் இருந்தது. ஒருகணம் நின்று பார்த்தார். அவரைக் கவனிக்கும் நிலையில் யாருமில்லை.

'டேய்ய்' என்று எத்தனை மாத்திரை என்று அறிய முடியாத அளபெடையில் குரலெடுத்துக் கத்தினார். எல்லோரும் அதிர்ந்து திரும்பினார்கள். பேராசிரியர் அவர்களைக் கண்டதும் விருட்டென்று எழுந்து நின்றனர். அந்தப் பெண்களைப் பார்த்துச் சொன்னார்.

'வகுப்பு முடிஞ்சா ஒடனே வீட்டுக்குப் போகணும்னு சொல்லியிருக்கறன்ல? இங்க என்ன கும்மாளம்? போங்க.'

'ஒரு பொட்ட நாயி இருந்தாப் பத்துக் கடுவன் புடுக்காட்டிக்கிட்டுப் பின்னாலயே சுத்துதுங்க' என்பதை வாய்க்குள் முனகிக்கொண்டு நின்றார். அந்தப் பெண்களுக்குக் கேட்டிருக்கலாம். தம் நோட்டுக்களையும் புத்தகங்களையும் அவசரமாகப் பொறுக்கிக்கொண்டு இருவரும் தலைகுனிந்த படியே வெளியேறினார்கள். அவர்களைப் பின்தொடர்ந்து செல்ல முயன்ற பையன்களை 'நீங்க எங்க பொறத்தாண்டயே தொரத்திக்கிட்டுப் போறீங்க, நாய்ங்க மாதிரி?' என்று சத்தம் போட்டார். நால்வரும் இப்போது என்ன செய்துவிட்டோம் என்றோ என்ன செய்வது என்றோ யோசித்தபடி நின்றார்கள். அதில் ஒருவனை விரல் நீட்டி 'இங்க வா' என்று கூப்பிட்டார்.

தனக்கு ஏதோ வேலை சொல்லப் போகிறார் என்று தெரிந்ததும் தன் புத்தகங்களைப் பெஞ்சின் மேல் வைத்துவிட்டு முன்னால் வந்து நின்றான்.

'மேகாஸ் ஐயா துறையில இருப்பாரு. அவர நான் கூப்பிட்டன்னு கூட்டிக்கிட்டு வா' என்று சொல்லி அவனை அனுப்பினார்.

மற்ற மூவரும் என்ன சொல்லப் போகிறாரோ என்று தெரியாமல் அப்படியே நின்றனர்.

'அந்த ஓரத்துல தனியாக் கெடக்குதில்ல, அந்த ரண்டு டெஸ்க்கயும் ஒவ்வொண்ணாத் தூக்கிக்கிட்டு வாங்க' என்று பணித்தார்.

டெஸ்கின் ஒருபுறத்தை ஒருவரும் மற்றொரு புறத்தை இருவரும் சேர்ந்து பிடித்துத் தூக்கி வந்தனர். நடுவில் இருந்த வழியை அடைத்து ஒன்றைப் போடச் சொன்னார். தேர்வெழுதும் அறைப் பக்கம் யாரும் நுழையாமல் தடுத்து இன்னொன்றைப் போடச் சொன்னார். அங்கு வந்த மேகாஸும் அவரை அழைக்கச் சென்ற மாணவரும் வந்து டெஸ்க் பக்கத்தில் தயங்கி நின்றார்கள்.

'நீங்க நகத்திட்டு வாங்க' என்றார் பேராசிரியர் அவர்கள்.

மேகாஸைப் பார்த்து 'வகுப்புல கொஞ்ச நேரம் நின்னு பாத்துக்கங்க. சும்மா இருக்க மாட்டானுங்க. கவனமாப் பாத்துக்கங்க' என்றார். மேகாஸ் 'பேசாத எழுதுங்கடா' என்று வெளியே கேட்கும்படி கத்திக்கொண்டே வகுப்புக்குள் நுழைந்தார். மாணவர்கள் நிமிர்ந்து அவரைப் பார்த்து லேசாகச் சிரித்துவிட்டு மீண்டு எழுத ஆரம்பித்தார்கள்.

டெஸ்க் தடுப்புப் போட்டிருந்த ஒவ்வொரு பக்கத்திற்கும் இரண்டிரண்டு மாணவர்களை நிற்க வைத்தார் பேராசிரியர் அவர்கள். அந்தப் பக்கம் வரும் மாணவர்களை இன்னொரு வழியில் செல்லும்படி அறிவுறுத்தி அனுப்புவது மாணவர்கள் வேலை. அவர் இருபுறமும் நடந்துகொண்டிருந்தார். ஓரிரு நாட்களுக்கு இந்தத் தடுப்பை அப்படியே வைத்து மாணவர்களை ஒழுங்குபடுத்திவிட்டால் நடுநுழைவாயிலைப் பயன்படுத்தும் பழக்கம் வந்துவிடும். தடுப்பு அமைப்பை நிரந்தரமாக்கும் விதம் குறித்து யோசித்துக்கொண்டிருந்தார். தடுப்பருகே வந்து நின்று டெஸ்க் தடுப்பைப் பார்த்துத் தடுமாறுபவர்களிடம் 'இந்தப் பக்கம் போகக் கூடாதுன்னுதான டெஸ்க் போட்டிருக்குது? கண்ணுத் தெரியல' என்று கடுமை யாகச் சொன்னார். காவலுக்கு நின்ற மாணவர்கள் 'அந்தப்

பக்கம் போ' என்று சக மாணவர்களிடம் பொறுமையாகச் சொல்லிக் கொண்டிருந்தனர்.

சற்று நேரத்தில் எல்லாம் ஒழுங்குக்கு வந்துவிட்டதாகத் தோன்றியது. திருப்தியோடு இருபுறமும் நடைவிட்டார். அவ்வப்போது தேர்வு வகுப்பறைக்குள்ளும் எட்டிப் பார்த்துக் கொண்டார். இனி எல்லாம் சரியாக நடக்கும், துறைக்குத் திரும்பலாம் என அவருக்குத் தோன்றியது. அப்போது நுழைவாயில் பக்கமிருந்த தடுப்பைத் தள்ளிக்கொண்டு ஒரு மாணவன் உள்ளே நுழைய முயன்றான். அவன் தம் துறை மாணவன் இல்லை என்பதைப் பார்த்ததும் கண்டுகொண்டார். துறை மாணவர்கள் எல்லோரையும் பெரும்பாலும் தெரிந்து வைத்திருப்பார். காவலுக்கு இருந்தவர்கள் ஏதோ சொல்லி அவனைத் தடுக்க முயல்வதும் அதைக் கேட்காமல் டெஸ்க்கைத் தள்ளிக் கொண்டு அவன் நுழைவதும் தெரிந்தது. பேராசிரியர் அவர்கள் வேகமாக அங்கே விரைந்தார்.

'என்னடா? இதென்ன தொறந்த ஊடா? நாயாட்டம் பூதறதுக்கு? அதான் தடுப்புப் போட்டிருக்குதில்ல? அறிவில்ல?' என்று பெருங்குரலெடுத்துக் கத்தினார்.

வகுப்பறைக் கதவை ஒட்டி நின்றபடி மேகாஸ் திரும்பிப் பார்த்தார். தேர்வு எழுதிக்கொண்டிருந்த மாணவர்கள் 'என்னாச்சுங்கையா' என்று மேகாஸைப் பார்த்துக் கேட்டனர். வெளியே நடப்பதை அறியும் ஆவல் எல்லோரிடமும் தொற்றிக் கொண்டது. 'பேசாத எழுதுங்கடா' என்று மேகாஸ் திட்டிவிட்டு வேடிக்கை பார்க்கத் தொடங்கினார். மாணவர்களுக்கு வெளியிலேயே கவனம் இருந்தது.

கத்திக்கொண்டே பேராசிரியர் அவர்கள் வருவதைக் கண்டாலும் அம்மாணவன் பின்வாங்கவில்லை. காவலுக்கு நின்றவர்களை ஒருகையால் ஒதுக்கி இன்னொரு கையால் டெஸ்கைத் தள்ளிக்கொண்டு உள்ளே நுழைந்தான். 'ஐயா' என்று அவன் ஏதோ சொல்ல அவரை நோக்கி முன்னால் வந்தான். தான் போட்டிருக்கும் தடுப்பையும் காவலையும் மீறி அவன் உள்ளே நுழைகிறான் என்பதைப் பொறுக்க முடியாத பேராசிரியர் அவர்கள் வெறியோடு அவனருகில் போய்ச் சட்டையைக் கொத்தாகப் பிடித்தார். 'உடுங்கையா' என்று சற்றே பின்னால் இழுத்தான் அவன்.

'நாயே... நாயே... அறிவில்ல உனக்கு?' என்று கர்ஜித்துக் கொண்டு பிடியை இறுக்கினார். அவனுக்கும் கோபம் வந்தது.

‘என்னத்துக்கு நாய்ங்கறீங்க? இப்ப என்ன செஞ்சிட்டன்?’ என்று அவருக்கு ஏற்றாற் போலக் கத்தியபடி பிடியிலிருந்து விடுவித்துக்கொள்ள முயன்றான்.

அவர் முன்னால் இழுக்க, அவன் பின்னால் இழுக்கப் பர்ரென்று ஒருசத்தம். அவன் சட்டை நீளவாக்கில் கிழிந்தது. நெஞ்சின் இருபுறமும் கிழிசல்கள். உள்ளே பனியன் இல்லை. கறுத்து மெலிந்த மார்புக்கூடு வெளியே தெரிந்தது. வெட்கத்தோடு மார்பில் கை வைத்துக்கொண்டு சுற்றிலும் பார்த்தான். வகுப்புக்குள் இருந்தவர்கள் எல்லோரும் எழுந்து வந்து கதவருகிலும் ஜன்னலோரமும் நின்றிருந்தார்கள். வராந்தாவுக்கு வெளியே மாணவர் கூட்டம் திரண்டிருந்தது. அவமானத்தில் உடலைக் குறுக்கி நெஞ்சை மறைத்த அவன் கேட்டான்.

‘எங்கிட்ட இருக்கறது இது ஒரே சட்டதான். அதயும் கிழிச்சுட்டீங்க. இப்ப என்ன பண்ணட்டும்?’

‘கிழிஞ்ச சட்டயப் போட்டுக்கிட்டு வந்துட்டு என்னடா ரவுடித்தனம் பண்ற?’ என்று பேராசிரியர் அவர்கள் விடாப்பிடி யாகச் சொன்னார்.

அவன் சட்டை பழையதாகத்தான் இருந்தது. துவைக்கும் போது ஓங்கி இரண்டு அடி அடித்தால் நார்நாராகக் கிழிந்து விடும் அளவு நைந்த துணி. ஆகவே அவரால் அப்படிச் சொல்ல முடிந்தது.

‘எவனாச்சும் கிழிஞ்ச சட்டயப் போட்டுக்கிட்டுக் காலேஜ்க்கு வருவானா? நீங்க வருவீங்களா?’

அவன் கேட்டான். அதற்கு என்ன சொல்வது என்று தெரியாமல் தடுமாறித் தன் வசை அம்புகளை எய்யத் தொடங்கினார் பேராசிரியர் அவர்கள்.

‘நாய்ங்க வரும்டா. ஒரு பனியன்கூடப் போடாத நாயி.’

அதற்குள் இருபுறத் தடுப்புகளையும் உடைத்துக்கொண்டு மாணவர் கூட்டம் உள்ளே நுழைந்துவிட்டது. வராந்தாவின் நெடுகிலும் மாணவர்கள். அந்த மாணவனிடம் ‘என்னாச்சுடா சுரேஷு?’ என்று கேட்டான் தலைவனைப் போலத் தெரிந்த ஒருவன். அவன் விவரம் சொன்னான்.

‘எந்தங்கச்சி இந்த வகுப்புல இருக்குது. அது வர எவ்வளவு நேரமாகும்னு கேக்கத்தான் வந்தன். எஞ்சட்டயப் புடிச்சு இழுத்துக் கிழிச்சுட்டாரு. அதில்லாத நாயி நாயின்னு பேச்சுக்குப் பேச்சு திட்டறாரு.’

கூட்டத்தைப் பார்த்துத் தடுமாறிப் போனார் பேராசிரியர் அவர்கள். தன் தரப்பை எடுத்துச் சொல்ல முனைந்தார்.

'பசங்க பரிட்ச எழுதறாங்க. சத்தமா இருந்தா எப்படி எழுதுவாங்க? அதான் தடுப்பு வெச்சிருக்குதில்ல? அதத் தூக்கிப் போட்டுட்டு வந்தா என்ன அர்த்தம்? வெச்சதுக்கு என்ன மரியாத?' என்று நூறு பேர் உள்ள வகுப்பில் பாடம் எடுக்கும் சத்தத்தோடு கேட்டார்.

ஒருவன் கேட்டான்.

'இது மாணவர்கள் போறதுக்கான வழிதான? நீங்க எப்படித் தடுப்புப் போடலாம்?'

இன்னொருவன் கேட்டான்.

'பிரின்சிபால் கிட்டப் பர்மிஷன் வாங்கித்தான் போட்டீங்களா?'

கூட்டத்திற்குள் இருந்து ஒருவன் சொன்னான்.

'யுனிவர்சிடி எக்சாமா நடக்குது? தடுப்புப் போடறதுக்கு?'

கூட்டம் கூடுவதைப் பார்த்துத் துறைக்கு ஓடிய மேகாஸ் அங்கிருந்த மற்ற ஆசிரியர்களையும் கூட்டி வந்தார். வேறு துறை ஆசிரியர்களும் சத்தம் கேட்டும் கூட்டம் பார்த்தும் வந்தார்கள். பேராசிரியர் அவர்களைச் சூழ்ந்து மாணவர்கள் கூட்டம் இருப்பதைப் பார்த்த ஆசிரியர் ஒருவர் சொன்னார்.

'ஐயாவ வெளிய விடுங்க. எதுனாலும் துறைக்குப் போயிப் பேசிக்கலாம்.'

அவரை அங்கிருந்து அகற்றி வெளியில் கொண்டுவந்து விடும் நோக்கம் மாணவர்களுக்குப் புரிந்துவிட்டது. மாணவர் தலைவனைப் போலத் தெரிந்த ஒருவன் சொன்னான்.

'இவனோட சட்டய அவரு கிழிச்சிருக்கறாரு. அதுக்குப் பதில் சொன்னப்பறம் கூட்டிக்கிட்டுப் போங்க.'

இன்னொருவன் சொன்னான்.

'நாயின்னு திட்டியிருக்கறாரு. நாங்கெல்லாம் நாயா? அதுக்கு மொதல்ல மன்னிப்புக் கேக்கச் சொல்லுங்க.'

'தெனமும் கொரைக்கறது நாங்களா? நீங்களா?' என்று அடையாளமில்லாத ஒருகுரல் கூட்டத்திலிருந்து வந்தது.

'டேய்... என்ன ஒரு ஆசிரியருன்னு மட்டு மரியாத இல்லாத என்னென்னமோ பேசற? அவர மொதல்ல வெளீய

பெருமாள்முருகன்

விடு. வேண்ணா பிரின்சிபால் ரூம்க்குப் போயிப் பேசிக்கலாம்' என்றார் ஆசிரியர் ஒருவர்.

மாணவர் கூட்டம் பெருகியதும் முன்னின்ற மாணவர்களுக்கு உற்சாகம் பெருகிவிட்டது. முகத்தைத் தீவிரமாக்கிக் கொண்டு முழக்கம் போலச் சத்தம் எழுப்பினார்கள்.

'நாய்னு சொன்னதுக்கு மன்னிப்புக் கேக்கணும்.'

'சட்டைக்குப் பதில் சொல்லணும்.'

'பனியன்கூட இல்லாத அவன் எப்படி வெளிய போவான்? அவரு சட்டயக் கழட்டிக் குடுக்கட்டும்.'

'ஆமா... அவரு சட்டயக் கழட்டிக் குடுக்கட்டும்.'

'அவருதான் பனியன் போட்டிருக்கறாருல்ல. சட்டயக் கழட்டிக் குடுத்துட்டுப் போகட்டும்.'

'மன்னிப்புக் கேள்... மன்னிப்புக் கேள்.'

'சட்டயக் கழட்டிக் குடு... சட்டயக் கழட்டிக் குடு.'

'மாணவன் மானத்தைக் காப்பாற்று.'

'சட்டை கொடுத்து மாணவன் மானத்தைக் காப்பாற்று.'

'சட்டை கொடுத்து மாணவன் மானத்தைக் காப்பாற்று.'

அந்த முழக்கம் பரவி மாணவர் கூட்டம் முழுக்க எதிரொலித்தது. பேராசிரியர் அவர்கள் அருகில் நின்ற ஆசிரியர் ஒருவர் காதுக்குள் 'ஐயா, இது சாதிப் பிரச்சினையா மாறற மாதிரி தெரியுது. நாய்ங்களுக்கெல்லாம் சட்ட எதுக்குன்னு கேட்டீங்கன்னு பேசறாங்க' என்றார். சூழலை முழுவதும் உணர்ந்துகொண்ட பேராசிரியர் அவர்கள் மனதில் என்னென்னவோ காட்சிகள் ஓடின. அவற்றின் விளைவுகளும் தோன்றின. உடனே சட்டென்று முடிவெடுத்து ஒரு ஓரமாய் ஒதுங்கி நின்ற அந்த மாணவன் சுரேஷ் கையை எட்டிப் பிடித்து முன்னிழுத்தார். அவன் கைகளைத் தன் கைகளுக்குள் வைத்துக் கொண்டார். பிறகு சொன்னார்.

'நாயின்னு சொன்னது தப்புத்தாம்பா. மன்னிச்சிரு.'

அவர் முகத்தை ஆச்சரியமாக நிமிர்ந்து பார்த்தான் சுரேஷ். ஆசிரியர் இத்தனை சீக்கிரம் இறங்கி வருவார் என்று அவன் நினைக்கவில்லை போலும். அடுத்துப் பேராசிரியர் செய்த செயல் கூட்டம் முழுவதையும் அதிரச் செய்து அமைதியாக்கியது.

'ஓய்வு பெறப் போற வயசுல இருக்கறன். உன்னோட தாத்தா மாதிரி. எனக்கொன்னும் பிரச்சினயில்லப்பா. இந்தா நீ போட்டுக்கிட்டுப் போ' என்று சொல்லித் தன் சட்டையைக் கழட்டத் தொடங்கினார்.

'ஐயா' என்று சிலர் கத்தினார்கள். அதில் ஆசிரியர்களும் அடக்கம்; மாணவர்களும் அடக்கம். இரண்டு பொத்தான்களைக் கழட்டிவிட்டார். அவசரத்தில் பொத்தான் வரவில்லை. மூன்றாம் பொத்தானைக் கழட்ட அவர் முயன்றுகொண்டிருந்த போது அந்த மாணவன் சுரேஷ் தம் இருகைகளாலும் பேராசிரியர் அவர்கள் கைகளைப் பிடித்தான்.

'ஐயா... கழட்ட வேண்டாங்கையா. எனக்குச் சட்ட இருக்குது. பக்கத்துலதான் ஹாஸ்டல். போயி மாத்திக்குவன். வேண்டாங்கையா... வேண்டாம்.'

'இல்லப்பா. ஒன்னும் பிரச்சின இல்ல. கை வச்ச பனியன்தான் உள்ள போட்டிருக்கறன்' என்று பேராசிரியர் அவர்கள் சொன்னார்.

அதைக் கேட்டு நெகிழ்ந்த சுரேஷ் கண்களில் கண்ணீர் வந்துவிட்டது.

'வேண்டாங்கையா... வேண்டாம்' என்று சொல்லி அவர் கைகளை விட்டுவிட்டுக் கிழிந்த சட்டையை ஒருகையில் இறுக்கிப் பிடித்தபடி உடனே கூட்டத்தைத் துளைத்துக் கொண்டு வேகமாக வெளியேறினான். பிரச்சினை இத்தனை சீக்கிரம் முடிவுக்கு வந்துவிடும் என்று எதிர்பார்க்காததால் அவன் பின்னாலேயே கூட்டம் கலைந்து போனது. கழட்டிய பொத்தான்களைப் போடாமலே பேராசிரியர் அவர்கள் நடந்தார். அவரைச் சூழ்ந்திருந்த ஆசிரியர்களும் ஒன்றும் பேசாமல் அவர் பின்னாலேயே நடந்தனர்.

ஆசிரியர் அறைக்குப் போகும் கதவுக்குள் நுழைந்து தம் நாற்காலியில் உட்கார்ந்தார். அவர் கண்ணுக்கு நேராக இருந்த சுவரோரத்தில் அந்த நாய் படுத்திருந்தது.

●

கனலி, 8 மார்ச் 2024

சுடா

தோழர் பி.எம். அவர்களுக்கு அறுபத்தைந்து வயதிருக்கும். நான் தேடிப் போனபோது காட்டுப்பட்டி மேட்டுக்காடுகளுக்கு இடையே பெருங்காளான் போல நின்றிருந்த கரட்டில் வெள்ளாடு மேய்த்துக் கொண்டிருந்தார். அவருடன் ஒருநாயும் இருந்தது. என்னை நோக்கிக் குரைத்துக்கொண்டே ஓடி வந்தது. 'சுடா...கம்முனு இரு' என்று அவர் அடக்கினார். ஒருகாலத்தில் தீவிரச் செயல்பாடு கொண்டிருந்த தோழர்களைச் சந்தித்து அவர்கள் அனுபவங்களைத் தொகுத்து எழுதி நூலாக்கம் செய்யும் என் திட்டத்தைச் சொன்னேன். 'என்னயக்கூட அமைப்பு நெனப்புல வெச்சிருக்குதா? புத்தகம் எழுதிப் புரட்சி வரப் போகுதா?' என்று இருகேள்விகளை ஒருசேரக் கேட்டுச் சிரித்தார்.

இடுப்பில் மடித்துக் கட்டிய சிறுவேட்டியும் தலையில் துண்டும்தான் உடைகள். தலையிலும் நெஞ்சிலும் மயிர்கள் நரைத்திருந்தாலும் ஐம்பது வயது சொல்லத்தக்க உடம்பு. பார்த்ததும் கைநாட்டுப் பேர்வழி என்றே தோன்றும். அந்தக் காலத்தில் புகுமுக வகுப்பு வரைக்கும் படித்தவர் என்பதற்கான அறிகுறிகள் எதுவும் தோற்றத்தில் இல்லை. தன்னைப் பற்றிய தகவல் எப்படிக் கிடைத்தது என்று விசாரித்தார். என் பின்னணி பற்றியும் கேட்டுக் கொண்டார்.

'கியூ பிராஞ்ச் இல்லயே?' என்று கேட்டுச் சிரித்தார்.

‘என்னயப் பாத்தா அப்பிடித் தெரியுதா?’ என்றேன்.

‘அவனப் பாத்தாத் தெரியாது. உணரத்தான் முடியும். உங்களப் பாத்தா அப்படித் தோணல தோழர்’ என்றார்.

‘இன்னம் அந்தத் தொந்தரவு இருக்குதுங்களா தோழர்?’ என்று கேட்டேன்.

‘அது எப்பவும் முடியாது. நாம என்ன பண்ணிக்கிட்டு இருக்கறமுன்னு ஆறு மாசத்துக்கு ஒருமுற பாத்து அறிக்க குடுக்கறது அவுங்க வேல. அமைப்புத் தொடர்பு அறுந்திரும். குடும்பத் தொடர்பு அறுந்திரும். கியூ பிராஞ்ச்காரன் தொடர்பு மட்டும் சாகற வரைக்கும் அறாது.’

அவர் தீவிரமாகச் சொன்னார். ‘அவுங்களாச்சும் வர்றாங்களே’ என்று முனகுவது போலச் சொல்லிவிட்டு என்னைப் பார்த்தார். என்ன செய்வது என்று தெரியாமல் கண்களை வேறுபுறம் திருப்பினேன். சில நிமிடங்கள் அமைதியாக இருந்தவர் பிறகு ஒரு பெருமூச்சோடு பேச்சைத் தொடர்ந்தார்.

‘எல்லாத்தயும் மாத்தீர முடியும்னு நெனச்சு வேல செஞ்சோம். அது ஒருகாலம். நம்மள மாத்திக்கறதே கஷ்டம்னு தோணுது. அது இந்தக்காலம்’ என்று பெருமூச்சு விட்டார். இலைகள் அடர்த்தி குறைந்து வெயில் புள்ளிகள் துளைத்த ஊஞ்ச மரத்தடி நிழலில் உட்கார்ந்தோம். அவரை ஒட்டி நாய் வந்து நின்றது. மடிந்து தொங்கிய காதுகளைப் போலவே நாக்கும் தொங்கியது. செம்மி நிறம். ஆடுகளோடு நின்றால் ஒரு செம்மறிதான் எனத் தோன்றும். அவரைப் பார்ப்பதும் வெள்ளாடுகளைப் பார்ப்பதுமாய் அதன் பார்வை சுழன்றது. அவ்வப்போது என் பக்கம் வரும்போது ஒரு நம்பிக்கை யின்மையை வெளிப்படுத்தியது. அதன் பார்வையைத் தவிர்த்தேன்.

‘பிள்ளைகல்லாம் படிச்சு வேலக்கிப் போயிட்டாங்க. நெலத்தக் கொத்திக்கிட்டும் இந்த வெள்ளாடுகள மேச்சிக்கிட்டும் எம்பொழப்பு ஓடுது. உழைப்பு வேணுமில்ல தோழர்? உழைப்பு தான மனித சமூகத்த இங்க கொண்டாந்து நிறுத்தியிருக்குது’ என்றார்.

‘ஆம்’ எனத் தலையசைத்து ஆமோதித்தேன். முழுநேர ஊழியராகச் சில காலம் அமைப்பில் அவர் வேலை செய்த தகவல் எனக்குத் தெரியும். பிறகு பகுதி நேர ஊழியராக இருந்தார் எனவும் அதன் பிறகு மாதாமாதம் லெவி கொடுக்கும் அளவில் மட்டும் தன்னைச் சுருக்கிக்கொண்டார் எனவும் அறிந்தேன். இப்போது அவரைத் தேடி வெவ்வேறு அமைப்புத்

தோழர்கள் வருவதாகவும் எல்லோரையும் ஏற்று உபசரித்து வழியனுப்புவதாகவும் தகவல். முழுநேர ஊழியராக இருந்தவர் ஏன் மாறிப் போனார் என்னும் கேள்விக்குத் தோண்டித் துருவி ஏதேனும் பதில் பெற வேண்டும் என்பது என் நோக்கமாக இருந்தது. அதை நோக்கிப் பேச்சைச் செலுத்தினேன்.

பேச்சு சுவாரசியம் இருந்தாலும் அவர் கண்கள் வெள்ளாட்டைக் கவனித்துக்கொண்டேயிருந்தன. கரட்டைச் சுற்றிலும் வெள்ளாமைக் காடுகள். எந்தப் பக்கமாவது இறங்கிப் பயிர்களில் வாய் வைத்துவிடக் கூடாது என்பதில் எச்சரிக்கை யாக இருந்தார். ஒருபுறம் அவை சரிந்து இறங்குவதைப் பார்த்து எழுந்து கொண்டார். 'சுடா... போ' என்றார். வெள்ளாடுகளை நோக்கி நாய் ஓடியது.

'சுடாங்கறது பேருங்களா தோழர்?' என்று கேட்டேன்.

'ஆமாங்க தோழர். இவன் குட்டியா இருந்தப்ப எங்கம்மா காலுக்கிட்டயே போயிச் சுத்துவான். கால்ல முதிபட்டுரு வானோன்னு 'ச்சுடாய் ச்சுடாய்'னு எங்கம்மா முடுக்கும். அதையே பேரா வெச்சிட்டாங்க... பிள்ளைங்க' என்றார்.

நான் சிரித்தேன்.

'எதுனா புரட்சியாளர் பேரா இருக்குமின்னு நெனச்சீங்களா?' என்று கேட்டு அவரும் சிரித்தார்.

பிள்ளைகளுக்கு அப்படித்தான் பெயர் வைத்திருப்பார் என்று தோன்றியது. பிறகு கேட்டுக்கொள்ளலாம் என்று ஒத்தி வைத்தேன். சுடா ஓடிக் கீழிறங்கி அரைவட்டம் போலச் சுழன்று வெள்ளாடுகளை மேலே விரட்டினான். பணியாத வெள்ளாட்டை நோக்கி ஆவேசமாகச் சிறுகுரைப்பொலி எழுப்பினான். தோழர் தம் பக்கத்தில் இருந்த மரக்கிளையை எட்டிப் பிடித்து அதில் ஏறியிருந்த கொடியொன்றை இழுத்தார். தீவனச் சுருணையாய்க் கொடி அவர் கைக்கு வந்தது. 'பக்கூஉ... பக்கூஉ' என்று கூப்பிட்டார். திரும்பிப் பார்த்த வெள்ளாடுகள் கொடிச் சுருணையைக் கண்டு அவரை நோக்கி ஓடி வந்தன. இரண்டு தாயாடுகள்; ஐந்து குட்டிகள். தலையீத்து மூட்டுக்குட்டி ஒன்று. வயிறு மினுங்கும் அது சினை என்று தெரிந்தது. வெள்ளாடுகளுக்குப் பின்னால் சுடா நின்றுகொண்டான்.

என்னைப் பார்த்துத் திரும்பிய அவர் 'வெள்ளாட்டுக்கு நான் தீனி கொடுக்கறன்னு நெனைக்காதீங்க தோழர். இதுங்கதான் எனக்குச் சோறு போடுதுங்க. யாரு கையையும் எதிர்பார்த்து நானில்ல பாருங்க' என்று சிரித்தார்.

கையிலிருந்து கொடியை அவை இழுத்தன. அப்படியே கீழே உதறியது போலப் போட்டார். மொய்த்துக் கொண்டு தின்னத் தொடங்கின. 'சுடா... இங்கயே இருந்து பாத்துக்கடா' என்றார். எந்தச் சலனமும் இல்லாமல் அவரையே பார்த்தான் சுடா. 'ஆடுவள மேய்க்கறதுக்கு இவனே போதும். நாம போலாம் வாங்க' என்று நகர்ந்தார். சிறிது தூரம் நடந்து ஒரு பெரும் பாறாங்கல்லின் மேல் ஏறினார். கொஞ்சம் தடுமாறிப் பின்தொடர்ந்தேன்.

அங்கிருந்து பார்க்க வானம் அருகில் வந்துவிட்டது போலவும் பூமி வெகுதூரமாகவும் தெரிந்தன. வடதிசையில் கை நீட்டி 'இதே மாதிரி தூரத்துல ஒரு கரடு தெரியுது பாருங்க தோழர். களியுருண்டய நிறுத்தி வெச்சாப்பல ஒரு நெவுலு. அதுதான் எங்கக்கா ஊரு. சின்னச்சமுத்திரம். அங்க ஒரு ஏரி இருக்குது. நெல்லு நட முடியலீனாலும் ஆரியப்பயிரு நடற அளவுக்குத் தண்ணி வசதி உள்ள ஊரு' என்று காட்டினார். கண்களைச் சுருக்கிக்கொண்டு பார்த்தேன். வயல் வழியே போனால் பத்துக் கல் தொலைவு இருக்கலாம். நெற்றிக்கட்டில் ஒற்றைக்கையை வைத்து அவ்வூரைப் பார்த்தபடி மேற்கொண்டு சொல்லத் தொடங்கினார்.

தோழர் பி.எம்.முக்கு அவர் சாதி வழக்கப்படி பதினாறு வயதிலேயே திருமணம் ஆகிவிட்டது. அதன் பிறகுதான் புகுமுக வகுப்பில் சேர்ந்தார். நகரத்திற்கெல்லாம் போய்ப் படிப்பது வழக்கமில்லை என்றாலும் அவரது ஆர்வத்தைக் கண்டு பள்ளி ஆசிரியர் ஒருவர் ஊக்கப்படுத்தியதால் மேற்படிப்புக்குத் தோழர் போனார். படிக்கப் போன இடத்தில் எதேச்சையாக அமைப்போடு தொடர்பு ஏற்பட்டுப் புரட்சிப் பித்துப் பிடித்தது. துயர்களை எல்லாம் ஒருசேர மாற்றுவதுதான் புரட்சி என்றால் யாருக்குத்தான் பிடிக்காது? புரட்சியைச் சாதிக்க இருந்த ஒரே குறை மக்களை அமைப்புக்குள் கொண்டுவர முழுநேர ஊழியர் பற்றாக்குறைதான். புகுமுக வகுப்புத் தேர்வு எழுதி முடித்ததும் அமைப்பின் முழுநேர ஊழியராகத் தோழர் மாறினார்.

மனைவி கருவுற்றிருந்த ஐந்தாம் மாதத்தில் வீட்டை விட்டு வெளியேறினார். மேற்கொண்டு படிக்கும் எண்ணத்தையும் கைவிட்டார். எங்கே இருக்கிறார் என்னும் விவரமெல்லாம் வீட்டாருக்குத் தெரியாது. அமைப்பு ரகசியம் அது. திடுமென எப்போதாவது வீட்டுக்கு வருவார். ஓரிரு மணி நேரம் தங்குவார். நள்ளிரவில் வந்து விடியும் முன் வெளியேறிவிடுவதும் உண்டு. சில சமயம் அதிசயமாக ஓரிரு நாள் இருப்பார். மகள் பிறந்து மூன்றாண்டுகள் வரைக்கும் அப்படித்தான். மகள் முகமே சரியாக மனதில் பதிந்திருக்கவில்லை. எப்படியும் பத்தாண்டுக்குள்

புரட்சி வந்துவிடும் என்று முழுமையாக நம்பியிருந்தார். அதன் பிறகு குடும்பத்தோடு நிம்மதியாகக் காலம் கழிக்கலாம் என்று கணக்குப் போட்டிருந்தார்.

அமைப்புக்குள் அப்போது ஒரு பிரச்சினையைக் காரசார மாக விவாதித்துக் கொண்டிருந்தார்கள். சாதி, வர்க்கம், சாதிக்கும் வர்க்கத்திற்கும் உள்ள உறவு இவற்றைப் பற்றி விவாதம். இந்திய சமூகத்தில் வர்க்கப் பிரிவினையை விடவும் சாதிப் பிரிவினைதான் வலுவாக இருக்கிறது என்றொரு கருத்தை முன்வைத்த அறிவுஜீவிகளை எதிர்கொண்டு 'சாதியை விடவும் வர்க்கமே வலுவானது' என அமைப்பு சார்பில் பதிலளிக்க வேண்டியிருந்தது. அமைப்பின் மேல்கமிட்டி முதல் கீழ்க்கமிட்டி வரைக்கும் அதுதான் விவாதம். பல நாட்கள் இரவு பகலாக விவாதித்தும் தீராத ஒருநாளில் மனம் சோர்ந்த தோழர் பி.எம். தம் வீட்டுக்கு வந்திருந்தார்.

பிடிமானம் விட்டுப் போன மனநிலை. காட்டுக்குள் வீடு தனியாக இருந்ததால் அவர் இருப்பு யாருக்கும் தெரியவில்லை. வெளியே போகும் எண்ணமும் இல்லை. அவரைக் கண்டு அஞ்சி ஓடிய மகளைத் தன்வசப்படுத்த முயன்றார். 'அப்பா... அப்பாடா கண்ணு' என்று சொல்லி அவர் மனைவி இணக்கமாக்கப் பார்த்தார். பெற்றோரும் சரி, மனைவியும் சரி அவரை எதுவுமே சொல்லவில்லை. கட்டிலிலேயே படுத்துக் கிடந்தார். வேளாவேளைக்குச் சாப்பிட அழைப்பு வந்தது. வீட்டின் நிலை எப்படி இருக்கிறது என்பதைச் சோற்றில் உணர்ந்தார்.

முதல் நாள் பகலும் இரவும் சேர்ந்து தூங்கியதில் இரண்டாம் நாள் இரவு சரியாகத் தூக்கம் வரவில்லை. விடிகாலையில் ஏதேதோ சத்தம் வாசலில் கேட்டதால் எழுந்து வெளியே வந்தார். வண்டிகளில் மாடுகளைக் கட்டிக்கொண் டிருந்தார் அப்பன். 'எங்கப்பா?' எனச் சட்டென்று கேட்டு விட்டார். அப்பன் பதில் சொல்லாமல் முறைப்போடு தோழரைப் பார்த்தார். 'கொஞ்சம் தண்ணி கொண்டா' என்று உள்ளே பார்த்துச் சொன்னார். 'இந்த சகுனச் சனியன் வேற' என்று முணுமுணுத்த தோழர் சொம்புடன் வெளியே வந்த அம்மாவைப் பார்த்தார்.

'உங்கக்கா ஊட்டுத் தோட்டத்துல இன்னக்கி ஆரியப் பயிர் நடவு. இரவது ஆளு நடவுக்கு வர்றாங்கய்யா. எல்லாருக்கும் சோறுசாறு ஆக்கோணும், தண்ணிகிண்ணி குடுக்கோணும். அதான் கூடமாட ஒத்தாசைக்குப் போறம்' என்று விவரம் சொன்ன அம்மா அத்தோடு நிறுத்தவில்லை. பேச்சோடு பேச்சாக 'நீயும் வர்றயா? உங்கக்காவப் பாத்து வருசமாயிருக்குமே. பாத்துட்டுப் பேசீட்டு வரலாம்' என்று அழைப்பு விடுத்தார்.

மகன் வருவான் என்று அவர் எதிர்பார்த்துச் சொல்ல வில்லை. பேச்சுக்குத்தான் கூப்பிட்டார். போகலாம் எனச் சட்டென்று அவருக்குத் தோன்றிவிட்டது. 'செரி, வர்றம்மா' என்று வேகமாய்த் தயாரானார். அவரை விடவும் ஐந்தாறு வருசம் மூத்தவர் அக்கா. பதிமூன்று வயதில் திருமணம் செய்து கொடுத்துவிட்டார்கள். 'தம்பி தம்பி' என்று அத்தனை பாசமாக இருந்த அக்கா திடீரென்று வீட்டை விட்டுப் போனதால் தடுமாறிப் போனார் தோழர். ஆதரவு வேண்டியிருந்த குழந்தை வயது அது. அடிக்கடி அக்கா வீட்டுக்குப் போனார். மச்சானுக்கு அது பிடிக்கவில்லை. 'உன்னயக் கட்டிக்கிட்டு வந்தனா? இந்த உருளையனையும் சேத்துக் கட்டிக்கிட்டு வந்தனா?' என்று கோபப்பட்டார். படிப்படியாக அக்கா வீட்டுக்குப் போவது நின்றுபோனது. ஆனால் அக்காவின் நினைவு எப்போதும் குறையவில்லை.

புறப்பட்டு நின்ற வண்டியில் தோழரும் ஏறி உட்கார்ந்தார். 'வண்டி ஓட்டறது அய்யாவுக்கு மறந்து போச்சாமா?' என்று மகனுக்குக் கேட்கும்படி சொல்லிக் கொண்டே வண்டியை அப்பன் ஓட்டினார். மாட்டுவண்டி ஓட்டுவது மட்டுமல்ல, காட்டு வேலைகளுமே மறந்துவிட்ட மாதிரிதான் தோழர் பி.எம்.க்குத் தோன்றியது. பள்ளியில் படித்த போது எல்லா வேலைகளும் செய்தவர் என்றாலும் மூன்று வருசம் இடை விட்டுப் போயிற்று. இனிமேல் உடல் வளைந்து வேலை செய்ய முடியுமா என்றிருந்தது. மக்கள் துயர்களை மொத்தமாகத் தீர்க்கும் புரட்சிப் பெருவேலையில் ஈடுபட்டிருக்கிறோம், பழகிய விவசாய வேலைகள் இடைவிட்டுப் போனாலும் ஒருவாரம் பத்துநாள் மீண்டும் ஈடுபட்டால் கைவந்துவிடுமே என்று சமாதானப்படுத்திக் கொண்டார்.

இருள் பிரியும் முன் கிளம்பிய அவர்கள் நல்ல வெளிச்சம் வந்தபோது அக்காவின் ஊருக்குப் போய்ச் சேர்ந்தார்கள். தம்பியைப் பார்த்துச் சந்தோசப்பட்ட அக்கா 'வேலநாள் பாத்து வந்திருக்கறயே, உனக்கு ஒன்னும் செஞ்சு போட முடியாதேடா' என்று வருத்தமாகச் சொன்னார். குழந்தையை அணைப்பது போல அவன் தலையைத் தன் மாரில் சாய்த்துக்கொண்டு தடவினார். 'அதெல்லாம் ஒன்னும் வேண்டாம். நீ வேலயப் பாருக்கா' என்று சொன்னவர் மச்சானுடன் போய்ச் சேர்ந்து கொண்டார். மச்சான் அவ்வளவாக முகம் கொடுத்துப் பேசவில்லை. அவன் கேட்டதற்கு ஒவ்வொரு வார்த்தையில் பதில் சொன்னார். அமைப்பு வேலைகளில் தோழர் ஈடுபட்டதும் முழுநேரமாகப் போனதும் குடும்பத்தில் யாருக்குமே உடன்பாடில்லை. மச்சான் அதை நேரடியாக வெளிப்படுத்துகிறார் என்று நினைத்துக்கொண்டார்.

மச்சானின் புறக்கணிப்பைப் பொருட்படுத்தாமல் அவரோடு பேசினார். பெரிய சட்டியில் மோர் ஊற்றிக் களியைக் கரைத்து வைத்திருந்தார்கள். ஆளுக்கு இரண்டு சொம்பு குடித்துவிட்டுக் காட்டுக்குக் கிளம்பினார்கள். காட்டுக்கும் வீட்டுக்கும் கொஞ்ச தூரம். அக்காவும் அம்மாவும் இன்னும் சில பெண்களின் துணையோடு சமையல் வேலையைத் தொடங்கினார்கள். மச்சானையும் அப்பனையும் தொடர்ந்து தோழரும் நடவு வேலை தொடங்கும் காட்டுக்குப் போனார். ஐந்து ஏக்கர் பரப்பு முழுதும் உழுது பாத்தி கட்டியிருந்தது. குனிந்ததும் கிணற்றில் தண்ணீர் தெரிந்தது. ஆயில் எஞ்ஜின் மூலம் தண்ணீர் வெளியேறியது. பாத்திகளுக்குத் தண்ணீர் மாறும் வேலையை அப்பன் தானாகவே எடுத்துக்கொண்டார். பாத்திக்குள் இருந்த மேடுபள்ளத்தை மண்வெட்டியால் நிரவிச் சமப்படுத்தித் தண்ணீர் சீராகப் பாய விடும் வேலையை ஒருவர் பார்த்தார். மச்சான் காட்டில் வேலை செய்யும் ஆள்காரரராக அவர் இருக்கக் கூடும்.

நாற்று விட்டிருந்த செரவில் பிடுங்கிக் கட்டி வைத்திருந்த ஆரியப் பயிர்க் கத்தைகளை நோட்டம் விட்டுக்கொண்டிருந்தார் மச்சான். தனக்கு எந்த வேலையும் இல்லை என்று தோழருக்குத் தோன்றியது. ஏதாவது செய்ய வேண்டுமா என்று மச்சானைக் கேட்கவும் தயக்கமாக இருந்தது. பல்லே துலக்கவில்லை என்பது நினைவுக்கு வர வேப்பங்குச்சியை ஒடித்து வாயில் வைத்தபடி கிணற்று மேட்டில் நின்றுகொண்டார். இவ்வளவு தூரம் வந்து வேலை எதுவும் செய்யாமல் இருப்பது என்னவோ போல இருந்தது. நாற்றுச் செரவுப் பக்கம் எதேச்சையாகப் போவது போலச் சென்று 'எதுனா செய்யட்டுமா மச்சான்?' என்று கேட்டார். முகத்தில் இளக்கம் இல்லாமல் திரும்பிப் பார்த்த மச்சான் யோசித்து 'எல்லாத்தயும் மேற்பார்வ பாத்துக்கிட்டு உக்காந்திரு, போதும்' என்றார். 'மூடிக்கிட்டு இரு' என்பதைத்தான் இப்படி நயமாகச் சொல்கிறாரோ?

ஒரு அணப்புப் பாத்திகளுக்குத் தண்ணீர் பாய்ந்து முடிகையில் பொழுது நெற்றிக்கட்டுக்கு வந்திருந்தது. நடவுக்குப் பதினாறு பெண்களும் மூன்று ஆண்களும் வந்து சேர்ந்தார்கள். காட்டுக்குள் பறவைக் கூட்டம் நுழைந்த மாதிரி பேச்சும் சிரிப்புமாய்க் கலகலப்பாக இருந்தது. கையில் ஆளுக்கொரு நாற்றுக் கத்தையை எடுத்துக் கொண்டு நீர் பாய்ந்திருந்த அணப்புக்குள் இறங்கி இரண்டு ஆளுக்கு ஒருபாத்தி எனப் பிரித்து நடவை ஆரம்பித்தார்கள். ஆம்பளை ஆட்கள் நாற்றுக் கத்தைகளைக் கொண்டு போய்ப் பாத்திகளில் குறிப்பிட்ட இடைவெளியில் அங்கங்கே போட்டார்கள்.

வேப்பங்குச்சி விரல் நீளம் வரும்வரை பல் துலக்கிக் கொண்டேயிருந்த தோழரை விளித்த அப்பன் 'பயா... கொஞ்சம் குடிக்கத் தண்ணி கொண்டா. வாய்க்கால்ல கலங்கலா வருது' என்று சத்தமாகச் சொன்னார். அப்பன் மண்வெட்டி தூக்கி வெட்டி மடை மாறிக்கொண்டிருக்கத் தான் கிணற்று மேட்டு நிழலில் ஓணத்தியாக உட்கார்ந்திருக்கிறோமே என்று குற்றவுணர்வு கொண்டிருந்த அவருக்கு நல்ல வாய்ப்பு கிடைத்தது போலிருந்தது. குழாயில் கொட்டும் நீரில் கை நீட்டிப் பிடித்து அவசரமாக வாய் கொப்பளித்தார். வெல்லம் கரைத்தது போல நீர் இனித்துக் கிடந்தது. வேட்டியை மடித்துக் கட்டியவர் அங்கிருந்த மண்குடத்தில் நீர் பிடித்துத் தோளில் வைத்துக்கொண்டு மண் சொப்பு ஒன்றையும் கையில் எடுத்தபடி நடவு அணப்புக்கு நடந்தார்.

இரண்டாம் அணப்புக்கு நீர் பாய்ந்து கொண்டிருந்தது. அப்பன் தண்ணீர் குடிப்பதைப் பார்த்த நடவுப் பெண்ணொருத்தி 'எனக்கும் கொஞ்சம்' என்று சத்தம் கொடுத்தாள். அவளுக்குக் கொண்டோடிப் போய்த் தண்ணீர்ச் சொப்பை நீட்டினார். இன்னொரு பெண்ணும் தண்ணீர் கேட்டாள். நீட்டிய சொப்பை அவள் வாங்கவில்லை. சிரித்துக் கொண்டே 'கையில ஊத்துங்க' என்று சொல்லி இருகையையும் குவித்து வாங்கிச் சேற்றைக் கழுவிவிட்டு அடுத்து ஊற்றியதைக் குடித்தாள். தோழருக்கு ஒருமாதிரி இருந்தது. மச்சான் சொல்லாமலே எல்லோருக்கும் தண்ணீர் கொடுக்கும் வேலையை ஏற்றுக்கொண்டார்.

பாத்திச் சேற்றுக்குள் அவர் கால் வைக்காமல் சொப்பில் சிலருக்குத் தண்ணீர் கொடுக்க முடிந்தது. சிலர் பாத்தியிலிருந்து வெளியே வந்து அவர் முன் குனிந்து கைகளை ஒட்டி நீர் ஊற்றச் சொல்லிக் குடித்துவிட்டுப் போனார்கள். 'சொப்புலயே குடிங்க' என்று தோழர் சொல்லிப் பார்த்தார். அவர்கள் சிரித்தார்களே தவிரச் சொன்னதைக் கேட்கவில்லை. கொஞ்ச நேரத்தில் இனம் பிரித்துவிட்டார். பதினாறு பேரில் ஆறு பேர் மட்டும் சொப்பை வாங்கிக் குடித்தார்கள். மற்ற பத்துப் பெண்களும் ஆண்கள் மூவரும் கை ஒட்டித்தான் குடித்தார்கள். அவர் திரும்பத் திரும்பச் சொல்லிப் பார்த்தார். யாரும் கேட்கவில்லை.

'தண்ணி ஊத்த ஒராளு கெடச்ச ஒடனே எல்லாருக்கும் தாகம் பிச்சுக்கிட்டு வருதாட்டம் இருக்குது. வேல நடக்கட்டும்' என்று மச்சான் தூரத்திலிருந்து குரல் கொடுத்தார்.

அதற்குப் பின் யாரும் தண்ணீர் கேட்கவில்லை. குடத்தோடு கரை மேல் உட்கார்ந்தவர் யோசனை எங்கெங்கோ ஓடியது.

இருபது பேரும் ஒரே இடத்தில் ஒரே வேலையைத்தான் செய்கிறார்கள். அப்படி என்றால் எல்லோரும் உழைக்கும் வர்க்கம்தானே? அவர்களை ஒன்று சேராமல் தடுப்பது எது? சாதிதான். ஒரே உழைக்கும் வர்க்கத்தில் ஒரு பிரிவினர் சொப்பை வாங்கித் தண்ணீர் குடிக்கிறார்கள். இன்னொரு பிரிவினர் கையேந்திக் குடிக்கிறார்கள். எப்படி அவர்களை ஒருங்கிணைக்க முடியும்? சாதியைக் கடந்து இவர்களை வர்க்கரீதியாக அணி திரட்ட முடியுமா? வெயில் சுடுவது தெரியாமல் யோசித்தபடி உட்கார்ந்திருந்தவரை மீண்டும் அப்பன் குரல்தான் எழுப்பியது.

அப்பனுக்கு மீண்டும் தண்ணீர் கொண்டு போய்க் கொடுத்தார். அவருடன் பாத்தியைச் சரி செய்துகொண்டிருந்த ஆள்காரர் தனக்கும் தண்ணீர் கேட்டுக் கையேந்தினார். சொப்பில் குடிப்பதாக இருந்தால் தருவதாகத் தோழர் சொன்னார். ஆள்காரர் சிரித்துக்கொண்டே 'நாங் குடிச்சிருவன். உங்க மச்சான் அவுங்ககிட்ட ஒருவார்த்த கேட்டுச் சொல்லுங்க' என்று சொல்லிவிட்டு வேலையைப் பார்க்கப் போய்விட்டார். தாகத்தில் வேலை செய்கிறாரே என்று வலுக்கட்டாயமாக அழைத்துக் கையில் தண்ணீர் ஊற்றினார். நடவுப் பெண்களிடமிருந்து தண்ணீர்க் கோரிக்கையே வரவில்லை. 'ஆருக்காச்சும் தண்ணி வேணுமா?' என்று அவராகவே சத்தமாகக் கேட்டார்.

'போடற தண்ணி இருந்தா வேண்ணா குடுங்க' என்று ஒரு பெண் சொல்லவும் காடே சிரித்தது.

'நீங்கெல்லாம் போட ஆரம்பிச்சிட்டா அப்பறம் நாங்கெல்லாம் எங்க போறதாம்?' என்று ஆண் ஒருவர் சொன்னதும் மீண்டும் சிரிப்பு.

தோழருக்குச் சிரிப்பு வரவில்லை. தான் தீவிரமாக யோசிக்கும் விஷயம் இவர்கள் எல்லோருக்கும் கேலியாக இருக்கிறதே என்று வருத்தமாக இருந்தார். தாங்கள் சுரண்டப் படுகிறோம் என்பது தெரியவில்லை, ஒரே வர்க்கமாக இருந்தாலும் சாதிரீதியாகப் பிரித்து வைக்கப்பட்டிருக்கிறோம் என்பது தெரியவில்லை. ஒன்றும் தெரியாமல் இத்தனை சந்தோசமாகப் பேசிச் சிரித்துக்கொண்டிருக்க முடிகிறது. உழைக்கும் மக்களிடமிருந்து இந்தச் சந்தோசத்தைக் கற்றுக் கொள்ள வேண்டும். ஆனால் அதுதான் முடியவில்லை.

இனித் தண்ணீர் தேவைப்படாது என்று தெரிந்ததும் குடத்தைத் தூக்கிக்கொண்டு கிணற்று மேட்டுக்குப் போனார். அங்கிருந்த மின்ன மரத்தடியில் துண்டை விரித்துப் போட்டுப் படுத்தார். எல்லோரும் வேலை செய்யும்போது தான் மட்டும் படுத்திருக்கிறோம் என்றுகூடத் தோன்றவில்லை. கண்களை

மூடிக்கொண்டு தீவிரமாக உள்ளுக்குள் ஆழ்ந்து போனார். கண் முன்னால் நடக்கும் ஒரு அநீதிக்கு எதிராக எதுவுமே செய்ய இயலாமல் இப்படிச் சோர்ந்து கிடப்பது கேவலம் என்று தோன்றியது. ஏதாவது செய்தாக வேண்டும் என்று நினைத்துக்கொண்டே தூங்கிப் போனார்.

எவ்வளவு நேரம் தூங்கினாரோ தெரியவில்லை. 'பயா பயா' என்னும் அம்மாவின் சத்தம் கேட்டு விழித்தார். அம்மாவும் அக்காவும் சோற்றுப்பானைகளைக் கொண்டு வந்திருந்தார்கள். அடுக்குச் சட்டிகள் இரண்டில் ஆரியக் களி உருண்டைகள். இன்னும் இருசட்டிகளில் அவரைப் பருப்புச் சாறு. அவற்றை இறக்கும்போது வாசனை பிடித்தே தெரிந்து கொண்டார். வீட்டுக்குப் போயிருந்தால் இந்தச் சட்டிகளையாவது தூக்கி வந்திருக்கலாம். வேர்த்து வடியும் அம்மாவின் முகத்தைப் பார்க்கக் கூசித் தலையைத் திருப்பிக் கொண்டார்.

பயிர் நடவு முடிந்து எல்லோரும் வந்துகொண்டிருந்தனர். மோட்டாரை எப்போது நிறுத்தினார்கள் என்று அவருக்குத் தெரியவில்லை. இரவுபகல் தூங்கியது போதாமல் மோட்டார் சத்தத்திலும் தூங்கியிருக்கிறோம், சத்தம் நின்றபோதும் தூங்கியிருக்கிறோம் என்று நினைத்துப் பெருமூச்சு விட்டார். உழைப்பிலிருந்து அந்நியமாகிப் போனோமோ? எல்லோரும் கிணற்றுப் பக்கம் வந்ததும் ஆயில் என்ஜின் குழியில் இறங்கி ஸ்டார்ட் செய்து ஓட விட்டார் ஆள்காரர். வாய்க்காலில் வழிந்தோடும் நீரில் எல்லோரும் கைகால்களைக் கழுவினார்கள். அவர் தலையைக் குனிந்துகொண்டிருந்தார். என்ஜின் நிற்கும் சத்தம் கேட்டது.

'பயா... வா... எல போட்டாச்சு' என்று அக்கா அழைத்தார்.

தோழர் பி.எம். அண்ணாந்து பார்த்தார். கிணற்று மேட்டில் வரிசையாக ஏழெட்டு வாழையிலைகள் போட்டிருந்தன. அதில் சிலர் போய் உட்கார்ந்தார்கள். இலையில் களி உருண்டையை அம்மா வைத்தார். பின்னாலேயே அக்கா குழம்பு ஊற்றினார். கெட்டிப் பருப்புக் கடைசல் வெண்ணெய் போல இலையில் நின்று மெல்லப் படர்ந்தது. அதைப் பார்க்கப் பந்தி வரிசை போலிருந்தது. அப்பன், மச்சான், ஆறு பெண்கள் வரிசையில் தெரிந்தார்கள். ஓரத்து இலை ஒன்று தோழருக்கெனக் காலியாக இருந்தது. அவர்களுக்கு வைத்து முடித்ததும் வாரியோரம் கையில் கொட்டயிலையைக் கையில் ஏந்தி நின்றிருந்த பெண்கள் பக்கம் அம்மா போனார். வாய்க்காலோரம் இருந்த கல்லின் மேல் சட்டியை வைத்து அவர்களுக்குப் போட ஆரம்பித்தார். இருகைக்குள் அடங்கும் கொட்டயிலையை நீட்டிக் களி

உருண்டையை வாங்கிக்கொண்டார்கள். ஆண்கள் மூன்று பேரும் அப்படியே செய்தார்கள். வாங்கியவர்கள் வாய்க்கால் தென்னைகளின் பக்கம் போய் ஒதுங்கிக் குந்துகால் வைத்து உட்கார்ந்து உண்டார்கள்.

எல்லாவற்றையும் பார்த்துக் கொண்டிருந்த தோழருக்கு இதுதான் சரியான சந்தர்ப்பம் என்று பட்டது. சட்டெனக் காட்டுக்குள் இறங்கினார். சற்று தூரத்தில் இருந்த கடலை பிடுங்கிய காட்டுக்குப் போய் அங்கே நின்றிருந்த கொட்டச் செடியில் ஓர் இலையை இணுங்கிக்கொண்டு வந்து கையிலேந்தி அம்மாவுக்கு முன்னால் நின்றார். ‘ஐயோ’ என்றார் அம்மா. என்னவோ ஏதோ என்று எல்லோரும் பார்த்தார்கள். அவருக்கெனப் போட்டிருந்த வாழையிலை காற்றில் அசைந்து கொண்டிருந்தது.

‘என்னவாம்?’ என்றார் மச்சான்.

‘வாழ எலயில தின்னா ஐயாவுக்குத் தொண்டையில எறங்காதா?’ என்று கேட்டார் அப்பன்.

‘எல்லாருக்கும் வாழ எலயில போட்டா நானும் அதுல திங்கறன்’ என்று தோழர் பி.எம். சத்தமாகச் சொன்னார். அவர் குரலில் உறுதி இருந்தது.

‘அத்தன வாழயெல இல்லியேப்பா’ என்று பரிதவிப்புடன் அக்கா சொன்னார்.

‘செரி, எல்லாருக்கும் கொட்டயெலயிலயே போடுங்க’ என்று தோழர் அதே சத்தத்துடன் சொன்னார்.

‘எந்திரிச்சு வரச் சொல்றயா?’ என்று அம்மா கேட்டார்.

‘ஆமா. எல்லாருக்கும் கொட்டயெலயிலயே போடுங்க’ என்று மீண்டும் சொன்னார் தோழர்.

‘எல்லாருக்கும் கொட்டயெலயிலயே போடுங்க’ என்பது ஒரு முழக்கமாய்க் காடு முழுதும் எதிரொலித்து அவர் காதுகளுக்கு வந்து சேர்ந்தது.

‘நாங்கெல்லாம் பாதியில எந்திரிச்சு வர முடியாது. அவந்தான் கொட்டெலய நீட்டிக்கிட்டு நிக்கறானே, அவனுக்கு அதுலயே போடுங்க’ என்று மாமியாரைப் பார்த்துச் சொன்னார் மச்சான்.

‘ஆமா, போடு’ என்று அப்பனும் சொன்னார்.

தயங்கிய அம்மா வேறு வழியில்லாமல் ‘கழுவிக்கிட்டு வா’ என்று சொன்னார். தன் கையிலிருந்த இலையை

வாய்க்காலில் தேங்கி நின்ற நீரில் கழுவிக்கொண்டு வந்து நீட்டினார். அதில் களியையும் சாற்றையும் வாங்கிக் கொண்டுபோய் மூன்று ஆண்களோடு குந்த வைத்து உட்கார்ந்து சாப்பிடத் தொடங்கினார். அவர்கள் முனகுவது போல ஏதோ பேசிக்கொண்டு அவரிடமிருந்து சற்றுத் தள்ளி உட்கார்ந்தார்கள். அவர் ஏதும் பேசவில்லை. களிக்கும் குழம்புக்கும் பொருந்திச் சுவை கூடியிருந்தது. வாழையிலையில் உட்கார்ந்து தின்றிருந்தால் இந்தச் சுவை வந்திருக்காது என்று நினைத்தார்.

அவர்களோடு இயல்பாகப் பேசுவது போல 'கொழம்பு அருமையா இருக்குதில்ல? எங்கம்மா கைப்பக்குவம் அது' என்று சொன்னார். அவர்களும் ஆமோதிப்பது போல ஏதோ சொன்னார்கள். ஆனால் எல்லோரும் வாய்க்குள்ளேயே பேசினார்கள். அவ்வப்போது மச்சானைப் பார்த்துக் கொண்டார்கள். பெண்கள் பக்கம் சத்தமே இல்லை. இரண்டாம் உருண்டை வாங்குவதற்கு எல்லோரும் போனபோது அவரும் அவர்களுடனே போய் இலையை நீட்டி வாங்கிக் கொண்டார். அம்மாவின் அழுத முகம் தெரிந்தது. 'ஏண்டா பயா... இப்பிடிப் பண்ற?' என்று மெதுவாகக் கேட்டுக் கொண்டே குழம்பு ஊற்றினார் அக்கா. அவர் குரலிலும் அழுகைக் குறிகள் இருந்தன. அப்பனும் மச்சானும் எந்தச் சலனமும் இல்லாமல் சாப்பிட்டுக் கொண்டிருந்தார்கள். அநியாயத்திற்கு எதிராகத் தன்னால் இயன்றதைச் செய்துவிட்ட திருப்தியோடு தோழர் பி.எம்.மும் சாப்பிட்டு முடித்தார்.

உணவுக்குப் பிறகு மீதமிருந்த காட்டில் நடவு நடந்தது. முன்னிருந்த கலகலப்பு இல்லை. எல்லாம் முடியப் பொழுதிறங்கும் நேரமாகிவிட்டது. அக்கா வீட்டிற்குப் போய் வண்டியைக் கட்டிக்கொண்டு கிளம்ப வேண்டியதுதான். அப்பனும் மச்சானும் அவர்களுக்குள் பேசிக்கொண்டு போனார்கள். அவர்களுக்குப் பின்னால் தோழர் எதுவும் பேசாமல் நடந்தார். பேச்சில் தோழரால் கலந்துகொள்ள முடியவில்லை. அவர்களும் தோழரை நோக்கி எதுவும் பேசவில்லை.

வீட்டுக்குப் போனதும் 'அப்ப நாங்க கௌம்பறங்க மாப்பள. வெளிச்சமிருக்க ஊடு போய்ச் சேந்தர்றங்க' என்றார் அப்பன்.

'அப்பா... எல்லாரும் உள்ள வந்து உக்காருங்க. காப்பித்தண்ணி வெக்கறன். ஒருவாய் குடிச்சுட்டுப் போவீங்க' என்று அழைத்தார் அக்கா.

அம்மா உள்ளேதான் இருந்தார். படியேறிய அப்பனின் பின்னாலேயே தோழரும் போனார்.

‘அதுக்கு மேல காலெடுத்து வெக்காத. நில்லு’ என்று தோழரை நோக்கிச் சொன்னார் மச்சான்.

அக்காவும் அம்மாவும் வெளியே ஓடி வந்தார்கள். அப்பன் அப்படியே நின்றார். அக்காவைப் பார்த்து மச்சான் சொன்னார்.

‘உந்தம்பி வெத்துப் பயதான்னு நெனச்சன். அதுக்கு மேல இப்பச் சாதி மாறிட்டான். இன்னமே கொட்டெலய வெச்சிக்கிட்டுக் கையேந்தித்தான் திங்கோணும். சாதிமாறிப் பயலுக்கு என்னூட்டுல எடமில்ல. பாதம் பட்ட அந்தப் படியக் கழுவிச் சாணி போட்டு வழிச்சுடு.’

‘ச்சீ’ என்று ஒற்றைச் சொல்லை அருவருப்போடு உதிர்த்த தோழர் பி.எம். வேகமாக வந்து வண்டியைப் பூட்டினார். அப்பனும் அம்மாவும் ஓடிவந்து ஏறிக்கொண்டார்கள். அதற்கப்புறம் இப்போது வரைக்கும் அக்கா வீட்டில் காலெடுத்து வைக்கவில்லை. அக்காவும் வரவேயில்லை. அன்றோடு முழுநேர ஊழியத்திலிருந்தும் விலகிக்கொண்டார்.

வெயில் தாழாமல் வெள்ளாடுகள் அங்கங்கே நிழல் கண்டு படுத்திருந்தன. நாங்களும் சூடு உறைக்கும் நிழலில் உட்கார்ந்திருந்தோம். அவரருகில் சுடா படுத்திருந்தான். அவன் பக்கம் திரும்பித் தலையை நீவிவிட்டார். ‘அக்காவப் பாக்கப் போலாமாடா சுடா?’ என்று கேட்டபடியே சுடாவின் கழுத்தைக் கட்டிக்கொண்டார் தோழர் பி.எம்..

●

அகழ், 31 ஜனவரி 2024